பண்புடை நெஞ்சம்

பண்புடை நெஞ்சம்

என். சொக்கன்

Title: Panbudai Nenjam
Author's Name: N Chokkan

Published by ZDP Specifics

(An imprint of Zero Degree Publishing)
No. 55(7), R Block, 6th Avenue,
Anna Nagar,
Chennai - 600 040

Website: www.zerodegreepublishing.com
E Mail id: zerodegreepublishing@gmail.com
Phone: 89250 61999

ZDP Specifics First Edition: February2023
ISBN: 978-93-93882-01-1
TITLE NO EP: 51

Cover Design & Layout: Vijayan, Creative Studio

முன்னுரை

தமிழில்தான் எத்தனை அறநூல்கள்!

பொதுவாக அறிவுரை நூல்களை வாசிப்பது சிரமம். சிலது போரடிக்கும், சிலது 'இதுபோல் நம்மால் நடந்துகொள்ள இயலவில்லையே' என்று குற்றவுணர்ச்சியைத் தரும், 'இதைச் சொன்ன இந்தப் புலவர் ஒழுங்கா நடந்துகிட்டிருப்பாரா?' என்று குதர்க்கமாக யோசிக்கவைக்கும்.

அதனால், அறநூல்களை எழுதியவர்கள் சில நுட்பமான உத்திகளைக் கையாண்டிருக்கிறார்கள். அழகழகான உவமைகள், இதைச் செய்தால் அல்லது செய்யாவிட்டால் இது நடக்கும் என்று இடித்துரைத்தல், பெரியவர்கள் இப்படித்தான் செய்தார்கள் என்று முன்னுதாரணம் காட்டுதல் என்று பலவற்றைச் சொல்லலாம். இவையெல்லாம் அறிவுரைகளைக்கூட ஊன்றிப் படிக்கச்செய்கின்றன. இன்றைய மேற்கத்திய மேலாண்மை நூல்களில் நீட்டிமுழக்கிச் சொல்லப்பட்டுள்ள பல விஷயங்களை இங்கே போகிறபோக்கில் மிக எளிமையாக, எல்லாருக்கும் புரியும்படி சொல்லியிருக்கும் மேதைமையை வியக்கலாம். அவை மனத்தில் பதிந்துவிட்டால், வலியச்சென்று பின்பற்றவேண்டிய அவசியம் இருக்காது, எல்லாம் இயல்பாக நடக்கும்.

அப்படியொரு லட்சிய உலகத்தைத்தான் இந்தப் புலவர்கள் விரும்பியிருக்கிறார்கள். அதைச் சமைப்பது சாத்தியமா என்பது தெரியாது, ஆனால் நம்மளவில் சின்னச்சின்ன திருத்தங்களைச் செய்யத் தொடங்குவது சாத்தியமே. அதற்கான வழிகளை எளிமையாகச் சொல்லும் முயற்சி இது.

என்றும் அன்புடன்,
என். சொக்கன்,
nchokkan@gmail.com

1

இனியது எது?

இந்தக் கேள்விக்கு நம் ஒவ்வொருவருடைய பதிலும் வெவ்வேறுவிதமாக இருக்கும். இன்னும் சரியாகச் சொல்வதென்றால், வெவ்வேறு சூழ்நிலைகளில் ஒருவரே வெவ்வேறு பதிலைச் சொல்லக்கூடும்.

'பசிகொண்ட நேரம்
தாளிக்கும் ஓசை
சந்தோஷ சங்கீதம்'

என்று வைரமுத்து ஒரு பாடலில் எழுதுவார். பசிக்கும்போது தாளிக்கும் ஓசை இனிமையாகத் தோன்றும். அவனே சாப்பிட்டுவிட்டு அமர்ந்திருக்கும்போது 'இனியது எது?' என்று கேட்டால், 'அப்படியே படுத்துத் தூங்கணும்' என்று பதில் வரலாம்.

இப்படி ஒவ்வொருவருக்கும் வெவ்வேறு சூழ்நிலைகளில் இனியவை மாறுபட்டாலும், உலகப் பொதுவான இனியவைகள் நிறைய உண்டு. அவற்றை இலக்கியங்கள் தொடர்ந்து சொல்லிவருகின்றன.

புத்திமதி சொல்வது யாருக்கும் பிடிப்பதில்லை. சொல்பவர்மீது கோபம்தான் வரும். அதற்காகச் சொல்லாமல் இருந்துவிடலாகாது என்று புலவர்கள் நினைத்திருக்கிறார்கள். அதனால்தான் தமிழில் இத்தனை அறநூல்கள், அறிவுரைகள்.

இந்த இலக்கணங்கள் அவ்வப்போது மாறும் என்கிறார்கள். உதாரணமாக, 'நீதிநெறிவிளக்கம்' என்ற நூலின் குமரகுருபரர் இப்படி எழுதுகிறார்:

> 'தன்னை வியப்பிப்பான் தற்புகழ்தல், தீச்சுடர்
> நன்னீர் சொரிந்து வளர்ந்தற்றால், தன்னை
> வியவாமை அன்றோ வியப்புஆவது! இன்பம்
> நயவாமை அன்றோ நலம்.'

ஒருவன் தன்னை வியந்துகொள்கிறான் என்றால், தன்னைத்தானே புகழ்ந்துகொள்கிறான் என்றால், நெருப்பின்மீது தண்ணீர் ஊற்றுவதுபோல என்கிறது இந்தப் பாடல்.

நெருப்பில் தண்ணீர் ஊற்றினால் என்ன ஆகும்? அணைந்துபோகும், அவனுக்கு ஏற்கெனவே இயல்பாக உள்ள புகழ்கூட மதிக்கப்படாது.

ஆனால் அவனோ, தொடர்ந்து தன்னைப் புகழ்ந்துகொண்டே இருக்கிறான், அதன்மூலம் தன் புகழ் வளரும் என்று அவன் எதிர்பார்க்கிறான். அதாவது, நெருப்பை வளர்ப்பதற்காக அதன்மீது நீர் ஊற்றுகிறான், எப்படிப்பட்ட முட்டாள்தனம்!

ஒருவன் தன்னைத்தானே பார்த்து வியந்துகொள்ளாமல் இருப்பதுதான் நல்லது என்று குமரகுருபரர் சொல்கிறார். இது இன்றைக்குச் சரிப்படுமா?

அலுவலகத்தில் ஒரு பணியைச் செய்கிறோம், அதைப்பற்றி நாமே பாராட்டிச் சொல்லக்கூடாது என்று சும்மா இருந்துவிட்டால், அது யாருக்குமே தெரியாது, அந்தப் பணிக்கான பலன் நமக்கு வராது, சொல்லப்போனால், அதை வேறு யாராவது எடுத்துக்கொண்டுவிடுவார்கள், 'அவன் எப்படியும்

பேசப்போறதில்லை, இந்த வேலையை நான்தான் செஞ்சேன்னு மேனேஜர்கிட்ட சொல்லி ப்ரமோஷனை வாங்கிடுவோம்.'

இப்படி ஒருவர் நினைப்பது தவறு என்பதில் சந்தேகமில்லை. ஆனால் அதற்கு வழிவகுத்தது, தன்னைப்பற்றிப் பேசாமல் இருப்பவர்தானே? அவர் வாயைத் திறந்து 'இதை நான்தான் செய்தேன்' என்று சொல்லியிருந்தால் இன்னொருவன் அதைத் திருட நினைப்பானா?

அப்படியானால், குமரகுருபரர் சொன்னது இன்றைய சூழ்நிலைக்குப் பொருந்தாதா? ஒவ்வொருவரும் செல்ஃப்-ப்ரமோஷன் எனப்படும் தற்புகழ்ச்சியைப் பேசினால்தான் வளர இயலுமா? அல்லது, யாராவது நம் வேலையைக் கவனித்துப் புகழ்வார்கள் என்று சும்மா இருக்கவேண்டுமா? ஊரே தன்னைப் புகழ்ந்துகொண்டிருக்கும்போது நாம் எப்படிச் சும்மா இருப்பது? 'ஊரோடு ஒத்து வாழ்' என்றும் ஒரு வாசகம் உண்டே.

சிக்கலான கேள்விதான். இதற்குப் பதில் நன்னூலில் இருக்கிறது.

நன்னூல் இலக்கண நூலாயிற்றே, அங்கே சந்திப்பிழை, எழுத்துப்பிழையெல்லாம்தானே பேசுவார்கள்?

அதுதான் இல்லை. வாழ்வியல் இலக்கணங்கள் பலவும் பவனந்தி முனிவர் எழுதிய நன்னூலில் உண்டு. உதாரணமாக:

'மன்உடை மன்றத்து ஓலைத்தூக்கினும்
தன்னுடை ஆற்றல்உணரார் இடையினும்
மன்னிய அவையிடை வெல்லுறும்பொழுதினும்
தன்னை மறுதலைப் பழித்தகாலையும்
தன்னைப் புகழ்தலும்தகும் புலவோற்கே.'

நான்கு சந்தர்ப்பங்களில் தன்னைத்தானே புகழ்ந்துகொள்ளலாம் என்கிறது நன்னூல். அந்தச் சந்தர்ப்பங்கள்:

முதலில், அரசனது சபைக்குச் சீட்டுக்கவி எழுதும்போது.

சீட்டுக்கவி என்பது கிட்டத்தட்ட இன்றைய *Resume*க்கு

இணையானது. ஒருவர் அரசனிடம் தன் திறமையைச் சொல்லி, இப்போதைய தேவையைச் சொல்லி உதவி கேட்கிறார்.

இந்நிலையில், அவர் தன்னைப் புகழ்ந்துகொள்வதில் தவறில்லை. வெறுமனே உதவி கேட்டால் யார் செய்வார்கள்? 'நான் பெரிய கவிஞன், எனக்கு உதவுங்கள்' என்று சொல்லத்தான் வேண்டும்.

அடுத்து, தன்னுடைய ஆற்றலை உணராதவர்கள்மத்தியில்.

ஒருவருக்கு உடம்பு சரியில்லை, அருகே உள்ளவர்கள் அவருக்கு உதவி செய்ய ஓடுகிறார்கள்.

அப்போது, அந்தக் கூட்டத்தில் ஒரு மருத்துவர் இருந்தால், 'நான் ஒரு சீனியர் டாக்டர், இதுமாதிரி பிரச்னைகளைச் சமாளிக்க எனக்குத் தெரியும், வழிவிடுங்க' என்று அவர் சொல்லவேண்டும். அப்போதுதான் கூட்டம் விலகும், அவரால் நோய்வாய்ப்பட்டவருக்கு உதவி செய்து காப்பாற்ற இயலும். அந்த நேரத்தில் அவர் தன்னை அனுபவம்மிகுந்த மருத்துவர் என்று சொல்லிக்கொள்வதில் எந்தத் தவறும் இல்லை.

அதேபோல், ஒருவர் பேச எழும்போது, மற்றவர்கள் அவருடைய பெருமையை உணராமல் அவமானப்படுத்தினால், அப்போதும் அவர் தன்னைப்பற்றிப் புகழ்ந்து பேசிக்கொள்ளலாம், அவர்களுக்குத் தன்னுடைய மேதைமையை விளக்கலாம்.

இதுபற்றி ஒரு வேடிக்கையான குட்டிக்கதை சொல்வார்கள். ரேஷன் கடையில் பெரிய கூட்டம் நின்றுகொண்டிருக்கிறது. தாமதமாக வந்த ஒருவர் வரிசையைத் தாண்டி முன்னே செல்கிறார், க்யூவில் இருந்த எல்லாருக்கும் கடுப்பு, 'நாங்கல்லாம் நிக்கறோம், நீமட்டும் என்ன விசேஷமா?' என்று அவரைப் பிடித்து இழுத்துப் பின்னே போடுகிறார்கள், அவர் மறுபடி முன்னே செல்கிறார், இவர்கள் மறுபடி அவரை இழுத்துப் பின்னால் நிறுத்துகிறார்கள். கடுப்பான அவர் மௌனமாக அங்கேயே நின்றுகொள்கிறார்.

பிறகு நெடுநேரமாகியும் ரேஷன் கடை திறக்கப்படவில்லை.

ஒருவர் புலம்புகிறார், 'இந்தக் கடைக்காரர் எப்ப வருவாரோ!'

'ஏற்கெனவே வந்தாச்சு' என்கிறார் அந்த மனிதர்.

'எங்கே?'

'நான்தான் அது, கடையைத் திறக்கவந்தவனைப் பிடிச்சுக் க்யூவுல நிறுத்தினீங்கல்ல? அனுபவிங்க!'

இந்தச் சூழ்நிலையில் அவர் 'நான்தான் இந்தக் கடையைத் திறக்கவேண்டிய ஆள்' என்று தன் பெருமையைச் சொல்லிக்கொள்வது அவசியம். அதேபோல் நாமும் நம்முடைய திறமையை உணராதவர்கள்மத்தியில் நம்மைப்பற்றிப் புகழ்ந்து பேசலாம், 'என்னை யாருன்னு நினைச்சீங்க?' என்று பின்னணி இசையோடு டயலாக் விடலாம்!

மூன்றாவது சூழ்நிலை, சபையில் வாதம் செய்யும்போது.

மேற்கத்திய இசைபற்றி ஒரு விவாதம் நடந்துகொண்டிருக்கிறது. அதில் பேச எழும் ஒருவர், 'நான் முப்பது வருடங்களாக மேற்கத்திய இசையைப் படிக்கிறேன், அதில் ஆராய்ச்சி செய்து முனைவர் பட்டம் பெற்றுள்ளேன்' என்று சொல்லிவிட்டுத் தன் வாதத்தைத் தொடங்கினால், அதற்குக் கூடுதல் மதிப்பு இருக்கும். அந்தச் சூழ்நிலையில் தற்புகழ்ச்சி தவறில்லை.

அதேசமயம், 'நான் பெரிய ஆள், அதனால் என் வாதம் சரி' என்று சொல்வதும் சரியில்லை. இங்கே தற்புகழ்ச்சி என்பது உங்கள்மீது ஒரு மரியாதையைத் தரும், அதன்பிறகு நீங்கள் உளறிக்கொட்டினால் அந்த மரியாதையை நீங்களே இழந்துவிடுவீர்கள்.

நான்காவது சூழ்நிலை, எதிரி தன்னை அவமானப்படுத்தும்போது.

இரண்டு பேர் மோதிக்கொள்கிற சூழ்நிலையில், ஒருவன் இன்னொருவனை அவமானப்படுத்திப் பேசினால், அந்தப் போட்டி சமமற்றதாகிவிடுகிறது. ஆகவே, அவமானப்படுத்தப் பட்டவன் தன்னைப் புகழ்ந்து பேசுவதற்கு அனுமதி உண்டு.

இதைத் திருப்பிப்போடுகிற கதைகளும் உண்டு.

ஒரு புலவர். அவருடைய ஊரின் பெயர் கடைமடை.

அவர் ஒருமுறை மடம் ஒன்றுக்குச் சென்றிருந்தார். அவரைப் பார்த்ததும் அந்த மடத்தின் தலைவர், 'வாரும் கடைமடையரே' என்றாராம்.

'கடைமடையர்' என்றால், கடைமடை என்ற ஊரைச் சேர்ந்தவர் என்பது ஒரு பொருள். கடைசியாக உள்ள (அதாவது ரொம்ப மந்தமான) மடையர் என்பதும் ஒரு பொருள்.

இப்படி அவர் தன்னை அவமானப்படுத்தியதும், கடைமடைப் புலவர் யோசித்தார், சட்டென்று, 'வந்தேன் மடத்தலைவரே' என்றாராம். மடத்தின் தலைவர் என்று ஒரு பொருள், மடத்தனமான தலைவர் என்று இன்னொரு பொருள்.

இதுபோல், தன்னை அவமானப்படுத்துவோருக்குப் பதிலடி தருவதற்காக, அவர்களை அவமானப்படுத்தவேண்டும் என்று அவசியமில்லை, தன்னைப்பற்றிப் புகழ்ந்துகொள்ளலாம், அதற்கு நன்னூல் அனுமதி தருகிறது.

இப்படி நான்கு சந்தர்ப்பங்களில் ஒருவர் தன்னைத்தானே புகழ்ந்துகொள்ளலாம். தண்டியலங்காரம் என்ற நூலில் அதற்கு ஒரு பெயர்கூட தந்திருக்கிறார்கள், 'தன் மேம்பாட்டு உரை':

'தான் தன் புகழ்வது தன்மேம்பாட்டுஉரை'

ஆக, குமரகுருபரர் சொன்னதும் உண்மை, அதில் "*Conditions Apply*" சேர்த்து நன்னூல் சொல்வதும் உண்மை. இரண்டையும் புரிந்துகொண்டு சரியான நேரத்தில் சரியானதைப் பயன்படுத்திக்கொள்வது நம் சமர்த்து.

இப்போது, மறுபடி முதல் கேள்விக்கு வருவோம். இனியது எது?

'இனியவை நாற்பது' என்ற பெயரில் ஒரு நூலே எழுதியிருக்கிறார் பூதஞ்சேந்தனார். அதிலிருந்து ஒரு பாடல்:

'நன்றிப் பயன்தூக்கி வாழ்தல் நனிஇனிதே,
மன்றக் கொடும்பாடு உரையாத மாண்புஇனிதே,
யான்றுஅறிவார் யார்என்று அடைக்கலம் வெளவாத
நன்றியின் நன்குஇனியது இல்.'

முதலில், நன்றியை மறக்காமல் வாழவேண்டும் என்கிறார் பூதஞ்சேந்தனார். திருவள்ளுவர் சொன்ன அதே விஷயம்தான்:

'நன்றி மறப்பது நன்றுஅன்று, நன்றுஅல்லது
அன்றே மறப்பது நன்று.'

இங்கே 'நன்றி' என்பது, ஒருவர் செய்த உதவிதான். அதை மறக்கக்கூடாது, ஒருவேளை அவர்கள் உதவாவிட்டால், அவர் உதவவில்லையே என்பதை மனத்தில் வைத்துக்கொண்டே வாழக்கூடாது, அதை அன்றே மறந்துவிடவேண்டும்.

உதவி என்பது அப்பேர்ப்பட்ட விஷயம். அதே அதிகாரத்தில் வள்ளுவர் சொல்கிறார்:

'செய்யாமல் செய்த உதவிக்கு, வையகமும்
வானகமும் ஆற்றல் அரிது.'

நாமாகக் கேட்காமல் ஒருவர் முன்வந்து நமக்கு உதவுகிறார் என்றால், அந்த உதவிக்கு இந்த உலகமும் வானமும்கூட ஈடாகாது. அதை என்றைக்கும் மறக்கக்கூடாது. நம் வாழ்வின் ஒவ்வொரு துளியிலும் அந்த உதவியைப்பற்றிய எண்ணமும் நன்றியுணர்வும் கலந்திருக்கவேண்டும் என்கின்றன இந்தப் பாடல்கள்.

இதன் அடையாளத்தை நாம் பல விஷயங்களில் பார்க்கலாம். சிலர் தங்களுடைய சொந்த ஊரைப் பெயரின் முன்னே வைத்திருப்பார்கள், தன்னை வளர்த்த ஊர் என்கிற நன்றிக்காக. சிலர் தங்கள் வீட்டுக்குக் குருநாதரின் பெயரை வைப்பார்கள், 'சமைத்துப்பார்' என்ற புத்தகம் எழுதி அதன்மூலம் பெரிய வெற்றியடைந்த மீனாட்சி அம்மாள் அந்தப் பணத்தில் வாங்கிய வீட்டுக்குச் 'சமைத்துப் பார் இல்லம்' என்று

பெயர் சூட்டப்பட்டது, 'வெண்ணிற ஆடை மூர்த்தி' போன்றோர் தங்கள் பெயரோடு முதல் படத்தின் பெயரைச் சேர்த்துக்கொண்டிருக்கிறார்கள். இப்படிக் கிடைத்த உதவியை எண்ணி நன்றியுணர்வுடன் இருப்பது இனியது.

அடுத்து, வழக்கில் ஒருதலைப்பட்சமாகப் பேசாமலிருப்பது இனியது என்கிறது இந்தப் பாடல். அதாவது, ஒருவர் நமக்குப் பிடித்தவர் என்பதற்காக அவருக்குச் சார்பாகப் பொய் பேசாமல், நடந்த உண்மையைச் சொல்லவேண்டும்.

இது ஒரு பெரிய விஷயமா என்று நாம் நினைக்கலாம், பொய்யான சாட்சி காரணமாகத் தண்டிக்கப்பட்ட ஒருவரை நாம் சந்திக்கும்வரையில்.

ஒருவிதத்தில் இந்த உலகமே உண்மையை நம்பிதான் இயங்கிக்கொண்டிருக்கிறது. எல்லாரும் உண்மை பேசுகிறார்கள், நாமும் உண்மையைப் பேசினால் நமக்கு எந்தக் கேடும் வராது என்று நம்பி வாழ்கிறவர்கள்தான் இங்கே பெரும்பான்மை.

அவர்களை ஒருவன் பொய்யால் வீழ்த்துகிறான் என்றால் அது எப்பேர்ப்பட்ட பிழை! ஒருபக்கம் அதனால் அவர் அனுபவிக்கும் அவஸ்தைகள், இன்னொருபக்கம், உண்மையை நம்பியவருக்கு அவன் செய்கிற நம்பிக்கைத் துரோகம் அல்லவா?

அதனால்தான், வழக்கில் பொய்சாட்சி சொல்வதை மிகப் பெரிய தவறாக நூல்கள் வலியுறுத்துகின்றன. அதைச் செய்யவேகூடாது என்கின்றன.

சிலப்பதிகாரத்தில் ஒரு பூதம் வருகிறது. அது பொய்சாட்சி சொல்பவர்களைச் சவுக்கால் அடித்துத் தண்டிக்குமாம்:

'பொய்க்கரியாளர்... என்
கைக்கொள் பாசத்துக் கைப்படுவோர் என
காத நான்கும் கடும்குரல் எழுப்பிப்
பூதம் புடைத்துஉணும் பூத சதுக்கமும்...'

பொய்சாட்சி சொல்வது கிடக்கட்டும், நமக்கு வேண்டியவர் என்பதற்காக வழக்கில் ஒருபக்கமாகப் பேசுவதுகூட தவறுதான். 'ஓரஞ்சொல்லேல்' என்று ஆத்திசூடி சொல்லும்.

சாதாரண மக்களுக்கே இப்படியென்றால், நீதிபதிகள் எவ்வளவு கவனமாக இருக்கவேண்டும்!

வெற்றிவேற்கை என்ற நூலில் அதிவீரராமபாண்டியன் எழுதுகிறார்:

'இருவர்தம் சொல்லையும் எழுதரம் கேட்டே
இருவரும் பொருந்த உரையார் ஆயின்
மனுமுறை நெறியின் வழக்கு இழந்தவர் தாம்
மனமுற மறுகி நின்று அழுத கண்ணீர்
முறையுற தேவர் மூவர் காக்கினும்
வழிவழி ஈர்வதுஓர் வாள்ஆகும்மே!'

இருதரப்பினர் சொல்வதையும் ஏழுமுறை கேட்கவேண்டும், அதைப்பற்றி நன்கு யோசித்து, அந்த இருவரும் ஏற்றுக்கொள்ளும்படி ஒரு தீர்ப்பைச் சொல்லவேண்டும்.

அப்படியில்லாமல், ஒருதலைப்பட்சமாக ஒரு தீர்ப்பைச் சொல்லிவிட்டால், நியாயம் தங்கள் பக்கம் இருந்தும் வழக்கில் தோற்றவர்கள் மனம் உருகி அழுவார்கள், அந்தக் கண்ணீர், தவறான தீர்ப்பைச் சொன்ன அந்த நீதிபதியின் தலைமுறையையே அழிக்கும் வாளாக மாறும், மூன்று தேவர்களும் ஒன்றாக வந்தால்கூட, பொய்யான தீர்ப்புச் சொன்னவரைக் காக்க இயலாது!'

நிறைவாக, நான்காவது இனியது, தன்னிடம் வந்த அடைக்கலப்பொருளைக் கவர்ந்துகொள்ளாமல் இருத்தல். அதுவும் பொதுவான அடைக்கலப்பொருள் அல்ல, ரகசியமாக, யாருக்கும் தெரியாமல் கொடுக்கப்பட்ட பொருள்.

அதாவது, அந்தப் பொருளை எடுத்தால் யாருக்கும் தெரியாது. அது ஒரு குற்றம் என்று யாரும் அறியப்போவதில்லை.

ஆனாலும், அதை எடுக்கக்கூடாது என்று ஒரு கொக்கி.

குற்றமே செய்யாதவனும் மற்றவர்களுக்குத் தெரியாமல் குற்றம் செய்கிறவனும் உலகத்தின் பார்வையில் ஒரேமாதிரிதான் தோன்றுவான். ஆனால் இருவருக்கும் வித்தியாசம் உள்ளதல்லவா?

அதுபோல, அடைக்கலப்பொருளைத் திருடிக்கொள்வதற்கான சூழ்நிலை அமைந்தால்கூட, அதனை எடுக்கக்கூடாது. அதைவிட இனிய ஒரு விஷயம் உலகில் கிடையாது.

திருவள்ளுவரும் இதையே சொல்கிறார், 'அடுத்தவன் பொருள் உனக்கு எதற்கு? அப்படி நீ ஆசைப்பட்டு அங்கே கை வைத்தாய் என்றால், உன்னிடம் இயற்கையாக உள்ள பொருளும் கரைந்துபோகும்' என்று விளக்குகிறார், 'ஆகவே, உன் செல்வத்தைக் காத்துக்கொள்ளும் வழி, அடுத்தவன் செல்வத்துக்கு ஆசைப்படாமலிருப்பதுதான்!'

> 'அஃகாமை செல்வத்திற்கு யாதுஎனின் வெஃகாமை
> வேண்டும் பிறன்கைப் பொருள்.'

பிறருடைய பொருளுக்கு ஆசைப்படாமலிருக்கவேண்டும் என்று எண்ணுகிறவர்களிடம்தான் திருமகள் தங்கியிருப்பாள் என்றும் சொல்கிறார் வள்ளுவர்:

'அறன்அறிந்து வெஃகா அறிவுடையார்ச் சேரும்

திறன்அறிந்து ஆங்கே திரு.'

2

பாப்பாவை ஓடி விளையாடச் சொன்ன பாரதியார், 'காலை எழுந்தவுடன் படிப்பு' என்றார்.

அவர் சொன்னது பாடப்புத்தகப் படிப்பை அல்ல. பொதுவான கல்வியை.

இரண்டும் ஒன்றுதானே?

பாடப்புத்தகங்கள் படிக்கப்படவேண்டியவை என்பதில் சந்தேகமில்லை. ஆனால், படிப்பு என்றால் அதுமட்டும்தானா?

கற்பதற்கு எத்தனையோ வகைப் புத்தகங்கள் இருக்கின்றன. புத்தகங்களுக்கு வெளியிலும் நிறைய கல்வி இருக்கிறது. ஓர் எழுத்தும் வாசிக்க, எழுதத் தெரியாமல், உலகை அறிந்தவர்களைப் பார்க்கிறோமே.

'காலை எழுந்தவுடன் படிப்பு' என்ற வாசகத்தை, அதிகாலையில் புத்தகத்தைப் பிரித்துப் படித்தால் புத்தியில் பாடம் நன்றாக ஏறும், அதன்மூலம் நல்ல மதிப்பெண் எடுக்கலாம் என்கிற பொருளிலும் எடுத்துக்கொள்ளலாம், தூங்கி எழுந்த கணம்

தொடங்கி உன்னைச் சுற்றியிருக்கிறவர்களை வாசிக்கத் தொடங்கு என்கிற பொருளிலும் காணலாம்.

'இளமையில் கல்' என்பார்கள். இதை நல்லாதனார் எழுதிய திரிகடுகத்தில் ஒரு பாடலும் வலியுறுத்துகிறது:

> 'முந்தை எழுத்தின் வரவுஉணர்ந்து, பிற்பாடு
> தந்தையும் தாயும் வழிபட்டு, வந்த
> ஒழுக்கம் பெருநெறி சேர்தலில் மூன்றும்
> விழுப்ப நெறிதூரா ஆறு'

முதலில், எழுத்தை உணர்ந்துகொள்ளவேண்டும். அதாவது, படிக்கவேண்டும்.

அதன்பிறகு, தந்தை, தாயை வழிபடவேண்டும். 'அன்னையும் பிதாவும் முன்அறி தெய்வம்' என்ற பழமொழியைக் கல்விக்குப்பிறகு வைக்கிறது இந்தப் பாடல். 'மாதா, பிதா, குரு, தெய்வம்' என்ற வரிசையையும் மாற்றிக் கற்றலை முதலாவதாகப் போற்றுகிறது.

அன்னை, தந்தையை வணங்கும்போது என்ன கிடைக்கும்?

ஆசி கிடைக்கும், ஒழுக்கம் கிடைக்கும். அவர்களைப் பின்பற்றுவதன்மூலம் வாழ்க்கையில் உயர்ந்த நிலையை அடையலாம்.

அடுத்து, தாய், தந்தைக்கு இணையான உயர்ந்தவர்கள் இருக்கிறார்கள். அவர்கள் காட்டிய வழிகள் இருக்கின்றன, அவற்றைப் பின்பற்றவேண்டும்.

நம்முன்னே பல பாதைகள் இருக்கும்போது, அதில் எதைத் தேர்ந்தெடுப்பது என்பது நம் உரிமைதான். சிலர் புதுப்பாதைகளை அமைத்து முன்னேறுவார்கள்.

அதேசமயம், ஒழுக்கம் என்று வரும்போது, ஏற்கெனவே பெரியோர் காட்டிய பாதைகளைப் பின்பற்றவேண்டும். காலத்துக்கேற்ப ஒழுக்கம் மாறும் என்றாலும், சில அடிப்படை விஷயங்கள் மாறிவிடக்கூடாது.

ஆக, இளம்வயதில் கல்வி, தந்தை, தாய்மீது மரியாதை, பெரியோர் சொன்ன ஒழுக்க நெறிகளைப் பின்பற்றுதல். இந்த மூன்றும் சேர்ந்தால், உயர்வை நோக்கிச் செல்லும் பாதை தூர்ந்துபோகாது. அதாவது, அந்தப் பாதையில் தடைகள் இருக்காது, நிச்சயம் உயர்வோம்.

கவனியுங்கள், வெல்வோம் என்று சொல்லவில்லை. உயர்வோம் என்கிறார். என்ன வித்தியாசம்?

வெற்றி என்பதை வணிக வெற்றியாகமட்டும் சுருக்கிப் பார்க்கப் பழகிவிட்டோம். ஒருவர் நன்றாகச் சம்பாதிக்கிறார், நிறைய சொத்து வைத்திருக்கிறார், புகழோடு இருக்கிறார் என்றால் அவர் வென்றவர் என்கிறோம். அதுவே உயர்வு என்றும் கருதுகிறோம்.

உண்மையில், உயர்வு என்பது பல காரணங்களால் ஏற்படலாம். வணிக வெற்றி, பண உயர்வு என்பது அவற்றில் ஒன்று, அவ்வளவே.

பணம் நிறைய வைத்திருக்கும் ஒருவர் பண்பற்றவராக இருந்துவிட்டால், அவரை உயர்ந்தவர் என்று குறிப்பிடுவது பொருந்தாது. அதனால்தான் ‘விழுப்ப நெறி’ என்கிறது இந்தப் பாடல், ‘வெற்றி நெறி’ என்று சொல்லவில்லை.

> 'ஒழுப்பம் விழுப்பம் தரலான், ஒழுக்கம்
> உயிரினும் ஓம்பப் படும்.'

இது திருக்குறள். ஒழுக்கமே உயர்வு தரும். அதனால், ஒழுக்கமானது உயிரைக்காட்டிலும் முக்கியம்!

அதென்ன ‘ஒழுக்கம்’, மிகவும் பொதுவான சொல்லாக இருக்கிறதே.

பொய் பேசாமல் இருப்பதுதான் ஒழுக்கமா? பிறருக்கு உதவுவதுதான் ஒழுக்கமா? பேராசையில்லாமல் இருப்பதுதான் ஒழுக்கமா?

இவையெல்லாம் ஒழுக்கங்கள்தான். ஆனால், இவைமட்டும்தான் ஒழுக்கம் என்றில்லை. அதற்குப் பல அறநூல்கள் பலவிதமான வரையறைகளை வழங்கியிருக்கின்றன.

உதாரணமாக, பெருவாயின்முள்ளியார் எழுதிய 'ஆசாரக்கோவை' என்ற நூலின் முதல் பாடல், எட்டுவிதமான ஒழுக்கங்களைக் குறிப்பிடுகிறது.

'ஆசாரம்' என்றாலே ஒழுக்கம்தான், 'கோவை' என்றால் தொகுப்பு, ஒழுக்கத்துக்குரிய கருத்துகளைத் தொகுத்துச் சொல்லும் இந்த நூலில், 'ஆசார வித்து', அதாவது, ஒழுக்கத்தின் விதைகள் என்று குறிப்பிடப்படும் அந்த எட்டு:

1. தனக்குப் பிறர் செய்த நன்றியை மறவாமல் இருத்தல்
2. பொறுமையோடு பணிசெய்தல்
3. இனிமையாகப் பேசுதல்
4. எந்த உயிருக்கும் தீங்கு நினைக்காமலிருத்தல்
5. நன்கு படித்தல், தொடர்ந்து படித்தல்
6. ஒப்புரவை அறிதல்
7. அறிவுடைமை
8. நல்லவர்களோடு பழகுதல்

'நன்றிஅறிதல், பொறையுடைமை, இன்சொல்லோ(டு)
இன்னாத எவ்வுயிர்க்கும் செய்யாமை, கல்வியோ(டு)
ஒப்புரவுஆற்ற அறிதல், அறிவுடைமை,
நல்இனத்தாரோடு நட்டல் இவைஎட்டும்
சொல்லிய ஆசார வித்து.'

மற்றதெல்லாம் புரிகிறது, அதென்ன 'ஒப்புரவு'?

ஆத்திசூடி நினைவிருக்கிறதா? 'ஒப்புரவு ஒழுகு' என்று ஔவையார் எழுதிய அதே விஷயம்தான் இது.

ஒப்புரவு என்றால், உலக நடைமுறைகளைப் புரிந்துவைத்திருத்தல். அதன்படி நடத்தல். பிறர் நம்மைப் 'பழசு' என்று சொல்லிவிடாதபடி பழகுதல்.

சில முதியவர்கள் இளைஞர்களுடன் சகஜமாகப் பழகுவதைப் பார்க்கிறோம், 'என்ன மச்சி சௌக்கியமா?' என்கிற ரேஞ்சுக்கு அவர்கள் தங்கள் பேரன் வயதுள்ளவர்களுடன் அவர்களுக்குத் தெரிந்த விஷயங்களைப்பற்றிப் பேசுவார்கள், புதுப்படங்களைப்பற்றி கமென்ட் அடிப்பார்கள், லோவெய்ஸ்ட் ஜீன்ஸ் அணிந்து கோல்ட் காஃபி உறிஞ்சிக்கொண்டு தங்கள் பேத்தி வயது ஃபிகர்களுக்கு மார்க் போடுகிறவர்களும் உண்டு.

ஒப்புரவு என்றால் சைட் அடிப்பதல்ல. 'நாங்கல்லாம் அந்தக் காலத்துல...' என்று ஒதுங்கியிருக்காமல் உலகத்தோடு கலந்துவிடுகிற பெரியவர்களின் குணத்தை ஓர் உதாரணமாகச் சொல்கிறோம். அதுபோல, உலக நடைமுறையை அறிந்து அதன்படி நடத்தலைதான் ஒப்புரவு என்கிறார்கள்.

சரி, ரோம்ல ரோமானியனா இருக்கணும், அமெரிக்கால அமெரிக்கனா இருக்கணும், அவ்ளோதானா ஒப்புரவு?

இன்னும் இருக்கிறது. திருவள்ளுவர் சொல்வதைக் கேளுங்கள்:

> 'இடன்இல் பருவத்தும் ஒப்புரவிற்கு ஒல்கார்
> கடன்அறி காட்சியவர்.'

தன்னுடைய கடமையை உணர்ந்தவர்கள், செல்வம் இல்லாதபோதும் ஒப்புரவிலிருந்து தளரமாட்டார்கள் என்கிறது இந்தக் குறள்.

ஒப்புரவு என்றால், உலகத்தோடு ஒட்டிவாழ்தல் என்றுதானே பார்த்தோம்? அதற்கும் பணத்துக்கும் என்ன சம்பந்தம்? திருவள்ளுவர் ஏன் இப்படிச் சொல்கிறார்?

அவரிடமே க்ளூ கேட்போம். அதே அதிகாரத்தின் முதல் குறள்:

> 'கைம்மாறு வேண்டா கடப்பாடு மாரிமாட்டு
> என் ஆற்றுங்கொல்லோ உலகு.'

யாருக்காவது உதவி செய்துவிட்டு, அவர்கள் நம்மிடம்

நன்றியோடு இருக்கவேண்டும் என்று எதிர்பார்க்கிறோமே, பதிலுக்கு அவர்கள் நமக்கு ஏதாவது செய்யவேண்டும் என்று நினைக்கிறோமே, அதெல்லாம் நியாயமா?

இந்த வானம் நமக்கு மழையைத் தருகிறது. பதிலுக்கு நாம் வானத்துக்கு என்ன செய்கிறோம்? அது எதையாவது நம்மிடம் எதிர்பார்க்கிறதா?

அப்படிப் பலனை எதிர்பார்க்காமல் உதவுவதுதான் ஒப்புரவு என்று திருவள்ளுவர் நேரடியாகச் சொல்லவில்லை. ஆனால் அந்த அதிகாரத்தின் முதல் பாடலாக இதை வைத்து நமக்கு க்ளூ கொடுக்கிறார்.

தொடர்ந்து வாசித்தால், இன்னும் மூன்று குறள்கள்:

> 'ஊருணி நீர்நிறைந்தற்றே, உலகவாம்
> பேரறிவாளன் திரு.'
>
> 'பயன்மரம் உள்ளூர்ப் பழுத்தற்றால், செல்வம்
> நயனுடையான்கண் படின்.'
>
> 'மருந்துஆகித் தப்பா மரத்துஅற்றால், செல்வம்
> பெருந்தகையாளன்கண் படின்.'

பெரிய அறிவை உடைய சிறந்தவனுடைய செல்வம், ஊர்மக்கள் நீர் உண்கிற பொது நீர்நிலையைப்போன்றதாம், ஊருக்கு நடுவே பழுத்த மரத்தைப்போன்றதாம், மருந்து மரத்தைப்போன்றதாம்.

இதன் அர்த்தம், நீர்நிலையில் பலரும் நீர் உண்பார்கள், பழத்தைப் பலரும் பறித்துச் சாப்பிடுவார்கள், அதன் இலையை, பழத்தைச் சாப்பிட்டு நோய்வாய்ப்பட்டவர்கள் உடல் குணமாவார்கள், அதுபோல, இந்த ஒப்புரவாளர்களிடம் உள்ள செல்வம் பலருக்குப் பயன்படும், பலரும் பயன்பெறும்வகையில் அவர்கள் வாழ்வார்கள்.

இங்கேயும் ஒப்புரவு என்ற சொல் இல்லை, ஆனால் அதற்கான இலக்கணம் இருக்கிறது.

ஆக, ஒப்புரவு என்பது பிறருக்கு உதவுதல், அவர்களுக்காக வாழுதல்.

ஆனால், இதெல்லாம் இப்போ சரிப்படுமா? இப்படி இருந்தா நம்ம தலையில மிளகாய் அரைச்சுடமாட்டாங்களா?

அதற்கும் திருவள்ளுவர் பதில் சொல்கிறார்:

'ஒப்புரவினால் வரும் கேடுஎனின், அஃதுஒருவன்
விற்றுக்கோள் தக்கது உடைத்து.'

பிறருக்கு உதவி செய்வதால் உனக்கு ஒரு கேடு வரும் என்றால், அதை மகிழ்ச்சியாக ஏற்றுக்கொள். இன்னும் சொல்லப்போனால், உன்னையே விற்றுக்கூட அந்தக் கேட்டை வாங்கிக்கொள் என்கிறார் வள்ளுவர்.

காரணம், ஒப்புரவு என்ற குணம் கேட்டைக் கொண்டுவராது. மேல்பார்வைக்கு அது கேட்டைப்போலத் தோன்றலாம். ஆனால், அது உயர்வைமட்டுமே தரும். பிறருக்கு உதவுதல் எப்போதும் ஒருவரைக் கைவிடாது. இதுவும் திருவள்ளுவர் சொல்வதுதான்:

'புத்தேள் உலகத்தும் ஈண்டும் பெறல்அரிதே
ஒப்புரவின் நல்ல பிற.'

ஒப்புரவைவிட ஒரு நல்ல விஷயம், இந்த உலகத்தில்மட்டுமல்ல, அந்தத் தேவர்கள் உலகத்திலும் கிடைக்காது என்கிறார் வள்ளுவர்.

அதனால்தான், ஒருவர் சான்றோராக இருக்கவேண்டுமென்றால், அவர் அவசியம் பெற்றிருக்கவேண்டிய ஐந்து தூண்களைச் சொல்லும்போது, அதில் ஒப்புரவையும் ஒன்றாகக் குறிப்பிடுகிறார் அவர்:

'அன்பு, நாண், ஒப்புரவு, கண்ணோட்டம், வாய்மையொடு
ஐந்து சால்ஊன்றிய தூண்.'

சான்றாண்மை என்பது ஒரு கட்டடம் என்றால், அதைத் தாங்கும் ஐந்து தூண்கள்: பிறர்மீது அன்பு செலுத்துதல், குற்றம் செய்ய வெட்கப்படுதல், ஒப்புரவு/ உதவும் மனப்பான்மை, கண்ணோட்டம்/ இரக்ககுணம், உண்மையைமட்டுமே பேசுதல்.

யோசித்துப்பார்த்தால், இந்த ஐந்து தூண்களும் தனித்தனியே நில்லாமல், ஒன்றையொன்று ஆதரவாகக் காத்து நிற்பது புரியும். அன்பு இல்லாமல் உதவும் மனப்பான்மை வராது, இரக்கம் இல்லாமல் உதவமாட்டோம், கருணையுள்ளவர்கள் தங்கள் நலன் கருதிப் பொய் பேசமாட்டார்கள், குற்றம் செய்யமாட்டார்கள். எல்லாம் ஒன்றோடொன்று இணைந்தவை.

‘ஒப்புரவுஅறிதலின் தகுவரவு இல்லை’

முதுமொழிக்காஞ்சி என்ற நூலில் மதுரைக்கூடலூர்கிழார் சொல்லும் வாசகம் இது. ஒப்புரவை அறிந்து பின்பற்றுவதைவிடத் தக்க செயல் வேறு எதுவும் இல்லையாம்.

ஒப்புரவின் முக்கியத்துவம் ஓரளவு புரிந்திருக்கும். இப்போது, அந்த ஆசாரக்கோவைப் பாடலுக்குத் திரும்பச் சென்று அந்த எட்டு ‘ஆசார வித்து’களைப் பார்த்தால், இன்னொரு சந்தேகம் வருகிறது: கல்வி என்று தனியே சொல்கிறார், அறிவுடைமை என்று இன்னோர் இடத்தில் சொல்கிறார். கல்வியால்தானே அறிவு வரும்? இவற்றை இரண்டு வெவ்வேறு விஷயங்களாக ஏன் சொல்லவேண்டும்?

மறுபடியும் திருவள்ளுவரைத்தான் கேட்கவேண்டும். அவர் ‘கல்வி’ என்று ஓர் அதிகாரம் எழுதியிருக்கிறார், ‘அறிவுடைமை’ என்று இன்னோர் அதிகாரம் எழுதியிருக்கிறார். போதாக்குறைக்கு இப்படியும் எழுதுகிறார்:

> ‘தொட்டனைத்து ஊறும் மணற்கேணி, மாந்தர்க்குக்
> கற்றனைத்து ஊறும் அறிவு.’

மணலில் தோண்டினால், மணற்கேணி நீராகப் பொங்கிவரும், அதுபோல, படித்தால் அறிவு ஊறும்.

ஆக, கல்வியால் அறிவு வரும், அதில் சந்தேகமில்லை. ஆனால் கல்வி வேறு, அறிவுடையவனாக இருத்தல் வேறு. அது கல்வியால்மட்டும்தான் வரும் என்று சொல்வதற்கில்லை, அனுபவத்தால் வரலாம், பெரியவர்கள் வழியைப் பின்பற்றுவதால் வரலாம்.

> ‘எப்பொருள் யார்யார்வாய்க் கேட்பினும், அப்பொருள்
> மெய்ப்பொருள் காண்பது அறிவு.’

யார் எதைச் சொன்னாலும் சரி, உண்மை எது என்று ஆராய்ந்து காண்பது அறிவு. இது புத்தகத்தால் வருமா?

புத்தகத்தின் பலனும் பலனின்மையும், அதைப் படிக்கிறவர் கையில்தான் இருக்கிறது. இதையும் திருக்குறளே சொல்கிறது:

> ‘கற்க கசடுஅறக் கற்பவை, கற்றபின்
> நிற்க அதற்குத் தக.’

குறையில்லாமல் படிக்கவேண்டும், அதன்பிறகு, அதற்கேற்ப நடந்துகொள்ளவேண்டும். படித்தவுடன் மறந்துபோனால் கல்வி வரும், அறிவு வராது, ஒழுக்கம் வராது.

அதற்காக, ‘ஏட்டுச் சுரைக்காய் கறிக்கு ஆகாது’ என்று நூல்களை ஓரங்கட்டிவிடவேண்டியதில்லை. கல்வியின்மூலம்தான் நாம் பல விஷயங்களைத் தெரிந்துகொள்ள இயலும். அதன் முக்கியத்துவத்தைப் பல பெரியோர்கள் வலியுறுத்திச் சொல்லியிருக்கிறார்கள்.

பாரதிதாசன் குழந்தைக்கு எழுதிய பாடலொன்று:

> ‘நூலைப் படி, சங்கத்தமிழ்
> நூலைப் படி, முறைப்படி
> நூலைப் படி!’
> எப்போது படிக்கவேண்டும்?
> ‘காலையில் படி,
> கடும்பகல் படி,

மாலை, இரவு, பொருள்படும்படி
நூலைப் படி!'
எப்படிப் படிக்கவேண்டும்?
'கற்பவை கற்கும்படி,
வள்ளுவர் சொன்னபடி,
கற்கத்தான் வேண்டும் அப்படி,
கல்லாதவர் வாழ்வதுஎப்படி?'
எதைப் படிக்கலாம்?
'அறம் படி, பொருளைப் படி,
அப்படியே இன்பம் படி!
அகப்பொருள் படி, அதன்படி
புறப்பொருள் படி, நல்லபடி!'

புத்தகங்களில் சொல்லப்பட்டுள்ள எல்லாமே உண்மையா?

இல்லை. ஆனால், அவை பொய் என்பதை அறிவதற்காகவேனும் அதைப் படிக்கத்தான் வேண்டும்!

'பொய்யிலே முக்கால்படி,
புரட்டிலே கால்படி,
வையகம் ஏமாறும்படி
வைத்துள்ள நூல்களை ஒப்புவதுஎப்படி?
நூலைப் படி!'

புத்தகம் படிச்சா தூக்கம் வருதே!

பரவாயில்லை, சமாளித்துப் படிக்கத்தான் வேண்டும், அதுதான் இன்பம் என்று பெரியவர்கள் சொல்லியிருக்கிறார்களே:

'தொடங்கையில் வருந்தும்படி
இருப்பினும் ஊன்றிப் படி,
அடங்கா இன்பம் மறுபடி
ஆகுமென்ற ஆன்றோர் சொற்படி,
நூலைப் படி!'

படிக்கத்தொடங்கும்போது சிரமம் இருக்கும், ஆனால் அதைக் கண்டுகொள்ளாமல் தொடர்ந்து படிக்கவேண்டும்

என்று ‘நீதிநெறி விளக்கம்’ என்ற நூலில் குமரகுருபரர் சொல்லியிருக்கிறார்:

> ‘தொடங்குங்கால் துன்பமாய், இன்பம் பயக்கும்,
> மடம் கொன்று அறிவு அகற்றும் கல்வி.’

என்னது? கல்வி அறிவை அகற்றுமா? குழப்புதே!

இங்கே ‘அகற்றுதல்’ என்றால், ‘நீக்குதல்’ என்ற பொருள் இல்லை. ‘அகலமாக்குதல்’ என்று பொருள். நம்மிடம் இருக்கும் அறிவைக் கல்வி அகலமாக்கும், மடமையைக் கொல்லும், இன்பம் தரும்.

அதனால்தான், கல்வியைச் செல்வம் என்றே குறிப்பிடுவது நம் மரபாக இருக்கிறது. அதிலும், மற்ற செல்வங்களையெல்லாம்விடச் சிறந்த செல்வம்:

> ‘கேடுஇல் விழுச்செல்வம் கல்வி ஒருவர்க்கு,
> மாடுஅல்ல மற்றையவை!’

கல்விதான் ஒருவருக்குத் தாழ்வைத் தராத உயர்ந்த செல்வம், அதோடு ஒப்பிடும்போது மற்ற செல்வங்களெல்லாம் செல்வங்களே அல்ல என்கிறார் வள்ளுவர்.

ஔவையாரும் இதையே குறிப்பிட்டிருக்கிறார்:

> ‘கைப்பொருள்தன்னின் மெய்ப்பொருள் கல்வி.’

கைவசம் உள்ளவைதான் செல்வம் என்று நினைக்காதீர்கள், உண்மையான செல்வம் நீங்கள் கற்ற கல்விதான்.

அதாவது, கசடுஅறக் கற்றுக்கொண்டு, அதற்குத் தக நிற்கும் கல்வி, அதனால் வரும் அறிவு, அதனால் வரும் ஒழுக்கம், அதுவே உண்மையான செல்வம்!

3

தீயவர்களை என்ன செய்யலாம்?

'துஷ்டரைக் கண்டால் தூர விலகு' என்று நம் ஊரில் பழமொழி உண்டு. 'இனியவை நாற்பது' எழுதிய பூதஞ்சேந்தனாரும் இதையேதான் சொல்கிறார்: 'சலவரைச் சாரா விடுதல்இனிதே.'

அப்படியானால் யாரைச் சேர்தல்இனிது?

புலவர்களைச் சேரவேண்டுமாம்!

உடனே, ஊரில் யார் கவிதை எழுதுகிறவர் என்று தேடவேண்டாம். புலவர் வேறு, கவிஞர் வேறு, புலமை கொண்ட சிலர் கவிதை எழுதலாம், அதற்காக எல்லாக் கவிஞர்களும் புலவர்கள் என்று பொருள் இல்லை.

புலவர்கள், அதாவது ஏதாவது ஒரு விஷயத்தில் சிறந்து விளங்குகிறவர்களின் சொல்லைப் போற்றவேண்டும். இதைச் சொல்லிவிட்டு, அடுத்த வரியில், 'தகுதியால் வாழ்தல்இனிது' என்கிறது இந்தப் பாடல்.

அதாவது, எல்லா உயிர்களும் அவரவர் தகுதியால், அவரவர் உரிமையைக் கொண்டு இங்கே வாழவேண்டும். இந்த உலகம் எல்லாருக்குமானது.

'சலவரைச் சாரா விடுதல்இனிதே,
புலவர்தம் வாய்மொழி போற்றல்இனிதே,
மலர்தலை ஞாலத்து மன்னுயிர்க்குஎல்லாம்
தகுதியால் வாழ்தல்இனிது!'

தீயவர்களை நெருங்காமலிருக்கவேண்டும் என்று சொல்லக் காரணம் என்ன? நெருங்கினால் என்ன ஆகும்?

மின்சாரக் கம்பியின்மீது 'தொடாதே' என்று எச்சரிக்கை விடுத்திருக்கிறார்கள். தொட்டுத் தெரிந்துகொள்வேன் என்று சொல்வது ஒருவிதம். இதற்குமுன் யாரோ தொட்டுத் தெரிந்துகொண்டதை மதிப்பேன் என்று சொல்வது இன்னொருவிதம். தீயவர்களை நெருங்காதே என்கிற அறிவுரை அப்படிப்பட்டதுதான்.

தீயவர்கள் எப்படி இருப்பார்கள்? சினிமாவில் வருவதுபோல் வில்லன் வேஷத்தோடு இருப்பார்களா?

'அகத்தின் அழகு முகத்தில் தெரியும்' என்பது அவர்கள் விஷயத்தில் உண்மையில்லை என்கிறார் திருவள்ளுவர். 'முகத்தில் சிரிப்பு இருக்கும், ஆனால் உள்ளே கெட்ட எண்ணம்தான். அத்தகைய வஞ்சர்களைக் கண்டு அஞ்சி விலகிவிடுங்கள்.'

'முகத்தின் இனிய நகாஅ அகத்துஇன்னா
வஞ்சரை அஞ்சப்படும்.'

திருவருட்பாவில் வள்ளலாரின் கோரிக்கை இது:

'மனம்மெலியாமல், பிணிஅடையாமல், வஞ்சகர்தமை மருவாமல், சினம்நிலையாமல், உடல்சலியாமல் சிறியனேன்உற மகிழ்ந்துஅருள்வாய்.'

முதலில், மனம் தளரக்கூடாது. அது தளர்ந்துவிட்டால்,

எப்பேர்ப்பட்ட உடல் இருந்தாலும் தொடர்ந்து பணிசெய்ய இயலாது, வெற்றியும் வராது. ஆகவே, மனம்மெலியாமல் இருக்கவேண்டும் என்று கேட்கிறார்.

அதற்காக, உடலை விட்டுவிட இயலுமா? அதுவும் பிணியில்லாமல் இருந்தால்தான் நம் வேலைகளைக் கவனிக்கலாம். ஆகவே, நோய்கள் தாக்காமல் இருக்கவேண்டும், உடல் சலிக்காமலிருக்கவேண்டும் என்கிறார்.

இந்த இரண்டும் இருந்தாலும், தவறான நண்பர் கூட்டம் அமைந்துவிட்டால், நாம் எதையும் உருப்படியாகச் செய்வோமா என்பது சந்தேகம்தான். ஆகவே, 'வஞ்சகர்களைச் சேராமல்' இருக்கவேண்டும் என்று குறிப்பிடுகிறார், இதன் பொருள், நம் கனவுகளை ஊக்குவிக்கிற, நாம் மேலும் சிறப்பாகச் செயல்படச்செய்கிற நல்லவர்களைச் சேரவேண்டும்.

அடுத்து, 'சினம்நிலையாமல்' என்கிறார், எத்தனை அழகான பயன்பாடு!

'சினம்வராமல்' என்றால், கோபமே வரக்கூடாது என்று பொருள். அது சிலருக்குச் சாத்தியம், பலருக்குச் சாத்தியமில்லை. ஆகவே, சினம் வந்தாலும், அது நிலைக்காமல் இருக்கவேண்டும் என்கிறார் வள்ளலார்.

நாலடியாரில் ஒரு பாடல், யார்யாருக்கு வருகிற கோபம் எவ்வளவு நேரம் இருக்கும் என்று விவரிக்கிறது.

தண்ணீரைச் சுடவைக்கிறோம், அது கொதிக்கிறது. அடுப்பை அணைத்துவிடுகிறோம். அந்தத் தண்ணீர் ஆறிப்போய்ப் பழையபடி மாறிவிடுகிறது.

அதுபோல, சான்றோருக்குக் கோபம் வந்தாலும், அது தானே தணிந்துவிடுமாம். வள்ளலார் 'சினம்நிலையாமல்' என்று சொன்னதுபோல.

மற்றவர்களுக்குக் கோபம் வந்தால், தீராது, அப்படியே மனத்தில் இருக்கும்:

'நெடும்காலம் ஓடினும் நீசர் வெகுளி,
கெடும்காலம் இன்றிப் பரக்கும், அடும்காலை
நீர்கொண்ட வெப்பம்போல் தானே தணியுமே
சீர்கொண்ட சான்றோர் சினம்.'

இதையே 'மூதுரை'யில் ஔவையாரும் சொல்கிறார். ஆச்சர்யமான விஷயம், அவரும் தண்ணீரைதான் உவமையாகப் பயன்படுத்துகிறார்.

சிலர் கோபப்படுவார்கள், மறுபடி சேரமாட்டார்கள், கல் உடைந்ததைப்போல.

சிலர் கோபப்படுவார்கள், மறுபடி சேர்ந்துவிடுவார்கள், தங்கம் உடைந்ததைப்போல, உருக்கி ஒட்டவைத்துவிடலாம்.

ஆனால், சான்றோரின் கோபம், வில்லை எடுத்துத் தண்ணீரில் அம்பு எய்தாற்போன்றது என்கிறார் ஔவையார்.

தண்ணீரில் அம்பை எய்தால், ஒரு நொடி தண்ணீர் விலகும், மறுநொடி சேர்ந்துவிடும், பழையபடி தண்ணீர் ஓடும். அதுபோல, சான்றோர் கோபத்தைச் சட்டென்று மறந்து பழையபடி பழகுவார்கள்.

'கற்பிளவோடு ஒப்பர் கயவர், கடும்சினத்துப்
பொன்பிளவோடு ஒப்பாரும் போல்வாரே, வில்பிடித்து
நீர்கிழிய எய்த வடுப்போல மாறுமே,
சீர்ஒழுகும் சான்றோர் சினம்.'

இவ்வளவு ஏன், ஔவையார் 'ஆத்திசூடி'யில் 'ஆறுவது சினம்' என்று சொன்னது எல்லாருக்கும் தெரியுமே. கோபப்படலாம், ஆனால் அந்தக் கோபம் ஆறிவிடவேண்டும், எப்போதும் இருக்கக்கூடாது.

கோபம் வந்தவுடன் ஆறிவிட்டால் அதனால் என்ன பிரயோஜனம்?

வந்தவுடன் ஆறவேண்டும் என்று அவசியமில்லை, கோபத்துக்குக்

காரணமான விஷயம் சரியானவுடன் ஆறினால் போதும்.

ஒருவர் ஏதோ தவறு செய்கிறார். இன்னொருவருக்கு அவர்மேல் கோபம்.

உடனே, தவறு செய்தவர் அதைத் திருத்திக்கொண்டுவிடுகிறார். இப்போது, கோபம் கொண்டவர் அந்தக் கோபத்தை விடுவதுதான் முறை. 'நீ அப்போ தப்பு செஞ்சியே' என்று முறைத்துக்கொண்டிருப்பதால் பலன் இல்லை. வந்த சினம், அதன் தேவை தீர்ந்ததும் ஆறவேண்டும்.

ஆக, கோபம் என்பது தவறில்லை, அது தணியாமல் இருப்பதுதான் தவறு.

சரியான நேரத்தில் கோபம் வரவேண்டும், 'அஞ்சுவது அஞ்சாமை பேதைமை' என்பதுபோல்தான் அதுவும், 'ரௌத்திரம் பழகு' என்றார் பாரதியார். குணம் என்கிற குன்றின்மீது ஏறி நிற்பவர்களுக்கும் கோபம் வரும் என்றார் வள்ளுவர்.

'சாது மிரண்டால் காடு கொள்ளாது' என்பார்கள். அதுபோல, இந்தக் குணக்குன்றானவர்கள் அவசியமான காரணங்களுக்காகக் கோபப்பட்டால், எதிரே நிற்பவர்களால் ஒரு கணம்கூட அதைத் தாங்க இயலாது!

> 'குணம்என்னும் குன்றுஏறி நின்றார், வெகுளி
> கணமேயும் காத்தல் அரிது!'

கோபப்படவேண்டியவற்றுக்குக் கோபப்படலாம். அதற்காக எப்போதும் கோபப்பட்டுக்கொண்டிருந்தால், உறவுகள் கெட்டுப்போகும். ஒருவேளை நம்பக்கம் நியாயமே இருந்தாலும்கூட, அதைச் சொல்லும்விதத்தில் சொல்கிற பக்குவம் கோபத்தோடு பொருந்தாது, கண்மண் தெரியாமல் எதையாவது பேசிவிட்டுப் பிறகு வருத்தப்படுவோம்.

ஆங்கிலத்தில் '*Winning a battle, but losing the war*' என்பார்கள். சிறு சண்டையில் வெல்வது, பெரிய போரைக் கோட்டை

விடுவது. கோபமும் அப்படிதான், உடனடி வெற்றியைத் தரும், ஆனால் தொலைநோக்கோடு பார்த்தால், நாம் கோபப்பட்டுப் பேசிய நபரோடு அதேபோல் நம்மால் உரையாடவே இயலாது. இது எப்பேர்ப்பட்ட வருத்தம்!

ஒரு பையன் எல்லாரிடமும் கோபப்படுவான். பிறகு சட்டென்று புரிந்துகொண்டு மன்னிப்பு கேட்பான்.

அவனுடைய தந்தைக்கு அவனை எண்ணி மிகவும் கவலை, 'இப்படி எதுக்கெடுத்தாலும் கோவப்படாதே' என்று அறிவுரை சொன்னார்.

'அதான் அப்புறமா மன்னிப்பு கேட்டுடறேனே' என்றான் மகன்.

தந்தை கேட்டார், 'மன்னிப்பு கேட்டா ஆச்சா?'

'வேற என்ன செய்யணும்?'

'கோவப்படாம இருக்கணும்.'

'அதெல்லாம் என்னால முடியாது' என்று மகன் முறைத்தான். அவனுக்கு விஷயத்தை ப்ராக்டிகலாக விளக்கத் தீர்மானித்தார் தந்தை. மரக்கட்டை ஒன்றை எடுத்து அவனிடம் கொடுத்தார், நூறு ஆணிகள், ஒரு சுத்தியலையும் கொடுத்து, 'இஷ்டம்போல எங்க வேணும்ன்னாலும் அடிச்சுக்கோ' என்றார்.

பையனும் ஆணிகளை அடித்துவிட்டான். 'அடுத்து என்ன செய்யணும்?'

இப்போது, அதே சுத்தியலின் பின்பகுதியை வைத்து, அந்த ஆணிகளைப் பிடுங்கச் சொன்னார் தந்தை. பையனும் பிடுங்கினான்.

அந்தக் கட்டையைக் காட்டித் தந்தை சொன்னார், 'ஆணி அடிச்சே, உடனே பிடுங்கிட்டே, சரியாப்போச்சா?' என்றார்.

'அதெப்படி? கட்டையில இத்தனை ஓட்டை விழுந்திருக்கே!'

'அந்தமாதிரிதான் நீ கேட்கிற மன்னிப்பும்' என்றார் தந்தை, 'அது ஆணியைப் பிடுங்கும், ஓட்டையை அடைக்குமா? நீ ஒவ்வொருமுறை கோவப்படும்போதும் யார் மனசுலயோ ஓட்டை போடறே, அதை அடைக்கறது ரொம்பக் கஷ்டம்!'

இந்தக் கதையில் வரும் தந்தை சொல்லாத ஒரு விஷயம், அத்தனை ஆணிகளை அடிப்பதற்காக வீணாக்கிய ஆற்றல், அது திரும்பக் கிடைக்குமா?

வள்ளுவர் சினத்தைப்பற்றிப் பேசும்போது, 'நிலத்தறைந்தான் கை' என்கிறார். கோபத்தில் நிலத்தை அறைந்தால், நிலத்துக்கா வலிக்கும்? அறைந்தவனுக்குதானே வலிக்கும்? அதுபோலதான், பிறர்மீது கோபப்படுகிறவன் தன்னைத்தானே காயப்படுத்திக்கொள்கிறான்:

> 'சினத்தைப் பொருள்என்று கொண்டவன் கேடு,
> நிலத்துஅறைந்தான் கை பிழையாதுஅற்று.'

கோபப்படுவதால் வீணாகும் ஆற்றல் ஒருபக்கமிருக்க, மன்னிப்புக் கேட்பதால் இன்னும் ஆற்றல் வீணாகும். எப்படிக் கேட்பது என்று தயங்கி, வெட்கப்பட்டு, அவர்களிடம் பேசி, அவர்கள் ஏற்றுக்கொள்வார்களா என்று தவித்து... ஒரு நொடியில் பேசிவிட்ட சொல்லுக்கு மன்னிப்புக் கேட்கப் பல நிமிடங்களும் மன உளைச்சலும் வீணாகும்.

அப்போதும், கோபத்துக்கு ஆளானவர்கள் அந்த மன்னிப்பை முழுமையாக ஏற்றுக்கொள்வார்களா என்றால், சந்தேகம்தான். என்னதான் வாயால் சிரித்தாலும், சுடுசொல் மனத்தில் நிற்குமே! வள்ளுவர் சொன்னதுபோல்,

> 'தீயினால் சுட்டபுண் உள்ளாறும், ஆறாதே
> நாவினால் சுட்ட வடு!'

சிலர் மன்னிப்பை முழுமையாக ஏற்றுக்கொள்வார்கள். அப்படிப்பட்டவர்கள், மன்னிப்பே கேட்காவிட்டாலும் ஏற்றுக்கொள்வார்கள், அவர்களுக்கு நல்லதையே செய்வார்கள். இதையும் திருவள்ளுவர் சொல்கிறார்:

> 'இன்னா செய்தார்க்கும் இனியவே செய்யாக்கால்,
> என்ன பயத்ததோ சால்பு!'

நமக்கு ஒருவன் தவறு செய்துவிட்டான் என்றால், அவனுக்குக்கூட நல்லதையே செய்யவேண்டும், அதுதான் நல்ல பண்பு.

ஆகவே, நம் கோபத்துக்கு, அதனால் அவர்கள் மனத்தில் ஏற்படுத்திய காயத்துக்கு மன்னிப்புக் கேட்கத் தயங்கவேண்டியதில்லை, ஏற்றுக்கொள்வது அவர்கள் பெருந்தன்மை, கேட்கவேண்டியது நம் கடமை.

இப்படித் தயங்கித் தயங்கி மன்னிப்புக் கேட்கிறவர்கள்கூடப் பரவாயில்லை, சிலர் 'மன்னிப்பு, தமிழ்ல எனக்குப் பிடிக்காத ஒரே வார்த்தை' என்பார்கள், 'இந்த விஷயத்துல என்மேல தப்பு இல்லையே, நான் ஏன் மன்னிப்புக் கேட்கணும்?'

தான் தவறே செய்யாவிட்டாலும், தவறுசெய்தவர்மீது கோபப்பட்டது ஒரு தப்புதான், அதற்காக மன்னிப்புக் கேட்கலாமே, முறைத்துக்கொண்டு உட்கார்ந்திருந்தால், எதிரில் உள்ளவன் உங்கள் எதிரி அல்ல, அந்தக் கோபம்தான் உங்கள் எதிரி!

இதுவும் திருக்குறள்தான்:

> 'நகையும் உவகையும் கொல்லும் சினத்தின்
> பகையும் உளவோ பிற?'

சிரிப்பையும் மகிழ்ச்சியையும் சினம் கொன்றுவிடும், அந்தப் பகை நமக்கு வேண்டாமே.

அவ்வளவு ஏன், கோபப்படுகிறவர்களுடைய வீட்டு வாசல்படியையே மிதிக்காதீர்கள் என்கிறார் உலகநாதர். அவருடைய 'உலகநீதி'யிலிருந்து ஒரு பாடல்:

> 'சினம்தேடி, அல்லலையும் தேடவேண்டாம்,
> சினந்திருந்தார் வாசல்வழிச் சேறல்வேண்டாம்.'

கவனியுங்கள், 'நம்மீது கோபப்படுகிறவர்கள் வீட்டு வாசலை மிதிக்காதீர்கள்' என்று பாடலில் இல்லை. அவர்கள் யார்மீது கோபப்பட்டாலும் சரி, அவர்களைவிட்டுச் சற்று விலகியே இருங்கள்!

நியாயமான காரணங்களுக்காக ஒருவேளை கோபப்பட்டாலும், யார்மீது கோபப்படுகிறோம் என்பதைக் கவனிக்கவேண்டும்.

'எய்தவன் இருக்க அம்பை நோவதேன்?' என்ற பழமொழி உண்டு. அம்பு தைத்துவிட்டது என்றால், அம்பின்மீது கோபப்பட்டு என்ன பிரயோஜனம்? எய்தவன் அல்லவா அதற்குக் காரணம்?

அம்பின்மீது நாம் கோபப்படுவது ஏன் என்றால், மேலோட்டமான பார்வைக்கு அதுதான் தெரிகிறது. ஆகவே, 'இந்த அம்பை ஒடிச்சுப் போட்டுட்டா பிரச்னை சரியாகிடும்' என்றே தோன்றுகிறது. எய்தவனிடம் இன்னும் பல அம்புகள் இருப்பது தெரிவதில்லை.

அலுவலகமொழியில் இதனை '*Root Cause Analysis*' என்பார்கள், மூலகாரணம் எது என்று தேடிக் கண்டுபிடித்தல், அதன்பிறகு, அதைத் தாக்குதல், கண்ணுக்குத் தென்படுகிற முதல் விஷயத்தை அல்ல.

'நீதிநூல்' என்ற தொகுப்பில் வேதநாயகம்பிள்ளை எழுதிய ஒரு பாடல்:

> 'பைதலே எய்தல் ஆதிப்பரன்செயலாம், அப்பைதல்
> செய்தவர் தமைச் சினத்தல் சினவரா, தன்மேல் கல்லைப்
> பெய்தவன்தனை விட்டு அக்கல் பிளந்திடப் பொரலும், கையால்
> எய்தவன்தனை விட்டு அம்பை முனிதலும் ஏய்க்குமாலோ!'

நமக்கு ஒரு கஷ்டம் வருகிறது என்றால், அந்தக் கஷ்டத்தைத் தந்தவன்மீது கோபப்பட்டு என்ன பிரயோஜனம்? அவனால் அதற்குக் காரணம்?

உங்கள்மீது ஒரு கல் வந்து விழுந்தால், அந்தக் கல்லைப் பிளந்து

பழிதீர்த்துக்கொள்வீர்களா? எவனோ உங்கள்மீது அம்பு எய்தால், அந்த அம்பின்மேல் கோபப்படுவீர்களா?

அதுபோல நமக்கு வரும் கஷ்டத்துக்கும் இன்பத்துக்கும் இறைவன் பொறுப்பு. மற்றவர்கள் என்ன செய்தாலும் அவர்கள்மீது கோபம் வேண்டாம்.

சுருக்கமாகச் சொன்னால், யார்மீதும் கோபப்படாதீர்கள் என்கிறார் வேதநாயகம்பிள்ளை.

இந்தத் தத்துவமெல்லாம் நமக்குச் சரிப்படுமா? யாராவது ஒரு தவறு செய்தால் அவர்கள்மேல் கோபம் வருகிறது, என்ன செய்யலாம்?

குறைந்தபட்சம், அதை உடனே காட்டாமல் உள்ளே வைத்துக்கொள்ளுங்கள் என்கிறார் திருவள்ளுவர். அறிவுள்ளவர்கள் அப்படிதான் செய்வார்களாம்.

கோபம் என்பதே வெளிப்படையாகக் காட்டுவதற்குதானே? அதை உள்ளே வைத்துக்கொண்டிருந்து என்ன பிரயோஜனம்?

ஒருவர் நமக்குக் கெடுதல் செய்த அந்தக் கணத்திலேயே அவர்கள்மீது கோபப்படுவது புத்திசாலித்தனம் இல்லை. அப்போது சூழல் நமக்குச் சாதகமாக இல்லாமலிருக்கலாம். அல்லது, உண்மையிலேயே நம்மீது தவறு இருக்கலாம்.

ஆகவே, அந்தக் கோபத்தை உள்ளே வைத்துக்கொள்ளவேண்டும், அதைத் தீர்க்க என்ன செய்வது என்று யோசிக்கவேண்டும், சரியான தருணத்தில் அதைத் தீர்த்துக்கொள்ளவேண்டும்.

இதன் அர்த்தம் என்ன?

வாத்தியார் ஒரு பையனைத் திட்டுகிறார், ‘பரீட்சைல ஃபெயிலாகியிருக்கியே, உனக்கு வெக்கமில்லையா? நீயெல்லாம் எதுக்குப் பள்ளிக்கூடத்துக்கு வர்றே?’

பையனுக்குக் கோபம். ஆனால், அதைக் காட்ட இயலுமா? வாத்தியார் பின்னிவிடுவாரே.

ஆகவே, கோபத்தை உள்ளே வைத்துக்கொள்கிறான், யாருக்கும் தெரியாமல் வாத்தியாரின் சைக்கிளில் காற்றைப் பிடுங்கிவிட்டுவிடுகிறான். கேட்டால், 'கோபத்தை உள்ளே வெச்சுக்கோ, சரியான நேரத்துல பயன்படுத்து-ன்னு திருவள்ளுவர்தான் சொன்னார்' என்கிறான்.

'கோபத்தை உள்ளே வெச்சுக்கோ' என்று திருவள்ளுவர் சொல்வதன் நோக்கம் இதுவாக இருக்காது என்று தோன்றுகிறது.

இந்தக் குறள் 'காலம் அறிதல்' என்ற அதிகாரத்தில் வருகிறது. அதாவது, நேரம் பார்த்துச் செயல்படுதல்.

வாத்தியார் 'ஏண்டா ஃபெயிலானே?' என்று திட்டும்போது, மாணவன் வெளிப்படையாகக் கோபப்பட இயலுமா? அது கோபத்துக்கு ஏற்ற நேரமா?

அவன் நிஜமாகவே தேர்வில் தோல்வியடைந்திருக்கிறான். அதைதான் அவர் சொல்கிறார். ஆகவே, கோபத்தைக் காட்டும் நேரம் அதுவல்ல.

அந்தக் கோபத்தை உள்ளே வைத்துக்கொண்டு நன்றாகப் படிக்கவேண்டும், அடுத்த தேர்வில் வெற்றியடையவேண்டும், அப்போது அவர் முன்னே சென்று, 'அன்னிக்கு என்னவோ திட்டினீங்களே, இந்த மார்க் போதுமா? இன்னும் வேணுமா?' என்று கேட்கவேண்டும். அன்றைய கோபத்தை வெளிப்படுத்துவதற்கு இதுதான் சரியான நேரம்.

இங்கே அந்த மாணவனுக்கு ஆசிரியர்மீது உள்ள கோபம், சரியானது. ஆனால் அந்தக் கோபம் அவரை அடிக்கவேண்டும், அவருடைய பொருள்களுக்குச் சேதம் விளைவிக்கவேண்டும் என்று செல்லாமல், அவர்முன்னே வெல்லவேண்டும் என்கிற திசையில் சென்று நன்மை தந்திருக்கிறது.

> ‘பொள்ளென ஆங்கே புறம்வேரார், காலம்பார்த்து
> உள்வேர்ப்பர் ஒள்ளியவர்.’

ஆனால், எல்லா மாணவர்களுமா இப்படி இருந்துவிடுகிறார்கள்? யாராவது ஒரு பையன் வாத்தியார் திட்டினார் என்று அவர்மீது கோபப்பட்டு அவரை அடிக்கக் கிளம்பிவிட்டால்?

‘பிரச்னையில்லை, நீங்கள் நல்லவராக இருந்தால், மற்றவர்கள் கோபம் உங்களைப் பாதிக்காது’ என்கிறது நாலடியார்.

‘என்னங்க சொல்றீங்க? அவன் பார்க்கறதுக்குப் பெரிய முரடனா இருக்கான், வாத்தியார் நோஞ்சானா இருக்காரே, அவன் அடிச்சா இவர் என்ன ஆவார்?’

‘கவலை வேண்டாம், கலப்பை வயலை உழும், ஆனால் அங்கே இருக்கிற புல்லை அதனால் எதுவும் செய்ய இயலாது, அதுபோலதான் நல்லவர்கள்மீது கெட்டவர்கள் காட்டும் கோபமும்!’

> ‘கொல்லை இரும்புனத்துக் குற்றியடைந்த புல்
> ஒல்காவே ஆகும் உழவர் உழுபடைக்கு,
> மெல்லியரே ஆயினும், நற்சார்வு சார்ந்தார்மேல்
> செல்லாவாம் செறார் சினம்!’

4

பெருநகரங்களின் எல்லா மூலைகளையும் கடன் தருவோர் ஆக்கிரமித்திருக்கிறார்கள்.

வீடு வாங்கக் கடன், வாகனம் வாங்கக் கடன், படிக்கக் கடன், கல்யாணம் செய்துகொள்ளக் கடன், ஊர் சுற்றிப்பார்க்கக் கடன், வீட்டு உபயோகப்பொருள்களை வாங்கக் கடன்... அனைத்துக்கும் கடன் கிடைக்கும், வங்கிக்குள் கால் வைத்தால் போதும்.

மேல்நாட்டிலிருந்து இங்கே வந்திருக்கும் இந்தக் கடன் கலாசாரத்தை நம் முன்னோர்கள் எப்படிப் பார்த்திருப்பார்கள்?

> **'தாளாளன் என்பான் கடன்படா வாழ்பவன்,**
> **வேளாளன் என்பான் விருந்துஇருக்க உண்ணாதான்,**
> **கோளாளன் என்பான் மறவாதான், இம்மூவர்**
> **கேளாக வாழ்தல் இனிது!'**

திரிகடுகம் நூலில் வரும் பாடல் இது. நல்லாதனார் இயற்றியது.

'தாளாளன்' என்றால், ஊக்கமுள்ளவன் என்று பொருள். அப்படிப்பட்டவர்கள் யாரிடமும் கடன் வாங்காமல் வாழ்வார்கள்.

அடுத்து, வேளாளன், அதாவது, உழவன், இல்லையா?

ம்ஹூம். வேளாளன் என்றால், வேள்+ஆளன், 'வேள்' என்பதற்குப் பல பொருள்கள் உண்டு, இங்கே அருள் செய்பவன், உதவி செய்பவன் என்ற பொருள். அப்படிப்பட்டவன் வீட்டில் விருந்தினர் இருக்கும்போது அவர்களை விட்டுவிட்டுத் தான் உண்ணமாட்டான்.

மூன்றாவது, கோளாளன், அதாவது, பல விஷயங்களை மனத்தில் கொண்டு சிந்திக்கிறவன் தான் கேட்டவற்றை மறக்கமாட்டான். இந்த மூவருக்கும் உறவாக இருப்பது இனியது!

'கடன்பட்டார் நெஞ்சம்போல் கலங்கினான் இலங்கை வேந்தன்' என்ற வாசகம் மிகவும் பிரபலம். ஆனால், அது கம்பர் எழுதியதல்ல, வேறொருவர் எழுதிய தனிப்பாடல் வரி.

ஆக, கடன் வாங்குவது சிரமம் தரும், கடனின்றி வாழ்வதே சிறப்பு.

ஆனால், ஒரே ஒரு சூழலில் கடன் வாங்கலாம் என்கிறது பழமொழி நானூறு. எப்போது?

ஒருவர் பெரிய வள்ளல். வருபவர்களுக்கெல்லாம் வாரி வழங்குகிறவர், அவர்களுடைய முகம் மலர்வதைக் கண்டு மகிழ்கிறவர்.

அவருடைய வீட்டுக்குத் தினமும் வறியவர்கள் வந்துகொண்டே இருப்பார்கள், பலவிதமான உதவிகளைப் பெற்றுச் செல்வார்கள்.

ஒருகட்டத்தில், அவருடைய செல்வமெல்லாம் தீர்ந்துவிட்டது. இனிமேல் வருகிறவர்களுக்குத் தருவதற்கு எதுவும் இல்லை.

இப்போது, அவர் என்ன நினைக்கவேண்டும்? 'பின்னால் வசதி வரும்போது பார்த்துக்கொள்ளலாம்' என்று உதவி செய்வதை நிறுத்திவிடவேண்டுமா?

இல்லை, கடன் வாங்கியேனும் செய்த உதவியைத் தொடரவேண்டும் என்கிறார் முன்றுறையரையனார்:

'அடர்ந்து வறியராய் ஆற்றாதபோழ்தும்
இடம்கண்டு அறிவாம் என்றுஎண்ணி இராஅர்
மடம்கொண்ட சாயல் மயில்அன்னாய், சான்றோர்
கடம்கொண்டும் செய்வார் கடன்.'

இந்தப் பாடலில் முக்கியமாகக் கவனிக்கவேண்டியது, 'கடன் வாங்கியாவது கடனைச் செய்யவேண்டும்'. அதென்ன இரண்டு கடன்?

தமிழில் கடன் என்ற சொல்லுக்குக் கடமை என்ற பொருள் உண்டு. சொல்லப்போனால், வங்கிக் கடன் என்பதுகூட, திருப்பிச் செலுத்தவேண்டிய கடமைதானே?

தன்னை நம்பி வருகிற வறியவர்களுக்கு உதவுவது ஒருவருடைய கடமை (கடன்), அதைச் செய்வதற்காக அவர் பிறரிடம் கடன் பெறுகிறார்.

ஆனால், இப்படிச் செய்தால் ஏமாந்துபோவோமே என்று யோசித்தால், அதற்கும் ஒரு முன்னோர் வாசகம் இருக்கிறது, 'தனக்கு மிஞ்சியதுதான் தானமும் தருமமும்.'

குழப்புகிறதே, கடன் வாங்கலாமா, கூடாதா?

ஒரு நல்ல விஷயம் நடப்பதற்குப் பணம் தடையாக உள்ளபோது, பின்னர் நம்மால் அதைத் திருப்பித்தர இயலும் என்று நிச்சயமாகத் தெரிந்தால், கடன் வாங்கலாம். மற்றபடி சின்னச் சின்ன விஷயங்களுக்கெல்லாம் சக்திக்கு மீறிக் கடன் வாங்கும் பழக்கம் ஆபத்தையே தரும். இதை நாம் கண்ணெதிரே பார்க்கிறோம்.

சரி, யாராவது கடன் கேட்டால் கொடுக்கலாமா?

அதற்கு, இதே விதிமுறையைத் திருப்பிப்போடவேண்டும்: அவர்கள் கடனைத் திருப்பித் தருவார்கள் என்று நிச்சயமாகத் தெரிந்தால் தரலாம், அதைக் கொண்டு அவர்கள் ஒரு நல்ல விஷயத்தைச் செய்யப்போகிறார்கள் என்று தெரிந்தால் தரலாம்.

ஆனால், அப்படித் தந்துவிட்டுச் சும்மா இருந்துவிடக்கூடாது. 'அவர்களே திரும்பத் தருவார்கள்' என்று நினைக்கக்கூடாது, 'எப்படிக் கேட்பது?' என்று தயங்கக்கூடாது, அடிக்கடி கேட்டுக்கொண்டே இருக்கவேண்டும். அப்போதுதான் கடன் நேரத்துக்குத் திரும்பி வரும்.

இதைக் குறிப்பிடும் அழகான பழமொழி வாசகம் ஒன்று, 'கேளாது கெட்டது கடன்'. அதாவது, 'எப்போது திரும்பத் தருவாய்?' என்று கேட்கக் கூச்சப்பட்டுக்கொண்டிருந்தால், கடன் திரும்பி வராது.

பணக்கடன் இருக்கட்டும், மற்ற கடன்களைக் கொஞ்சம் தெரிந்துகொள்வோம்.

புறநானூறில் பொன்முடியார் எழுதிய அழகான இந்தப் பாடல் பலவிதமான கடன்களைப் பட்டியலிடுகிறது:

'ஈன்று புறம்தருதல் என்தலைக் கடனே,
சான்றோன் ஆக்குதல் தந்தைக்குக் கடனே,
வேல்வடித்துக் கொடுத்தல் கொல்லற்குக் கடனே,
நல்நடை நல்கல் வேந்தற்குக் கடனே,
ஒளிறுவாள் அரும்சமம் உருக்கிக்
களிறுஎறிந்து பெயர்தல் காளைக்குக் கடனே!'

ஒரு வீரனுடைய தாய் சொல்கிறாள்:

குழந்தையைப் பெற்றுப் பாதுகாத்து வளர்ப்பது என்னுடைய கடமை.

அவனுக்கு உரிய பண்புகளைச் சொல்லித்தந்து சான்றோனாக ஆக்குவது அவன் தந்தையின் கடமை.

இங்கே சான்றோன் என்ற சொல்லுக்குச் சிறந்தவன்/அறிஞன் என்பதுபோன்ற பொருள்களை எடுத்துக்கொள்ளாமல், வீரன் என்ற பொருளைக் கொண்டு வாசிப்பது சிறப்பு. காரணம், அடுத்த வரி: போருக்கு ஏற்ற நல்ல வேலை வடித்துக்கொடுப்பது

கொல்லருடைய கடமை. ஆக, அந்த வேலை வைத்து அவன் போர் செய்வதற்கான கலையைச் சொல்லித்தரவேண்டியது தந்தையின் கடமையாகிறது.

ஒருவன் என்னதான் வீரனாக இருந்தாலும், அவன் வேலை பார்க்கிற மன்னன் சரியாக இல்லையென்றால், கெட்ட நோக்கத்துக்குத் துணைபோகிறவனாகிவிடுவான். ஆகவே, அவன் நல்லவழியில் நடப்பதை உறுதிசெய்யவேண்டியது, அந்நாட்டை ஆளும் அரசனின் கடமை.

அதே புறநானூறில் மோசிகீரனாரின் பாடல் அரசனின் கடமையை விளக்கமாகச் சொல்கிறது:

'நெல்லும் உயிர்அன்றே, நீரும் உயிர்அன்றே,
மன்னன் உயிர்த்தே மலர்தலை உலகம்,
அதனால், யான்உயிர் என்பது அறிகை
வேல்மிகு தானை வேந்தற்குக் கடனே.'

ஒரு நாட்டைக் காப்பாற்றுவது என்ன? அவர்கள் சாப்பிடும் உணவா? அல்லது, அவர்கள் குடிக்கும் நீரா?

இதெல்லாம் இல்லை, மன்னன்தான் நாட்டுக்கு உயிர். இதனை உணர்ந்துகொள்ளவேண்டியது அந்த மன்னனின் கடமை. அப்படி உணர்ந்துகொண்டால், அவன் தவறான வழியில் நடக்கமாட்டான், தனக்குக் கீழே உள்ளவர்களையும் தவறாக நடத்தமாட்டான்.

ஒருவேளை, மன்னனோ பிறரோ நம்மைத் தவறான வழியில் நடத்தினால்?

பிரச்னையில்லை, நம்மிடம் ஞானம் இருந்தால் போதும், எந்தத் தடுமாற்றங்களும் இல்லாமல் நல்வழியில்மட்டுமே செல்வோம்.

அதனால், மயக்கங்களில் சிக்காமல் தன்னைக் காக்கவேண்டியது தெய்வத்தின் கடமை என்கிறார் வள்ளலார்:

'நாயகா, எனது மயக்குஎலாம் தவிர்த்தே
நன்றுஅருள் புரிவது உன் கடனே!'

ஆக, தாய், தந்தை, கொல்லன், அரசன் (அல்லது, தெய்வம்) என இத்தனை பேரும் தங்கள் கடமையை ஒழுங்காகச் செய்தால், என் மகன் வீரனாவான், அவனுடைய கடமை, போர்க்களத்தில் எதிரியின் யானையைக் கொன்று வெற்றியோடு மீண்டுவருதல்!

இந்தப் பாடல் இன்றைய சூழ்நிலைக்குப் பொருந்துமா?

பிள்ளையைப் பாதுகாக்கும் பொறுப்பு தாய்க்கு, அவனுக்குக் கலை கற்றுத்தரும் பொறுப்பு தந்தைக்கு என்கிற பிரிவின இப்போது இல்லை, அப்பொறுப்புகளை இருவரும் பகிர்ந்துகொள்கிறார்கள், ஆகவே, முதல் இரு வரிகளைப் 'பெற்றோர் கடமை' என்று வரையறுக்கலாம்.

அடுத்து, கொல்லன், அதாவது, பெற்றோரால் நன்கு வளர்க்கப்பட்ட பையனோ பெண்ணோ தன் பணியைச் சிறப்பாகச் செய்வதற்கான கருவியை, சூழ்நிலையை உருவாக்கித்தரும் சமூகம். அதன் கடமை, இளைஞர்கள் நன்கு செயலாற்றுவதற்கு வேண்டியவற்றைத் தருவது.

இப்படி நல்ல வளர்ப்பு, கருவிகளைக் கொண்டு திறமையாளனாக வளரும் ஒருவன், யாருக்காகப் பணிபுரிகிறானோ, அவர்கள் அவனைச் சரியாக வழிநடத்தவேண்டும். அல்லது, அவன் தன்னைத்தானே நல்ல பாதையில் வழிநடத்திக்கொள்ளவேண்டும்.

நிறைவாக, இந்த அனைவரும் தங்கள் கடமையைச் சரியாகச் செய்தபின், தான் எடுத்துக்கொண்ட பணியில் வெற்றி, அதுவும் பெரிய வெற்றி அடையவேண்டும், எலியைக் கொல்வது அல்ல, யானையை வெல்வதுதான் பெரிய வெற்றி. அந்தக் கடமை ஒவ்வொருவர் மனத்திலும் இருக்கவேண்டும். போர் வீரருக்குமட்டுமல்ல, அனைவருக்கும் இது பொருந்தும்.

இங்கே வெற்றி என்பதுகூட கொஞ்சம் வலியச் சொல்வதுதான், 'கடமையைச் செய், பலனை எதிர்பார்க்காதே' என்கிறது கீதை,

பாரதியார் அதை அழகாக எழுதுகிறார்:

‘அறம்
செய்தல்உன் கடனே, அதில்
எய்துறும் விளைவினில் எண்ணம் வைக்காதே!’

இதனைக் கொஞ்சம் மாற்றி ஒரு பாடலில் எழுதுகிறார் புலமைப்பித்தன், ‘கடமையைச் செய், ஆனால், அதன்பிறகு சும்மா அமர்ந்திருக்காதே, உனக்கு உரிமையானதைக் கேட்டுப் பெற்றுக்கொள்!’

‘கடமைசெய்வோம் கலங்காமலே,
உரிமைகேட்போம் தயங்காமலே!’

உரிமை கேட்பது புரட்சிச்சிந்தனை, எல்லாம் உடையவன் பார்த்துக்கொள்வான் என்பது ஆன்மிகச்சிந்தனை. அந்தக் கோணத்தில் பார்க்கும்போது, ‘கடமை’ என்பதற்கான வரையறைகள் சற்றே மாறுகின்றன.

உதாரணமாக, முனைப்பாடியார் எழுதிய ‘அறநெறிச்சாரம்’ என்ற நூலில் ஒரு வரி: ‘பெரும்பயன் கொள்வதே கற்றுஅறிந்த மாந்தர் கடன்.’

எல்லாவற்றையும் வாசித்து அறிந்தவர்களுடைய கடமை, பெரும்பயனுக்குரிய வேலைகளைச் செய்வது. அதாவது, உடலைமட்டும் கவனித்துக்கொண்டிருக்காமல், இந்த உடல் மீண்டும் பிறக்காதபடி இருப்பதற்கு என்ன செய்யவேண்டுமோ அதைச் செய்யவேண்டும்!

‘என் கடன் பணிசெய்து கிடப்பதே’ என்பார் திருநாவுக்கரசர்.

பணிசெய்வது சரி, ஆனால், யாருக்கு?

‘இறைவனுடைய கடமை, அடியவர்களைத் தாங்குவது, அடியவனாகிய என்னுடைய கடமை, அவனுக்கும், அவனது அடியவர்களுக்கும் பணிசெய்வது’ என்கிறார் திருநாவுக்கரசர்.

இதைச் சற்றே நீட்டித்துப்பார்த்தால், நாம் எல்லாருமே பிறருக்கு உதவுவதற்காகதான் இங்கே பிறந்திருக்கிறோம் என்பார்கள். சுயநலமின்றி தெய்வத்துக்கு, குடும்பத்தினருக்கு, உறவினர்களுக்கு, நம்மைச் சுற்றியிருக்கிற எல்லாருக்கும் பணிவிடை செய்வதே நம் கடமை என்று ஒவ்வொருவரும் நினைத்தால் இந்த உலகம் எத்துணை அழகாகிவிடும்!

சேக்கிழார் பெரியபுராணத்தில், 'தருமம்தன் வழிச்செல்கை கடன்' என்கிறார். அறநெறியில் செல்லுதலே ஒருவருடைய கடமை.

இவையெல்லாம் பொதுக்கடமைகள், ஆணுக்கென்று ஒரு கடமை இருக்கிறது, தன் குடும்பத்துக்காகப் பொருள் சேர்த்தல். இதனைத் திணைமாலை நூற்றைம்பது என்ற நூலின் ஒரு பாடலில் கணிமேதாவியார் குறிப்பிடுகிறார்:

'ஆண்கடனாம் ஆற்றை ஆயுங்கால், ஆடவர்க்குப்
பூண்கடனாப் போற்றி புரிந்தமையால், பூண்கடனாச்
செய்பொருட்குச் செல்வரால், சின்மொழி, நீசிறிது
நைபொருட்கண் செல்லாமை நன்று.'

ஆண்களுடைய கடமை என்ன என்று ஆராய்ந்தால், பொருள் தேடுவதுதான். அதை ஏற்றுக்கொண்டு அவர்கள் பணம் சம்பாதிக்கச் செல்வார்கள்.

அப்படியானால் பெண்ணின் கடமை என்ன?

அது அடுத்த வரியில் வருகிறது: கணவன் பிரிந்து செல்கிறானே என்று வருந்தாமல், அவன் தன் கடமையை ஆற்றுகிறான் என்று எண்ணிப் பொறுத்திருப்பது.

பொருள்சேர்த்தல் என்ற கடமை இப்போது ஆண், பெண் இருபாலருக்கும் பொருந்துவதால், இந்த இரண்டாவது கடமையையும், அதாவது, பிரிவைப் பொறுத்துக்கொண்டு மற்றவர் தம் கடமையை ஆற்ற அனுமதிப்பதையும் பொதுவாக்கலாம்!

ஒரு திரைப்பாடலில் வாலி எழுதுவார்:

'மூன்றெழுத்தில் என் மூச்சிருக்கும்: கடமை!'

என்ன கடமை? அதையும் அவரே பட்டியல் போடுகிறார்:

'பதவி வரும்போது
பணிவு வரவேண்டும்,
துணிவும் வரவேண்டும்,
பாதை தவறாமல்,
பண்பு குறையாமல்,
பழகிவரவேண்டும்,
வாழை மலர்போல
பூமி முகம்பார்க்கும்
கோழை குணம் மாற்று,
கொள்கை நிறைவேற்று!'

ஆனால், இந்த வரிகளெல்லாம் கொஞ்சம் ஓவர்டோஸ் இல்லையா என்று இளைஞர்கள் கேட்பார்கள். கடமை ஏதும் இல்லாமல் ஆனந்தமாகத் திரியவேண்டிய வயது எங்களுடையது என்பார்கள்.

அந்த உணர்வுகளைக் கண்ணதாசன் அழகாகப் பாடினார்:

'பணங்களைச் சேர்த்துப் பதுக்கிவைத்தால்,
அது மடமை,
பகவான் படைத்த பணமெல்லாம்,
பொது உடைமை,
கையில் கிடைப்பதை வீசி ரசிப்பதுதான்
என் கடமை,
அந்தப் பெருமை,
எந்தன் உரிமை!'

இந்த மனப்போக்குக்குப் பதில்சொல்வதுபோல் அமைந்த பட்டுக்கோட்டை கல்யாணசுந்தரனார் பாடலொன்று இருக்கிறது. 'வாரி இறைப்பதா செல்வம்? திறமைதானே

உண்மையான செல்வம்?' என்று கேட்கிறார் அவர்:

'செய்யும் தொழிலே தெய்வம், அந்தத்
திறமைதான் நமது செல்வம்,
கையும் காலுந்தான் உதவி, கொண்ட
கடமைதான் நமக்குப் பதவி!'

மேலாண்மை வகுப்புகளில் பதவியோடு கடமை, பொறுப்புகள் வரும், ஒன்றில்லாமல் இன்னொன்று இல்லை என்று விளக்குவார்கள். அதைப் பட்டுக்கோட்டையார் மிக எளிமையாகச் சொல்லிவிடுகிறார்!

நாமக்கல் கவிஞரின் பாடலொன்றும் இதையே சொல்கிறது:

'கடமை உணர்ந்தவனே,
உடமைக்குரியவனாம்!
கருணை சிறப்பதுவும்
கடமை தெரிவதனால்,
மடமை பெருகுவதும்
கடமை மறப்பதனால்!'

கடமையையும் கருணையையும் இணைக்கிறாரே, அதற்கு என்ன பொருள்? இதே பாடல் அதையும் விளக்குகிறது:

'கடமைகள் புரிவதில் கருணையை மறவான்,
கருணைஎன்று அறநெறிக் கடமையைத் துறவான்.'

ஒருவன் தன்னுடைய கடமைகளைச் செய்துகொண்டிருக்கும்போது, அதனால் இன்னோர் உயிருக்குப் பாதிப்பு உண்டாகிறது என்றால், கருணையோடு நடந்துகொள்ளவேண்டும், அதேசமயம் தன்னுடைய கடமையையும் விட்டுக்கொடுத்துவிடக்கூடாது. இரண்டையும் சமநிலைப்படுத்தவேண்டும்.

பேருந்து நடத்துநர் ஒருவர். தன்னுடைய பேருந்தில் வருகிற எல்லாருக்கும் பயணச்சீட்டு தந்து பணம் வசூலிக்கவேண்டியது அவருடைய கடமை.

ஒருநாள், அவருடைய பேருந்தில் முதியவர் ஒருவர் ஏறுகிறார். அவரிடம் பணம் இல்லை. பர்ஸைத் தொலைத்துவிட்டதாகச் சொல்கிறார்.

இப்போது, அந்த நடத்துநர் கடமைதான் முக்கியம் என்று அவரைக் கீழே இறக்கிவிடலாம். அல்லது, கருணையினால், பணம் வாங்காமல் அவரை அழைத்துச்செல்லலாம்.

ஒருவேளை, அப்படிச் செய்வதற்கான அதிகாரம் அவருக்கு இல்லாவிட்டால்?

அப்போது, கருணையினால் கடமையை மீறக்கூடாது. அந்த முதியவருக்கு அவரே தன் செலவில் பயணச்சீட்டு வாங்கலாம். அப்போது, கடமையும் பூர்த்தியாகிவிட்டது, கருணைக்கும் குறைவில்லை!

இதுபோன்ற சங்கடங்களைத் தனிநபர்கள்மட்டுமல்ல, நிறுவனங்களும் உணர்ந்திருக்கவேண்டும், அவற்றைத் தீர்ப்பதற்கான வாய்ப்புகளை உருவாக்கவேண்டும்.

உதாரணமாக, ஒரு பள்ளியில் நூறு மாணவர்களுக்கு இடம் இருந்தால், அதில் இரண்டு இடங்கள் ஏழை மாணவர்களுக்குத் தரப்படலாம். இதனை அந்தப் பள்ளியே பகிரங்கமாக அறிவித்துவிட்டால், அங்கே பணிபுரிகிறவர்களுடைய கடமையில் கருணைக்கும் இடமிருக்கும்.

அவை இரண்டு இடங்களா இருபது இடங்களா என்பது அவரவர் மனத்தின் உயரத்தைப்பொறுத்தது!

5

செல்வங்களில் பெரிய செல்வம் எது?

செவிச்செல்வம் என்கிறார் திருவள்ளுவர், அதாவது, நல்ல, பயனுள்ள விஷயங்களைக் கேட்டுத் தெரிந்துகொள்வது.

> 'செல்வத்துள் செல்வம் செவிச்செல்வம், அச்செல்வம்
> செல்வத்துள் எல்லாம் தலை.'

ஏன் அப்படிச் சொல்கிறார்? மற்ற செல்வங்கள் இல்லாமல் வெறுமனே கேள்விஞானம் இருந்தால் ஒருவனால் மகிழ்ச்சியாக வாழ இயலுமா?

செல்வம் என்ற சொல்லே 'சென்றுகொண்டிருப்பது' என்ற பொருளில் அமைந்தது என்று வேடிக்கையாகச் சொல்வார்கள். ஓர் இடத்திலிருந்து இன்னோர் இடத்துக்குச் செல்வது செல்வத்தின் இயல்பு.

ஆனால், கேள்விஞானம், அதாவது கேட்டு அறிந்துகொண்ட விஷயங்கள் அப்படியில்லை. அவற்றை ஒருமுறை கற்றுக்கொண்டு விட்டால், நம்மைவிட்டுச் செல்லாது, நாமே வீசி எறிந்தால்தான் உண்டு.

மாறாக, அதை இன்னொருவருக்குச் சொல்லித்தரும்போது,

இரட்டிப்பாகும். இருவருக்கு, பலருக்குப் பலன் தரும்.

மற்ற செல்வங்கள் அப்படியில்லை. அவற்றை இன்னொருவருக்குக் கொடுத்தால், தந்தவரிடம் இருக்கும் செல்வம் காணாமல் போய்விடும், இவருக்கு இழப்பு, அவருக்கு லாபம்.

ஆனால் செவிச்செல்வம், சொல்பவருக்கும் லாபம், கேட்பவருக்கும் லாபம், அதனை யாரும் வலுக்கட்டாயமாகப் பறிப்பதும் இயலாது.

ஆகவே, செல்வங்களில் சிறந்தது செவிச்செல்வம் என்கிறார் வள்ளுவர். கேட்டு அறிதலில் ஆர்வத்துடன் இருக்கவேண்டும் என்பதே இதன் உட்கருத்து.

கல்வி என்பதற்கு முற்றுப்புள்ளி கிடையாது, தொடர்ந்து புது விஷயங்களைக் கற்றுக்கொண்டே இருக்கும் மனோநிலை தேவை.

இங்கே கல்வி என்பது பாடப்புத்தகங்களின் அறிவு அல்ல, கற்றுக்கொள்கிறவை கல்வி, அவ்வளவுதான், அதற்குப் பள்ளி சென்று படிக்கவேண்டும் என்று அவசியமில்லை. இதையும் திருவள்ளுவர்தான் சொல்கிறார்:

> ‘கற்றிலன்ஆயினும், கேட்க, அஃதுஒருவன்
> ஒற்கத்தின் ஊற்றாம் துணை.’

பாடம் படிக்காவிட்டாலும் பரவாயில்லை, காதைத் திறந்துவைத்திருங்கள், கேட்டுக்கொண்டே இருங்கள், அவை மனத்தில் சென்று தங்கட்டும்.

சில விஷயங்களை இப்போது கேட்கும்போது அவற்றால் பலனே இல்லை என்று தோன்றும். ஆனால் பின்னர் எப்போதாவது அவை தேவைப்படும், அப்போது, ‘நல்லவேளை, அப்போ கத்துக்கிட்டோம்’ என்று தோன்றும். அதைதான் ‘ஒற்கத்தின் ஊற்றாம் துணை’ என்கிறது திருக்குறள், அதாவது, தளர்ச்சி ஏற்படும்போது ஊன்றுகோலாகக் கேள்விஞானம் உதவும்.

நான்மணிக்கடிகையில் விளம்பிநாகனாரின் பாடலொன்று 'கற்றலின் வாய்த்த பிற இல்லை' என்கிறது. கற்றுக்கொள்வதைவிடச் சிறந்த ஒரு விஷயமே கிடையாது!

அந்தப் பாடலின் பிற வரிகளும் மிக முக்கியமானவை:

> 'திருவின் திறல்உடையது இல்லை, ஒருவற்குக்
> கற்றலின் வாய்த்த பிற இல்லை, எற்றுள்ளும்
> இன்மையின் இன்னாதது இல்லை, இல்என்னாத
> வன்மையின் வன்பட்டது இல்.'

முதல் வரியில், 'செல்வத்தைவிடச் சிறந்தது எதுவும் இல்லை' என்கிறார். கையில் செல்வம் இருந்தால் அதனால் வரும் பெருமிதம் அலாதியானது.

சரி, எந்தமாதிரி செல்வம்?

அடுத்த வரியில் 'கற்றலே சிறந்தது' என்று சொல்வதால், இது கல்விச்செல்வம்தான், கேள்விச்செல்வம் என்றும் சொல்லலாம்.

கல்விமட்டும் போதுமா? காசு இல்லாவிட்டால்?

அதுதான் மூன்றாவது வரி, 'இன்மை' என்றால், இல்லாத நிலை, வறுமை, அதைவிடத் துன்பம் தருவது ஏதுமில்லை.

இங்கே வறுமை என்பதைக் காசு இல்லாத நிலை என்றும் எண்ணலாம், அறிவு இல்லாத நிலை என்றும் எண்ணலாம், அவரவர் சிந்தனையைப் பொறுத்து இந்த வரிக்கு வெவ்வேறு விளக்கங்கள் அமையும்.

அடுத்த வரி இதனை இன்னொரு தளத்துக்குக் கொண்டுசெல்கிறது, 'இல்லை என்று சொல்லாத மனஉறுதி வேண்டும்.'

எப்போது 'இல்லை' என்று சொல்லக்கூடாது?

ஒருவர் நம்மிடம் இரக்கும்போது, அதாவது, 'என்னிடம் இது இல்லை, தாருங்கள்' என்று கேட்கும்போது, அது நம்மிடம்

இருந்தால், 'இல்லை' என்று மறுக்கக்கூடாது.

இது ஒரு சாதாரண விஷயம் என்று நமக்குத் தோன்றலாம். உண்மையில், பலரால் பின்பற்ற இயலாத அரிய விஷயம் இது.

ஓர் அலுவலகத்தில் எல்லாம் தெரிந்தவர் ஒருவர் இருக்கிறார். சிறியவர்கள்முதல் பெரியவர்கள்வரை எல்லாரும் அவரிடம் உதவி கேட்கிறார்கள்.

இந்நிலையில் உள்ள சிலர், மகிழ்ச்சியோடு பிறருக்குச் சொல்லித்தருவார்கள், உதவுவார்கள்.

வேறு சிலர், முரண்டு பிடிப்பார்கள், சொல்லிக்கொடுத்தால் தங்களுடைய திறன் குறைந்துவிடுமோ என்று நினைப்பார்கள்.

இன்னும் சிலர், சொல்லித்தருவார்கள், ஆனால் அதற்கு எதிராளி நிறைய கெஞ்சவேண்டும் என்று எதிர்பார்ப்பார்கள், அல்லது, 'என்னை நம்பிதான் நீ இருக்கிறாய்' என்று சொல்லிக்காட்டுவார்கள்.

சட்டைப்பையில் காசு இருந்தால் சட்டென்று எடுத்துக் கொடுத்துவிடலாம், அறிவை அப்படிக் கொடுப்பதற்குப் பெரிய மனம் வேண்டும். அப்படித் தரும்போது அது பலமடங்காகப் பெருகும் என்று தெரியாதவர்கள்தான் இப்படியெல்லாம் செய்வார்கள்.

கொடுப்பதற்கு ஆள் இருக்கிறது என்பதற்காக, வாங்கிக் கொள்ளலாமா? நிரந்தரமாக 'இலவச'த்திலேயே வாழ்ந்துவிடலாமா?

புறநானூற்றில் கழைதின்யானையார் எழுதிய ஒரு பாடல் இதற்குப் பதில் சொல்வதுபோல் அமைகிறது:

'ஈ என இரத்தல் இழிந்தன்று, அதன்எதிர்
ஈயேன் என்றல் அதனினும் இழிந்தன்று,
கொள் எனக் கொடுத்தல் உயர்ந்தன்று, அதன்எதிர்
கொள்ளேன் என்றல் அதனினும் உயர்ந்தன்று.'

ஒருவரிடம் சென்று ‘எனக்கு இதைக் கொடு’ என்று கேட்பது இழிவானது. அதைவிட இழிவானது, அப்படிக் கேட்பவரிடம் ‘கொடுக்கமாட்டேன்’ என்று மறுப்பது.

அதற்குப் பதிலாக, ‘இந்தா, வைத்துக்கொள்’ என்று கொடுப்பது உயர்வானது. அதைவிட உயர்வானது, அப்படித் தருபவரிடம் ‘எனக்கு வேண்டாம், நான் இதனை ஏற்கமாட்டேன்’ என்று மறுப்பது.

மேலோட்டமாகப் பார்த்தால் கொடை என்கிற பண்பையே இந்தப் பாடல் மறுப்பதுபோல் தோன்றும். ஆனால் அப்படி முரட்டுத்தனமான பொருள் எடுத்துக்கொள்ளாமல், தனக்கு வேண்டியதைத் தானே உழைத்துப் பெறவேண்டும், அது இயலாதபோதுமட்டும் கேட்கவேண்டும், தருகிறார்கள் என்பதற்காக அதை நம்பியே வாழக்கூடாது என்று புரிந்துகொள்ளலாம்.

கேட்டுப் பெறுவதே ஓரளவுக்குமேல் தவறு என்றால், கேளாமல் எடுத்துக்கொள்வது எப்படிப்பட்ட பிழையாக இருக்கும்!

நாலடியார் இப்படிச் சொல்கிறது:

‘ஆசை பிறன்கண்படுதலும், பாசம்
பசிப்ப மடியைக் கொளலும், கசிந்துஒருவன்
கல்லான்என்று எள்ளப்படுதலும் இம்மூன்றும்
எல்லார்க்கும் இன்னாதன.’

பிறருடைய பொருள்மீது ஆசைப்படக்கூடாது, அது இன்னாத செயல்.

அடுத்து, சுற்றத்தவர்கள் பசியோடு இருக்கும்போது, சோம்பலாக அமர்ந்திருக்கக்கூடாது. அவர்களுடைய பசியைத் தீர்ப்பதற்குத் தன்னால் என்ன செய்ய இயலும் என்று யோசித்துச் சுறுசுறுப்பாகச் செயல்படவேண்டும்.

இங்கே சுற்றம் என்பதை அவரவர் குடும்பம் என்று எடுத்துக்கொள்ளலாம், அல்லது உலகையே சுற்றமாகவும்

கொள்ளலாம், நம் பசி தீர்ந்தால் போதாது, சுற்றியிருக்கிற எல்லாருடைய பசியும் தீரும்வரை உழைக்கவேண்டும், சோம்பல் ஆபத்து.

அடுத்து, கல்லாதவன் என்று யாரிடமும் பெயர் வாங்கி இகழப்படக்கூடாது. அதாவது, கற்கவேண்டும். காசு இல்லாதவன், அழுக்கானவன், குற்றம் செய்தவன் என்பதுபோன்றவற்றையெல்லாம்விட மிக இழிவான திட்டு, கல்லாதவன் என்பதுதான்!

கல்லாதவர்களைப்பற்றித் திருமந்திரத்தில் திருமூலர் சொல்வது:

> 'கல்லாத மூடரைக் காணவும் ஆகாது!'

அவர் சொல்வது இறைவனைக் கற்காதவர்கள், நாம் அதனைப் பொதுவான கல்வி என்றும் எடுத்துக்கொள்ளலாம், கற்காமல் இருப்பது இழிவு, அவர்களைப் பார்ப்பதும் ஆகாது.

> 'விலங்கொடு மக்கள் அனையர், இலங்குநூல்
> கற்றாரோடு ஏனையவர்'

என்கிறது திருக்குறள். கற்காதவர்களையும் கற்றவர்களையும் அருகருகே வைத்துப்பார்த்தால், கல்வி அறிவு இல்லாதவர்கள் வெறும் மிருகத்தைப்போலதான் இருப்பார்கள் என்கிறார் வள்ளுவர்.

இதையும் புத்தக அறிவு என்று எடுத்துக்கொள்ளவேண்டியதில்லை. அனுபவ அறிவாகக்கூட இருக்கலாம், கற்கும் ஆர்வமின்றி இருப்பது இழிவு.

'பழமொழி நானூறு'வில் முன்றுறையரையனார் எழுதும் ஒரு பாடல்:

> 'கல்லாதார் ஆற்றுவாரைக் கறுப்பித்துக் கல்லாதார்
> சொல்தாற்றுக் கொண்டு சுனைத்துஎழுதல் எற்றுஎனின்
> தானும் நடவான், முடவன் பிடிப்(பு) ஊணி
> யானையோடு ஆடல் உறவு.'

ஒரு பெரிய சபை, நன்கு கற்ற ஒருவர் பேசிக்கொண்டிருக்கிறார், அப்போது இன்னொருவர் எழுந்து கேள்வி கேட்கிறார்.

கேள்வி கேட்பது தவறில்லை, கேட்டால்தான் ஞானம் வரும், எப்பொருளை யார் சொன்னாலும் மெய்ப்பொருள் அறியக் கேள்வி கேட்கலாம்.

ஆனால், அந்தக் கேள்வியில் ஓர் ஒழுங்கு இருக்கவேண்டும், அது நியாயமான சந்தேகமாகவோ, அறியும் ஆர்வத்துடன் கேட்கப்பட்டதாகவோ இருக்கவேண்டும், அப்போது அந்த நிபுணர் அதற்கு மகிழ்ச்சியோடு பதில் சொல்வார்.

பல நேரங்களில் கேள்விகள் இப்படி அமைவதில்லை. சிலர் சும்மா வீம்புக்காகவே கேட்பார்கள், சிலர் தங்களுடைய மேதைமையைக் காட்டுவதற்காகவே கேட்பார்கள், சிலர் பேசுபவரை அவமானப்படுத்துவதற்காகவே கேட்பார்கள்.

இந்தச் சூழ்நிலைகளில் அவையில் இருப்பவர்கள் கேள்வி கேட்டவரை இழிவாகப் பார்ப்பார்கள். 'முட்டாளே, இதைக் கேட்க உனக்கு என்ன தகுதி?' என்று நினைப்பார்கள்.

அதைதான் இந்த நாலடியார் பாடல் பேசுகிறது, 'நடக்க இயலாத ஒரு முடவன், குச்சியைத் தரையில் ஊன்றி எழுந்து நிற்கிறான், அவனால் யானையுடன் விளையாட இயலுமா?'

அறிஞர்கள்முன்னால் கேள்வி கேட்கும் முட்டாள்களும் அப்படிதான். அவர்களுக்குத் தங்களால் நடக்க இயலாது, அதாவது தங்களுக்கு அறிவு இல்லை என்பதும் தெரியாது, எதிரில் உள்ள நிபுணர் யானையைப்போல் (அந்தத் துறையில்) பலமானவர் என்பதும் தெரியாது, கையில் குச்சி இருக்கிறதே என்று சண்டை போட வந்து அவமானப்படுவார்கள். சரிவரக் கற்காதவர்களுடைய நிலைமை இதுதான்.

அப்படியானால், கல்லாதவர்கள் அறிஞர்கள் முன்னால் வரக்கூடாதா?

வராவிட்டால் எப்படி அறிவு வளரும்? கண்டிப்பாக வரவேண்டும், அப்போதுதானே கேள்விஞானம் சேரும், நாம் என்ன வாசிக்கவேண்டும் என்பது தெரியும்!

ஆனால், அப்படி வரும்போது, தம்முடைய நிலை என்ன என்பதை அவர்கள் உணர்ந்திருக்கவேண்டும். ஒருவேளை தங்களைத்தாங்களே பெருமையாக நினைத்துக்கொண்டிருந்தால், அது உண்மையல்ல என்று உணரவேண்டும்.

உதாரணமாக, ஒருவர் நன்றாகப் பாடுவதாக எண்ணியிருப்பார். அவர் ஒரு பாட்டுப்போட்டியில் கலந்துகொண்டால், தன்னைவிடச் சிறப்பாகப் பாடுகிற பலரைச் சந்தித்தால், அவருடைய தன்மதிப்பு கொஞ்சம் குறையும், தான் உண்மையில் எந்த நிலையில் இருக்கிறோம் என்பது புரியும்.

இதில் அவமானம் ஏதும் இல்லை. அவர்களும் என்றைக்கோ இப்படிப் பாடிக்கொண்டிருந்தவர்கள்தான். அவர்களைப் பார்த்துக் கற்றுக்கொண்டு நம்முடைய பாடும் திறமையை மேம்படுத்தலாம் என்ற உணர்வுதான் இங்கே முக்கியம்.

அப்படியில்லாமல், தன் வீட்டுக்குள்ளேயே இருந்துகொண்டு தான் உலகின் மிகச் சிறந்த பாடகன் என்று எண்ணிக்கொண்டிருந்தால், அவர்கள் வளர்வதற்கான வாய்ப்பே இருக்காது. அதைதான் இந்தக் குறள் சுட்டிக்காட்டுகிறது:

> ‘கல்லா ஒருவன் தகைமை தலைப்பெய்து
> சொல்லாடச் சோர்வு படும்.’

கற்காத ஒருவன் தன்னைப்பற்றி உயர்வாக நினைத்துக் கொண்டிருந்தால், கற்றவர்களுடன் உரையாடவேண்டும், அப்படிப் பேசப் பேச, அவனுக்குத் தான் கற்றுக்கொண்டது குறைவு என்பது புரியும், அந்தக் கர்வம் குறையும், அதனை எதிர்மறையாக எடுத்துக்கொள்ளாமல், முன்னேறுவதற்கான ஒரு வாய்ப்பாக எண்ணலாம்.

சிலர் பெரிய அறிஞர்களோடு பழகினாலும், தங்களுடைய

அறியாமையைக் காட்டிக்கொள்ளமாட்டார்கள், அதை உணரக்கூடமாட்டார்கள், 'நானும் உன்னைமாதிரி அறிஞன்தான்' என்பதுபோல் நடந்துகொள்வார்கள்.

இவர்கள் எதையும் கற்காமலே தங்களைக் கற்றவர்கள்போல் காட்டிக்கொள்வதற்காகக் கண்டுபிடித்த ஒரு வழி, காப்பியடிப்பது. அதாவது, அறிஞர்கள் என்ன செய்கிறார்களோ அதை அப்படியே செய்வது.

இந்தப் பழக்கத்தை ஔவையார் 'மூதுரை'யில் கேலி செய்கிறார், 'மயிலின் தோகை அழகானது, ஆகவே, அது தோகையை விரித்து ஆடுவதும் பார்க்க இனிமையாக இருக்கும், இதைப் பார்த்துப் பொறாமைப்பட்டு ஒரு வான்கோழி சிறகை விரித்து ஆடினால், யாரால் பார்க்க இயலும்? அதுமாதிரிதான் கற்காதவர்கள் கற்றவர்களைப்போலவே நடந்துகொள்வதும்!'

'கானமயில்ஆடக் கண்டிருந்த வான்கோழி
தானும் அதுவாகப் பாவித்துத் தானும்தன்
பொல்லாச் சிறகை விரித்துஆடினாற்போலுமே
கல்லாதான் கற்ற கவி.'

கிட்டத்தட்ட இதே கருத்தைச் சொல்லும் ஔவையாரின் இன்னொரு பாடல்:

'காணாமல் வேணதெல்லாம் கத்தலாம், கற்றோர்முன்
கோணாமல் வாய்திறக்கக் கூடாதே, நாணாமல்
பேச்சுப்பேச்சு என்னும், பெரும்பூனை வந்தக்கால்,
கீச்சுக்கீச்சு என்னும் கிளி.'

ஒரு கிளி வளவளாவென்று ஏதேதோ பேசிக்கொண்டிருந்தது. யார் என்ன சொன்னாலும் அது பேச்சை நிறுத்தவில்லை.

அப்போது, அங்கே ஒரு பூனை வந்தது. அதைப் பார்த்ததும், பயத்தில் கிளிக்குப் பேச்சு வரவில்லை, கீச்சுக்கீச்சு என்று கத்தியது.

அதுபோல, அரைகுறையாகப் படித்தவர்கள் ஏதேதோ பேசுவார்கள், குறைகுடம் கூத்தாடும்.

ஆனால், அவர்கள் படித்த ஒருவரைப் பார்த்தால் போதும், பேச இயலாமல் இருந்துவிடுவார்கள். வாயைத் திறந்தால் அவர் பதிலடி கொடுத்துவிடுவாரோ என்கிற பயம்தான்!

கற்றோர், கற்றோர் என்று சொல்கிறோமே, அவர்கள் எதைக் கற்றார்கள்? எவ்வளவு கற்றார்கள்?

'கல்வி கரைஇல, கற்பவர் நாள்சில' என்கிறது நாலடியார். கல்வி ஒரு பெருவெள்ளம், அதோடு ஒப்பிடும்போது, மனிதனின் ஆயுள் மிகச் சிறியது.

ஆகவே, யாராலும் எல்லாவற்றையும் கற்க இயலாது. ஓரளவுதான் கற்க இயலும்.

ஓரளவு என்றால், எதைமட்டும் கற்கலாம்?

அதற்கும் இதே நாலடியார் பாடலில் பதில் உள்ளது: 'நீர்ஒழியப் பால்உண் குருகின் தெரிந்து.'

அன்னப்பறவைமுன்னே பால், தண்ணீர் இரண்டையும் கலந்துவைத்தாலும், அது பாலைமட்டும் உண்ணும், தண்ணீரை விட்டுவிடும்.

அதுபோல, கற்கிறவர்கள் நல்லதை எடுத்துக்கொள்ளவேண்டும், பயனில்லாதவற்றில் நேரத்தை வீணடிக்கக்கூடாது.

ஆனால், கல்வியால் உண்மையிலேயே பலன் உண்டா? பள்ளிக்கூடம், கல்லூரிப் படிப்பு என்றாலாவது வேலை கிடைக்கும், சம்பளம் வரும் என்று சொல்லலாம், பொதுவான கல்வி, நல்லதைத் தெரிந்துகொள்வது போன்றவை எந்தவிதத்தில் பயன்படும்?

இதற்கு நான்மணிக்கடிகை பதில் சொல்கிறது, 'அந்தப் பயன் இப்போது தெரியாது, விழுந்தால்தான் தெரியும்!'

விழுந்தால் எப்படித் தெரியும்?

கற்றவன் விழுந்தால், மீண்டும் எழுந்து நடமாடுவான். அதற்கான நுட்பம் அவனுக்குத் தெரிந்திருக்கும். கல்லாதவன் விழுந்தால், கால் முறிந்து அங்கேயே கிடப்பான்!

'கற்றான் தளரில் எழுந்திருக்கும், கல்லாத
பேதையான் வீழ்வானேல் கால்முறியும்.'

அதுமட்டுமல்ல, கற்பவன் மன்னனைவிடச் சிறந்தவன் என்கிறார் ஔவையார். எப்படியென்றால், மன்னனுக்கு அவன் ஆளும் நாட்டில்மட்டுமே சிறப்பு, கற்றவன் எங்கு சென்றாலும் சிறப்பு.

இக்கருத்தைச் சொல்லும் அவரது 'மூதுரை'ப் பாடல்:

'மன்னனும் மாசுஅறக் கற்றோனும் சீர்தூக்கின்
மன்னனின் கற்றோன் சிறப்புஉடையன், மன்னற்குத்
தன்தேசம் அல்லால் சிறப்புஇல்லை, கற்றோற்குச்
சென்றஇடம் எல்லாம் சிறப்பு.'

கவனியுங்கள், வெறும் கற்றோன் அல்ல, மாசுஅறக் கற்றோன். அதாவது, குற்றங்களை நீக்கி, சரியானவற்றைக் கற்றவன், அன்னப்பறவையைப்போல, அவனுடைய பெருமை, அரசனைவிடப் பெரியது!

6

பயப்படுவது சரியா?

'அச்சம் என்பது மடமையடா' என்று கண்ணதாசன் எழுதியிருக்கிறார். அச்சத்தைத் தாய்மார்கள் சிறுவயதிலிருந்தே ஊட்டி வளர்க்கவேண்டும் என்கிறார் அவர்:

'கருவினில் வளரும் மழலையின் உடலில்
தைரியம் வளர்ப்பாள் தமிழ்அன்னை,
களங்கம் பிறந்தால், பெற்றவள் மானம்
காத்திட எழுவான் அவள்பிள்ளை!'

பாரதியாரும் அச்சத்தை வேண்டாம் என்றே மறுக்கிறார், இவ்வுலகில் உள்ள எல்லாரும் வந்து எதிர்த்தாலும், வானம் இடிந்து தலைமீது விழுந்தாலும் அச்சம் வேண்டாம் என்கிறார்:

'அச்சமில்லை, அச்சமில்லை, அச்சம்என்பதுஇல்லையே,
இச்சகத்துளோர் எலாம் எதிர்த்து நின்றபோதினும்,
துச்சமாக எண்ணி நம்மைத் தூறு செய்தபோதினும்
பிச்சை வாங்கி உண்ணும் வாழ்க்கை பெற்றுவிட்டபோதிலும்
இச்சை கொண்டே பொருளெலாம் இழந்துவிட்டபோதிலும்,
கச்சணிந்த கொங்கை மாதர் கண்கள் வீசுபோதினும்,
நச்சை வாயிலே கொணர்ந்து நண்பர் ஊட்டுபோதினும்,
பச்சை ஊன் இயைந்த வேற்படைகள் வந்தபோதினும்,

உச்சிமீது வான்இடிந்து வீழுகின்றபோதினும்,
அச்சமில்லை, அச்சமில்லை, அச்சம்என்பதுஇல்லையே!'

நஞ்சை ஊட்டினாலும் அச்சமில்லை, அதை நண்பர்களே ஊட்டினால்கூட அச்சமில்லை என்கிறான் பாரதி. தைரிய குணத்தின் மிகச் சிறந்த வெளிப்பாடு இந்தப் பாடல்.

எதற்கெடுத்தாலும் அஞ்சுகிறவர்களைப்பார்த்து வேதனைப்பட்டு பாரதி பாடிய இன்னொரு பாடல்:

'நெஞ்சுபொறுக்குதில்லையே, இந்த
நிலைகெட்ட மனிதரை நினைத்துவிட்டால்,
அஞ்சிஅஞ்சிச் சாவார், இவர்
அஞ்சாதபொருள் இல்லை அவனியிலே.'

கிட்டத்தட்ட இதேபோல் பட்டுக்கோட்டையார் ஒரு திரைப்பாடல் எழுதியிருக்கிறார்:

'வேப்பமர உச்சியில் நின்னு, பேய்ஒண்ணு ஆடுதுன்னு,
விளையாடப்போகும்போது, சொல்லிவைப்பாங்க, உந்தன்
வீரத்தைக் கொழுந்திலேயே கிள்ளிவைப்பாங்க!
வேலையற்ற வீணர்களின், மூளையற்ற வார்த்தைகளை
வேடிக்கையாகக்கூட நம்பிவிடாதே, நீ
வீட்டுக்குள்ளே பயந்துகிடந்து வெம்பிவிடாதே.'

ஆனால், எல்லா நேரங்களிலும் அச்சம் அநாவசியம் என்று சொல்லிவிட இயலாது. சில நேரங்களில் அச்சம் தேவைப்படுகிறது. இந்த நாலடியார் பாடல் சொல்வதுபோல்:

'கல்லாமை அச்சம், கயவர்தொழில் அச்சம்,
சொல்லாமையுள்ளும்ஓர் சோர்வு அச்சம், எல்லாம்
இரப்பார்க்கு ஒன்று ஈயாமை அச்சம், மரத்தார்இம்
மாணாக் குடிப் பிறந்தார்.'

முதலில், கற்காத விஷயங்களுக்காக அஞ்சவேண்டும். அல்லது, கற்காத குணத்துக்காக அஞ்சவேண்டும்.

இதனைப் பள்ளிப்படிப்பு என்று எடுத்துக்கொள்ள வேண்டியதில்லை, புதியவற்றைத் தெரிந்துகொள்ளும் ஆர்வம் இன்றி இருக்கிறோமே என்று அஞ்சவேண்டும்.

மாறிவரும் இன்றைய உலகில், ஞானத்தைவிடக் கற்கும் ஆர்வம் முக்கியம் என்கிறார்கள். காரணம், இன்றைய அறிவு நாளைக்குப் பழையதாகிவிடலாம், கற்கும் ஆர்வம் இருக்கிறவர்கள் நாளைக்கு எது புதிதோ அதைக் கற்றுக்கொண்டு அறிவைப் பெருக்கிக்கொள்வார்கள். அதாவது, பாத்திரத்தில் என்ன இருக்கிறது என்பதைவிட, அதைச் சுலபமாகவும் விரைவாகவும் நிரப்ப இயலுகிறதா என்பதுதான் அந்தப் பாத்திரம் நீடித்துநிலைப்பதைத் தீர்மானிப்பதுபோல.

ஆக, கல்லாமைக்கு அஞ்சவேண்டும். அடுத்து, நம்மைச் சுற்றியுள்ள கயவர்களுடைய தொழிலை நினைத்து அஞ்சவேண்டும்.

இதன் பொருள், கயவர்களுக்குப் பயப்படவேண்டும் என்பது அல்ல. கயமைக்குப் பயப்படவேண்டும், அந்த குணம் நமக்குள் ஊறிவிடாதபடி பார்த்துக்கொள்ளவேண்டும்.

அப்படியானால், கயமைத் தொழில் செய்யும் கயவர்களை என்ன செய்வது?

> ‘பாதகம் செய்பவரைக் கண்டால், நீ
> பயங்கொள்ளல்ஆகாது பாப்பா,
> மோதி மிதித்துவிடு பாப்பா, அவர்
> முகத்தில் உமிழ்ந்துவிடு பாப்பா!’

ஒருவேளை அந்தப் பாதகர்கள் திருப்பி அடித்தால்? நமக்குத் துன்பம் வந்தால்? அதற்கும் பாரதி பதில் சொல்கிறார்:

> ‘துன்பம் நெருங்கிவந்தபோதும், நாம்
> சோர்ந்துவிடல்ஆகாது பாப்பா,
> அன்புமிகுந்த தெய்வம்உண்டு, துன்பம்
> அத்தனையும் போக்கிவிடும் பாப்பா.’

ஆக, கயமைக்கு அஞ்சக் காரணம், அந்த குணம் நமக்கு வந்துவிடக் கூடாது என்பதற்காக. கயவருக்கு அஞ்சவேண்டியதில்லை, எதிர்க்கவேண்டும்.

மூன்றாவது, 'சொல்லாமையுள்ளும் ஓர் சோர்வு அச்சம்' என்கிறார். அப்படியென்றால், பொய் போன்றவற்றைச் சொல்லாமலிருந்தாலும், எங்கே சொல்லிவிடுவோமோ என்கிற பதற்றம் உள்ளுக்குள் இருக்கவேண்டும். அலட்சியம் கூடாது.

இது ஒரு முக்கியமான அச்சம். 'நான் தீயதைச் செய்யமாட்டேன்' என்கிற உறுதி மனத்தில் இருந்தாலும், செய்கிற எதிலேனும் தீமை இருந்துவிடுமோ என்கிற கவலையும் இருந்தால்தான் அந்த உறுதியைச் சரியாகவும் முழுமையாகவும் செயல்படுத்த இயலும், என்னதான் நன்கு படிக்கிற மாணவனாக இருந்தாலும், தேர்வு எழுதியபின் விடைத்தாளை ஒருமுறைக்கு இருமுறை திரும்பப் படித்துப்பார்ப்பதுபோல.

நான்காவதாக, ஒருவர் நம்மிடம் எதையேனும் கேட்கும்போது, அவர்களுக்கு அதைத் தர இயலாத நிலை தனக்கு வந்துவிடுமோ, அல்லது, இருந்தும் அதைத் தராமல் மறுத்துவிடுவோமோ, அப்படி ஒரு குணம் தனக்கு வந்துவிடுமோ என்று அஞ்சுவது.

இதுபோன்ற அச்சங்கள் எல்லாருக்கும் வேண்டும் என்கிறது நாலடியார். இவை இல்லாதவர்கள், 'மரத்தார்', அதாவது, மரத்தால் செய்யப்பட்ட பொம்மையைப்போன்றவர்கள் என்று இடித்துரைக்கிறது.

திருவள்ளுவரும் இதையே சொல்கிறார்:

'அஞ்சுவது அஞ்சாமை பேதைமை, அஞ்சுவது
அஞ்சல் அறிவார் தொழில்.'

பயப்படுவது கோழைகளின் செயல் அல்ல, அறிவுடையவர்களும் பயப்படுவார்கள், ஆனால் எல்லாவற்றுக்கும் பயப்பட மாட்டார்கள், பயப்படவேண்டியவற்றுக்குப் பயப்படுவார்கள், நான் எதற்கும் பயப்படமாட்டேன் என்று வீம்பாக இருப்பது முட்டாள்தனம்.

சில நேரங்களில், நம்முடைய செயலைப்பார்த்து நாமே அச்சம் கொள்ளும் சூழ்நிலை ஏற்படும். அது ஒருவிதத்தில் நமக்குக் காப்பு. 'இதனால் நமக்குக் கெடுதல் வருமோ, ஊரார் பார்த்து நம்மைக் கேலி செய்வார்களோ' என்ற அந்த அச்சம் இல்லாவிட்டால், யாரும் பிழை செய்யத் தயங்கமாட்டார்கள்.

நாலடியாரில் ஒரு பாடல், இன்னொருவன் மனைவிமீது காமவயப்பட்ட ஒருவனுடைய அச்சத்தை விவரிக்கிறது:

> 'புக்கஇடத்து அச்சம், போதரும்போது அச்சம்,
> துய்க்கும்இடத்து அச்சம், தோன்றாமல்காப்பு அச்சம்,
> எக்காலும் அச்சம் தருமால் எவன்கொலோ
> உட்கான் பிறன்இல் புகல்?'

இன்னொருவன் மனைவியை விரும்பி அவன் வீட்டினுள் நுழையும்போது பயம், அங்கிருந்து வெளியே வரும்போது பயம், உள்ளே அந்தப் பெண்ணை அணைத்து இன்பம் அனுபவிக்கும்போதும் உள்ளே அஞ்சம், யாருக்கும் தெரியாமல் இருக்கவேண்டுமே என்று ஒவ்வொரு கணமும் அச்சம்... இவ்வளவு பயத்துக்கு நடுவே அந்த இழிசெயலைச் செய்யவேண்டுமா?

வேதநாயகம்பிள்ளை இயற்றிய 'நீதி நூல் உரை'யில் ஒரு பாடல், கிட்டத்தட்ட இதேமாதிரி சூழ்நிலையை விவரிக்கிறது, ஆனால் வேறொரு காரணத்துக்காக:

> 'அரிமுழை நுழைதல்போல அயல்அகம் புகும்போது அச்சம்,
> பொருள் திருடும்போது அச்சம், புறப்பட்டுஏகுங்கால் அச்சம்,
> தெருவினில் எவர்க்கும் அச்சம், கவர்ந்தன திளைக்க அச்சம்,
> உரும்உருக்கொண்டு கள்வர் உளம்குடிகொண்டபோலும்.'

ஒரு திருடன், எங்கேயோ ஒரு வீட்டில் நுழைந்து பொருள்களைத் திருடிக்கொண்டு வருகிறான்.

அவனைப் பார்க்கிறவர்களெல்லாம் நடுங்குகிறார்கள், ஆனால் உண்மையில் அவன் பயத்தில் நடுங்கிக்கொண்டிருக்கிறான்.

தனக்கு உரிமையில்லாத வீட்டினுள் நுழையும்போது, அவன் சிங்கத்தின் குகைக்குள் நுழைவதுபோல் பயப்படுகிறான். காரணம், அவன் செய்யப்போவது திருட்டு, ஆகவே, தைரியமாக அவனால் அந்த வீட்டுக்குள் நுழைய இயலுவதில்லை.

இத்தனைக்கும் அவன் பெரிய பலசாலி. ஆனால், தவறு செய்யும்போது பலவீனமாகிவிடுகிறான். அஞ்சி நடுங்கியபடி உள்ளே நுழைகிறான். சத்தம் போடுவது, துப்பாக்கியைக் காட்டுவதெல்லாம் சும்மா வெளிவேஷம்தான்.

வீட்டினுள் நுழைந்தவன் அங்கிருக்கிறவர்களைக் கட்டிப்போட்டு விட்டுப் பொருள்களைத் திருடுகிறான். அப்போதும் அவனுக்குள் அச்சம்தான், எந்த விநாடியில் காவல்துறை வந்துவிடுமோ, பக்கத்துவீட்டார் எழுந்துவிடுவார்களோ என்று பலவிதமான பயங்கள் அவனைச் சூழகின்றன. காரணம், தான் செய்வது தவறு என்று அவனுக்கே புரிந்திருப்பதுதான்.

எப்படியோ, திருடிவிட்டு வீட்டுக்கு வந்துவிடுகிறான். அந்தப் பொருளைப் பத்திரமாக எங்கேயோ வைத்துவிடுகிறான்.

மறுநாள் காலை, எதுவும் நடக்காததுபோல் வெளியே செல்கிறான். இப்போது, தெருவில் யாரைப் பார்த்தாலும் அவனுக்குப் பயமாக இருக்கிறது. 'ஒருவேளை இவர்களுக்கு நான் திருடியது தெரிந்திருக்குமோ' என்ற அச்சம் உள்ளே இருப்பதால், யாராவது சாதாரணமாக, 'என்னய்யா, ராத்திரிமுழுக்கத் தூங்கலைபோல' என்று விசாரித்தால்கூட இவன் நடுங்க ஆரம்பித்துவிடுகிறான்.

சரி, இத்தனை கஷ்டப்பட்டுத் திருடிய அந்தப் பொருளை அனுபவிக்கவாவது இயலுகிறதா? அதற்கும் அச்சம், ஒருவேளை ரூபாய் நோட்டு சீரியல் நம்பரை வெச்சு நம்மைப் பிடிச்சுடுவாங்களோ? திருட்டு நகையை விற்க முயற்சி செஞ்சா போலீஸ்கிட்ட மாட்டிக்குவோமோ என்று விதவிதமாக யோசித்து பயப்படுகிறான் அவன்.

ஆக, இப்போது அங்கே இருப்பது திருடனே அல்ல, பயம்தான்

திருடனாக உருவெடுத்துள்ளது, எதற்கெடுத்தாலும் அவனைப் பயப்படவைக்கிறது.

அதனால்தான், திருக்குறள் 'தீயவை தீயைவிட மோசம்' என்கிறது:

'தீயவை தீய பயத்தலால், தீயவை
தீயினும் அஞ்சப் படும்.'

தீயவற்றைச் செய்யும்போது, தனக்குள்ளிருந்து அச்சம் வரும். மற்ற அச்சங்கள் எல்லாம் வெளியிலிருந்து வருபவை. இவற்றைச் சேக்கிழார் ஐந்து வகைகளாகத் தொகுத்துச் சொல்கிறார், பெரியபுராணத்தில்:

'மாநிலம்காவலன்ஆவான், மன்னுயிர் காக்கும்காலைத்
தான்அதனுக்கு இடையூறு தன்னால், தன் பரிசனத்தால்,
ஊனமிகு பகைத்திறத்தால், கள்வரால், உயிர்தம்மால்
ஆனபயம் ஐந்தும் தீர்த்து அறம்காப்பான் அல்லனோ!'

மாநிலத்தைக் காக்கும் அரசன், மக்களை ஐந்து பயங்களில் இருந்து காப்பாற்றவேண்டும். முதலில், அரசன் தன்னை ஏதும் செய்துவிடுவானோ என்கிற அச்சம் (நேர்மையாக வாழும் மக்களுக்கு இருக்கக்கூடாது).

அரசன் செய்யாவிட்டால் என்ன? அவன்மேல் அன்புகொண்ட யாராவது மக்களைத் துன்புறுத்தினால்? அரசனின் ஆட்கள் தன்னை ஏதாவது செய்துவிடுவார்களோ என்ற அச்சமும் மக்களுக்கு வராதபடி காக்கவேண்டியது அந்த அரசனின் கடமை.

அதன்பிறகு, பகைவர்களால் வரும் ஆபத்து, கள்வர்களால் வரும் ஆபத்து, நிறைவாக, சக உயிர்களால் வரும் ஆபத்து, அதாவது, மக்கள் தங்களுக்குள் மோதிக்கொள்ளாதபடி காப்பதும் அரசனின் கடமைதான்!

இந்தப் பகைவர்களால் வரும் ஆபத்தைத் திருவள்ளுவர் இரண்டாகப் பிரிக்கிறார்: வாள் ஏந்திப் போர் செய்ய வருகிற பகைவர்கள், நட்போடு கைகுலுக்க வரும் பகைவர்கள்.

இதில் முதல்வகையைப் பார்த்து அஞ்சவேண்டியதில்லை, வீரம் இருந்தால் அவர்களை எதிர்கொண்டுவிடலாம்.

இரண்டாவதுவகை கொஞ்சம் சிக்கலானது, வருகிறவன் உண்மையான நண்பனா அல்லது நண்பனைப்போல் நடித்து நம்மைக் கவிழ்க்கப்போகிறானா என்று எப்படிக் கண்டறிவது? ஆகவே, இவர்களைப்பார்த்துதான் அஞ்சவேண்டும் என்கிறார் திருவள்ளுவர்:

'வாள்போல் பகைவரை அஞ்சற்க, அஞ்சுக
கேள்போல் பகைவர் தொடர்பு.'

பகைவர்கள்கூட வேண்டியதில்லை, நம் அருகிலேயே இருந்து தப்புத்தப்பாக யோசனை சொல்லும் நண்பர்களைப்பார்த்துக்கூட அஞ்சவேண்டும். இதற்கும் ஒரு திருக்குறள் உண்டு:

'பழுதுஎண்ணு மந்திரியின், பக்கத்துள் தெவ்வோர்
எழுபதுகோடி உறும்.'

ஓர் அரசனுக்குத் தவறான யோசனைகளைச் சொல்லித்தரும் ஒரு மந்திரி இருப்பதைவிட, எழுபது கோடி பகைவர்கள் இருக்கலாம். பகைவர்களைச் சமாளிப்பது சுலபம், இதுபோன்ற 'நண்பர்'களைச் சமாளிப்பது சிரமம்!

இதே கோணத்தில் இன்னொரு குறள்:

'கனவிலும் இன்னாதுமன்னோ, வினைவேறு,
சொல்வேறுபட்டார் தொடர்பு.'

சிலர் இரவில் கெட்ட கனவு கண்டு விழித்துக்கொள்வார்கள். அதன்பிறகு, அதையே எண்ணிப் பயந்து நடுங்குவார்கள்.

அதுபோன்ற கனவுகளைவிட மோசமானது, சொல்வேறு, செயல்வேறு என்று இருக்கும் வஞ்சகர்களுடைய நட்பு.

அப்படியானால் இந்தமாதிரி ஆள்களைப் பகைத்துக்கொண்டு விடலாமா?

இந்தக் கேள்விக்கு விளம்பிநாகனாரின் நான்மணிக்கடிகைப் பாடல் ஒன்று பதில் சொல்கிறது:

‘கள்ளாமை வேண்டும் கடியவருதலால்,
தள்ளாமை வேண்டும் தகுதிஉடையன,
நள்ளாமை வேண்டும் சிறியரோடு, யார்மாட்டும்
கொள்ளாமை வேண்டும் பகை.’

முதலில், எதையும் திருடக்கூடாது. காரணம், அது அஞ்சக்கூடிய துன்பங்களைத் தரும்.

அடுத்து, தகுதிஉடையவை நம்மைத் தேடி வரும்போது, அவற்றைத் தள்ளக்கூடாது. இன்னும் சரியாகச் சொல்வதென்றால், அவற்றைத் தேடிச் சென்று நமக்கு உரிமையாக்கிக்கொள்ளவேண்டும்.

மூன்றாவது, சிறியவர்களோடு நட்பு கூடாது. அடுத்து, யாருடனும் பகை கூடாது.

இந்த இரண்டையும் தொகுத்துப் பார்க்கும்போது, அற்பப்பயல்களுடன் பழகாமலே இருந்துவிடுவது நல்லது என்று புரிகிறது. பழகுவானேன், அப்புறம் அவர்களோடு பகையை உண்டாக்கிக்கொள்வானேன்?

சரி, சிறியவர்கள், பெரியவர்கள் என்று எப்படி வித்தியாசம் கண்டுபிடிப்பது?

திருவள்ளுவர் ஒரு வழி சொல்கிறார்:

‘சொல்ல, பயன்படுவர் சான்றோர்; கரும்புபோல்
கொல்ல, பயன்படும் கீழ்.’

சான்றோரிடம் நாம் ஒரு பிரச்னையைச் சென்று சொன்னாலே போதும், உடனடியாக அதை விசாரித்துச் செய்யவேண்டியதைச் செய்துவிடுவார்கள், நம் பிரச்னை தீர்ந்துவிடும்.

ஆனால், கயவர்கள் அப்படியில்லை, அவர்கள் கரும்புபோல, பிழிந்தால்தான் சாறு கிடைக்கும். திரும்பத் திரும்பச் சொல்லிச்

சொல்லி அவர்களிடம் நமக்கு வேண்டியதைப் பெறுவதற்குள் போதும் போதும் என்றாகிவிடும்.

திருவள்ளுவர் பயன்படுத்தும் கரும்பு உவமையில் இன்னொரு சிறப்பு, அப்படிப் பிழிந்தபிறகு, கரும்பு எதற்கும் பயன்படாது, வெறும் சக்கைதான்.

ஆக, வேறு வழியே இல்லை என்ற நிலையில்தான் அவர்கள் மற்றவர்களுக்கு உதவுவார்கள். அப்படிப்பட்டவர்கள் கீழ்மையானவர்கள் என்று தெரிந்துகொள்ளவேண்டும்.

ஒருவன் கயவனாக இருந்தான், ஆனால் இப்போது, நல்லவர்களுடன் பழகி நல்லவனாக மாறிவிட்டான். அவனை நம்பலாமா?

மனிதர்கள்மீது நம்பிக்கை அவசியம். ஆனால் அதேசமயம், ஓர் எச்சரிக்கை உணர்வும் இருக்கவேண்டும். இதனைப் 'பழமொழி நானூறு' பாடலொன்றில் முன்றுறையரையனார் சொல்கிறார்:

'மிக்குப் பெருகி, மிகுபுனல் பாய்ந்தாலும்
உப்புஒழிதல் செல்லா ஒலிகடல்போல், மிக்க
இனநலம் நன்குஉடைய ஆயினும் என்றும்
மனநலம் ஆகாவாம் கீழ்.'

பெரிய கடல், அதில் மழை பெய்கிறது, நல்ல நீர் ஏராளமாகச் சேர்கிறது. அதனால், அந்தக் கடலின் உப்புத்தன்மை மாறிவிடுமா? கடல் நீர் இனிக்க ஆரம்பித்துவிடுமா?

எத்தனை நல்ல நீர் சேர்ந்தாலும், கடல் உப்பாகத்தான் இருக்கும். அதுபோல, கீழ்மக்கள் என்னதான் உயர்ந்தவர்களோடு சேர்ந்து பழகினாலும், அவர்களுடைய மனம் மாறாது. கடல்நீரைக் குடிநீராக்குகிற இயந்திரம்போல், அவர்களே மெனக்கெட்டுத் தங்களை மாற்றிக்கொண்டால்தான் உண்டு.

ஆனால், 'பூவோடு சேர்ந்து நாரும் மணக்கும்' என்பார்களே.

அதுவும் உண்மைதான். ஆனால், நார் பூவாகிவிடாதல்லவா?

அந்த வித்தியாசம் நம் மனத்தில் தெளிவாக இருக்கவேண்டும், வெறும் புறத்தோற்றத்துக்கு மயங்கிவிடக்கூடாது.

இதே பாடலுக்கு இன்னொரு விளக்கமும் சொல்லலாம், கடல்நீரில் நுழைந்த நல்ல நீரும் கெட்டுப்போய்விடும், அதுபோல, தீயவர்களோடு பழகுகிறவர்களுக்கும் தீய செயல்கள் பழகிவிடும்.

நிஜமான அறிவு என்பது, தனக்குத் துன்பம் செய்தவர்களுக்கும் துன்பம் செய்யாமல் பொறுமையுடன் இருத்தல்தான். கண்ட கடலோடு சேர்ந்து உப்பாகிவிடாமலிருப்போம்:

> ‘அறிவினுள் எல்லாம் தலைஎன்ப, தீய
> செறுவார்க்கும் செய்யா விடல்.’

7

உங்களுடைய மிகச் சிறந்த நண்பர் யார்?

பள்ளியில், கல்லூரியில், அலுவலகத்தில், அதற்கு வெளியில், இணையத்தில், உறவுகளிடையே அந்தச் சிறந்த நண்பரைத் தேடாதீர்கள். உங்களுடைய மிகச் சிறந்த நண்பர் நீங்களேதான்.

அது எப்படி?

என்னதான் பெரிய நட்பாக இருந்தாலும், அவர்கள் இரண்டு வெவ்வேறு நபர்கள் என்பது உண்மைதானே? இருவருக்கும் தனித்தனியே சிந்திக்கும் மனம் உண்டு, தனித்தனித் தேவைகள், எதிர்பார்ப்புகள் உண்டு.

ஆகவே, 'ஒன்றுபோல் சிந்தித்தல்' என்பதும், 'எப்போதும் துணையிருத்தல்' என்பதும் சாத்தியமே இல்லை. எத்தனை உதவினாலும், அவர் இன்னொருவர், அதுதான் எதார்த்தம்.

அதற்காக, நட்பே கூடாது என்று சொல்லவில்லை. நட்புகள் அவசியம், அவற்றை அனுபவிக்கலாம், ஒருவருக்கொருவர் உதவிக்கொண்டு மகிழலாம், ஆனால் அதைமட்டும் நம்பி இருந்துவிடக்கூடாது. நமக்குத் துணை நாம்தான் என்பதை மனத்தில் வைக்கவேண்டும்.

இந்த 'நாம்', வேறுவிதமாகச் சிந்திக்காது, சுயநலம் இருக்காது, அப்படியே இருந்தாலும், அது 'நமக்கு' நன்மையாகவே அமையும்.

ஆகவே, நல்ல நண்பர்களைச் சிரமப்பட்டுத் தேர்ந்தெடுக்கவேண்டும் என்று பெரிதாக அலட்டிக்கொள்ளாதீர்கள், அது இயல்பாக அமையட்டும், மற்றபடி, உங்களுக்கு நீங்களே மருத்துவம் பார்த்துக்கொள்ளுங்கள், அதாவது, உங்கள் பிரச்னையை நீங்களே தீர்த்துக்கொள்ளுங்கள் என்கிறது பழமொழி நானூறு. முன்றுறையரையனாரின் அந்தப் பாடல்:

> 'எமக்குத் துணைஆவார் வேண்டும்என்று எண்ணித்
> தமக்குத் துணைஆவார் தாம்தெரிதல் வேண்டா,
> பிறர்க்குப் பிறர்செய்வது உண்டோ? மற்றுஇல்லை,
> தமக்கு மருத்துவர் தாம்.'

பிறர் உதவுவார்கள் என்று காத்திருப்பது புத்திசாலித்தனமில்லை, நமக்குள் துணிவும் பலமும் திறனும் இருக்கவேண்டும், அதன்பிறகு நண்பர்கள் உதவினால் மகிழ்ச்சி.

உண்மையில், நண்பர் என்பவர் இன்னொருவராக இல்லாமல், நாமாகவே இருக்கும் நிலைதான் நட்பின் உச்சம் என்கிறார் திருவள்ளுவர்:

> 'நட்பிற்கு வீற்றுஇருக்கை யாதுஎனில், கொட்புஇன்றி
> ஒல்லும்வாய் ஊன்றும் நிலை.'

'கொட்பு' என்ற சொல்லுக்கு, மனச்சுழற்சி என்று பொருள். மனத்தடுமாற்றம், வேறுபாடு என்று இங்கே பொருள் எடுத்துக்கொள்ளலாம். நான் வேறு, நீ வேறு என்று பிரித்துப்பார்க்கிற தன்மை இல்லாமல், இருவரும் ஒன்றே என்று நினைத்தால், 'தமக்கு மருத்துவர் தாம்' என்பது, 'தமக்கு மருத்துவர் தம்நண்பர்' என்று மாறும், காரணம், தாமே தம் நண்பராகிவிடுவதால்.

அடுத்த திருக்குறளில் இதையும் சொல்கிறார் திருவள்ளுவர்:

> 'இனையர் இவர்எமக்கு, இன்னம்யாம் என்று
> புனையினும் புல்என்னும் நட்பு.'

ஒரு நண்பரைச் சுட்டிக்காட்டி, 'இவர் எனக்கு இவ்ளோ முக்கியம், நான் இவர்மேல இவ்ளோ அன்புவெச்சிருக்கேன்' என்றெல்லாம் விளக்கவேண்டியதில்லை, அப்படிச் செய்தால் நட்பின் பெருமை குறைந்துவிடும்.

ஏன் அப்படிச் சொல்கிறார்?

ஒரு நல்ல விருந்தைச் சாப்பிடுகிறீர்கள். 'சோறு பிரமாதம், அதுல ஊத்தின குழம்பு பிரமாதம், குழம்புல போட்ட கத்தரிக்காய் பிரமாதம்' என்றா பாராட்டுவீர்கள்? சாப்பாடு திருப்தியாக இருந்தது என்பதுதானே மிகப்பெரிய பாராட்டு?

அதாவது, சோறு, குழம்பு, காய், பொரியல் என்றெல்லாம் பிரித்துப்பார்க்காமல், அது ஒரு விருந்தாக மனத்தில் பதிகிறது, பாராட்டுப்பெறுகிறது. அதுபோல, நட்பு என்பது இருவரைப் பிணைத்துவிடுகிறது, அதன்பிறகு, அவர்கள் இருவர் அல்ல, ஒருவர்தான், இவர் எனக்கு இப்படி என்றால், இவர் வேறு, அவர் வேறு என்கிற எண்ணம் வந்துவிடுகிறது, அது நட்புக்கு அவமானம்.

எல்லா நட்புகளும் இப்படித்தானா?

தங்கத்தில் மட்டரகம், உயர்ந்தரகம் என்று இருப்பதுபோல, நட்பிலும் வகைகள் உண்டு. சில நட்புகளைக் கொண்டாடவேண்டும், சிலவற்றை வெட்டி எறிவதே நல்லது.

இதையும் திருவள்ளுவர்தான் சொல்கிறார்:

> 'ஊதியம் என்பது ஒருவற்குப் பேதையார்
> கேண்மை ஒரீஇ விடல்.'

ஒருவனுடைய உண்மையான செல்வம், வருவாய் என்ன தெரியுமா? அறிவில்லாதவர்களுடைய நட்பை அகற்றுவதுதான்.

காரணம், இந்த அறிவில்லாதவர்கள் ஏற்கெனவே நமக்கு இருக்கிற நல்ல குணங்களை, நல்ல நட்புகளைக் கெடுத்துவிடுவார்கள், ஆகவே, அவ்வப்போது களையெடுத்துக்கொண்டே இருக்கவேண்டும்.

நட்பு என்பது நீ இதைக் கொடு, நான் அதைத் தருகிறேன் என்கிற பரிமாற்றம் அல்ல. அப்படிக் கணக்குப்பார்த்து நண்பராக இயலாது, அப்படிப்பட்ட நண்பர்களுடன் பழகுவது நமக்குச் சிரமத்தையே கொண்டுவரும்.

காரணம், என்றைக்காவது நமக்கு உதவி தேவைப்படும்போது, இவர்கள் அதில் தங்களுக்கு என்ன ஆதாயம் உண்டு என்றுதான் பார்ப்பார்கள். அவ்வப்போது தொடர்ந்து இவர்களுக்கு நாம் உதவிக்கொண்டிருந்தால்தான் நம்மை மதிப்பார்கள்.

இதனை விளக்குவதற்கு, நாலடியார் மூன்று மரங்களை எடுத்துக்கொள்கிறது: பாக்குமரம், தென்னைமரம், பனைமரம்.

பாக்குமரத்துக்குத் தினமும் தண்ணீர் ஊற்றவேண்டும், அப்போதுதான் அது பலன் தரும்.

அதுபோல, சில நண்பர்களுக்குத் தொடர்ந்து ஏதாவது செய்துகொண்டே இருக்கவேண்டும், அப்போதுதான் அவர்கள் நம்மிடம் பழகுவார்கள்.

தென்னைமரத்துக்கு அவ்வப்போது தண்ணீர் ஊற்றினால் போதும். அதுபோல, சில நண்பர்களுடன் அவ்வப்போது தொடர்பில் இருந்தால், நட்பு தொடரும்.

பனைமரத்துக்கு நாம் தண்ணீர் ஊற்றவேண்டியதே இல்லை. நட்டுவைத்தால் போதும், தனக்கு வேண்டிய தண்ணீரைத் தானே பெற்றுக்கொண்டு வளரும், நமக்குப் பலன் தரும்.

அதுபோல, சிறந்த நண்பர்களுடன் ஒருமுறை பழகினால் போதும், தினமும் அதை நிரூபித்துக்கொண்டிருக்கவேண்டியதில்லை, அவர்கள் என்றைக்கும் நம்முடைய தோழர்களாக இருப்பார்கள்.

ஆகவே, உங்கள் தோழர்களைப் பனைமரம், தென்னைமரம், பாக்குமரம் என்று பிரிக்கவேண்டும்:

'கடைஆயார் நட்பில் கமுகுஅனையர், ஏனை
இடைஆயார் தெங்கின்அனையர், தலைஆயார்
எண்அரும் பெண்ணைபோன்று இட்டஞான்று இட்டதே
தொன்மைஉடையார் தொடர்பு.'

அது சரி, இதுபோன்ற நட்புகள் நமக்கு எப்படி அமையும்?

இது ஒரு கண்ணாடிமாதிரிதானே? வெளியே உள்ளது அங்கே பிரதிபலிக்கப்படும். நட்பும் அப்படித்தான்.

அதாவது, நாம் ஒருவரிடம் பனைபோன்று நட்பை வெளிப்படுத்தினால், அவரும் நம்மிடம் பனைபோன்ற நட்பைக் காட்டுவார். பாக்குமரம்போன்று சுயநலமாக இருந்தால், அதுவே நமக்கும் கிடைக்கும்.

ஆனால், சிலரிடம் நாம் பனைபோல நட்பாக இருந்தாலும், அவர்கள் பதிலுக்கு நம்மிடம் அப்படி நடந்துகொள்வதில்லையே, பாக்குமரம்போல் சுயநலமாக இருக்கிறார்களே, நம் தலையில் மிளகாய் அரைக்கிறார்களே!

உண்மைதான். சில கண்ணாடிகள் கோணலாக இருக்கின்றன, அவற்றில் அழகிய காட்சிகூட அசிங்கமாகத் தெரிகிறது.

ஆனால், அது காட்சியின் குறை அல்ல, கண்ணாடியின் குறை.

அதாவது, அவர்கள் எல்லா நண்பர்களிடமும் அப்படிதான் நடந்துகொள்வார்கள். இயன்றால் அவர்களைத் திருத்தலாம், இல்லாவிட்டால், வள்ளுவர் சொன்னதுபோல் வெட்டிக்கொண்டு வந்துவிடலாம். அதுபோன்ற நட்பு நமக்கு அவசியமில்லை.

ஒருவருடைய நட்பு நல்லதா, கெட்டதா என்பதை யார் தீர்மானிக்கவேண்டும்?

வேறு யார்? அந்த நட்பை ஏற்றுக்கொண்ட நாம்தான்!

வீட்டில் ஆங்காங்கே பொருள்கள் கிடக்கின்றன என்றால், அதில் வேண்டியவற்றை எடுத்துக்கொண்டு, வேண்டாதவற்றை வீசி எறிகிறோம். இந்த விஷயத்தில் நாம் இன்னொருவருடைய உதவியை எதிர்பார்ப்பதில்லை, அப்படி எதிர்பார்த்தால், நல்ல பொருள்களைக்கூட வீசி எறிந்துவிடுவோம்.

உதாரணமாக, அங்கே கிடக்கும் கயிறு எதற்கோ பயன்படும் என்பது நமக்குத் தெரியும், ஆகவே, அதை எடுத்துப் பத்திரப்படுத்துகிறோம். இன்னொருவரிடம் அந்தப் பொறுப்பை ஒப்படைத்தால், 'இந்தக் கயிறு வீண்' என்று அவர் தீர்மானித்துவிடக்கூடும்.

நண்பர்களும் அதுபோல்தான். 'இவருடைய நட்பு உனக்கு வேண்டாம்' என்று இன்னொருவர் வந்து சொன்னால், அதை அப்படியே ஏற்றுக்கொண்டுவிடக்கூடாது, அந்த நட்பு வேண்டுமா வேண்டாமா என்பதை நாம்தான் ஆராய்ந்து தீர்மானிக்கவேண்டும்.

அதேசமயம், அப்படிச் சொல்கிறவர்களைப் புறக்கணிக்க வேண்டியதில்லை. 'இவர் கோள் சொல்கிறார்' என்று அலட்சியப்படுத்த வேண்டியதில்லை, ஒருவேளை அவர் சொல்வதில் உண்மை இருக்கலாம்.

ஆகவே, 'உன் ஃப்ரெண்ட் இப்படியாமே' என்று யாராவது சொன்னால், 'அப்படியா?' என்று அவரைக் கேட்கக்கூடாது, நாமே பார்க்கவேண்டும், அல்லது நாலு பேரைக் கேட்கவேண்டும், இந்த ஆராய்ச்சியின் அடிப்படையில்தான் அந்த நட்பை ஏற்றுக்கொள்ளவேண்டும், அல்லது ஒதுக்கவேண்டும்.

ஒரு நட்பை ஆராய்ந்தேன். ஆங்காங்கே குறைகளும் ஆங்காங்கே நிறைகளும் தெரிகின்றன. என்ன செய்வது?

அற்பகுணம் கொண்டவர்களுக்குக் குறைகள்மட்டும்தான் தெரியும், உயர்ந்தகுணம் கொண்டவர்களுக்கு நிறைகள்

மட்டும்தான் தெரியும் என்கிறது பழமொழி நானூறு.

'இடையீடுஉடையார் இவர்அவரோடு என்று
தலைஆயார் ஆராய்ந்தும் காணார், கடைஆயார்
முன்நின்று கூறும் குறளை தெரிதலால்
பின்இன்னா பேதையார் நட்பு.'

நாம் இந்த இரு வகைகளுக்கும் நடுவில் இருப்பதால், நமக்கு ஒருவரிடம் உள்ள குறைகளும் தெரியும், நிறைகளும் தெரியும். இரண்டையும் எடைபோட்டு ஒன்றைத் தேர்ந்தெடுக்கவேண்டும் என்கிறது திருக்குறள்:

'குணம்நாடி, குற்றமும்நாடி, அவற்றுள்
மிகைநாடி மிக்கக் கொளல்.'

குணத்தையும் குற்றத்தையும் ஆராய்ந்து, அவற்றில் எது அதிகம் என்பதைப் பார்த்து அதன் அடிப்படையில் தீர்மானிக்கவேண்டும். சில குற்றங்களுக்காக ஒரு நல்லவரைப் புறக்கணித்துவிடுவதும் இழப்புதான், சில நல்ல குணங்களுக்காகத் தீயவர்களிடம் தொடர்ந்து பழகுவதும் ஆபத்துதான்.

ஒரு நல்ல நண்பர், என்றைக்கோ கோபத்தில் நம்மிடம் சில சுடுசொற்களை வீசிவிடுகிறார். அதைக் காரணமாகச் சொல்லி அவரைப் பிரிந்து சென்றுவிடலாமா?

நான்மணிக்கடிகையில் விளம்பிநாகனாரின் பாடலொன்று இதற்குப் பதில் சொல்கிறது:

'மலைப்பினும் வாரணம் தாங்கும், அலைப்பினும்
அன்னேஎன்று ஓடும் குழவி, சிலைப்பினும்
நட்டார் நடுங்கும் வினைசெய்யார், ஒட்டார்
உடன்உறையும் காலமும் இல்.'

யானையை அதன் பாகன் என்னதான் கோபித்தாலும், அது அவனைத் தாங்கிச்செல்லும், அவன்மீது கோபப்படாது. தாய் எவ்வளவுதான் கோபித்தாலும், 'அம்மா' என்று அவளிடம் குழந்தை ஓடும்.

அதுபோல, என்னதான் ஒருவர் கோபப்பட்டாலும், உண்மையான நட்புள்ளவர்கள் அவர்களுக்குத் தீமை செய்ய எண்ணமாட்டார்கள். 'ஏதோ சூழ்நிலையில் அவன் அப்படி நடந்துவிட்டான்' என்று புரிந்துகொள்வார்கள்.

தீயவர்கள் அப்படியில்லை. இதுதான் சாக்கு என்று வெட்டிக்கொண்டு சென்றுவிடுவார்கள்.

காரணம், அவர்கள் எப்போதும் உண்மையான நட்புடன் பழகவில்லை. ஆகவே, ஒரு சிறிய பிரச்னைகூட அவர்களைப் பிரித்துவிடுகிறது.

சில நேரங்களில், கோபத்தால் அன்றி, உண்மையான அக்கறையால் சில நண்பர்கள் நம்மீது கோபப்படுவார்கள், 'நீ செய்வது சரியல்ல' என்பார்கள்.

உடனே, 'இப்படிப் பேசறியே, நீயெல்லாம் ஒரு நண்பனா?' என்று கேட்கக்கூடாது. பிழையைச் சுட்டிக்காட்டுபவன்தான் உண்மையான நண்பன் என்கிறார் பாரதியார்:

'நெஞ்சில்
கள்ளத்தைக்கொண்டு ஒரு வார்த்தைசொன்னால் அங்கு
காறி உமிழ்ந்திடுவான்.'

செயல்கூட அப்புறம்தான், வார்த்தையில் கள்ளம் தெரிந்தாலே நண்பன் சுட்டிக்காட்டவேண்டும், 'நீ செல்லும் திசை சரியல்ல, இப்படிச் சிந்திக்காதே' என்று சொல்லவேண்டும். அதையும் மீறிச் செய்தால், கண்டிக்கவேண்டும், அவன் என்ன நினைப்பானோ என்று தயங்கக்கூடாது, நண்பன் என்பதற்காக எல்லாவற்றையும் ஆதரிக்கவேண்டியதில்லை. இதைத் திருக்குறளும் வலியுறுத்துகிறது:

'நகுதற்பொருட்டுஅன்று நட்டல், மிகுதிக்கண்
மேற்சென்று இடித்தற்பொருட்டு.'

நட்பின் நோக்கம், சேர்ந்து அரட்டையடித்துச் சிரிப்பது அல்ல.

ஏதாவது பிழை செய்தால் சுட்டிக்காட்டித் திருத்துவதுதான்.

இது பரஸ்பரம் நடக்கிற ஒன்றாக இருக்கவேண்டும், அதாவது, நமக்குப் பிழையைச் சுட்டிக்காட்டுகிற நண்பன் நாளைக்கு ஒரு பிழை செய்யலாம், அப்போது நாமும் சுட்டிக்காட்டவேண்டும். அதற்காகக் கோபித்துக்கொள்வானோ என்று நினைத்தால் அது நம் தவறு, அதைச் சொல்லி, உண்மையிலேயே கோபித்துக்கொண்டால் அது அவனுடைய தவறு!

அந்த நட்பு உயர்வானதாக இருந்தால், இப்போது கோபப் பட்டாலும், பிறகு அந்த நண்பன் உண்மையை உணர்வான், 'என் நல்லதுக்காகத்தான் நீ சொல்லியிருக்கே, நான்தான் அவசரப்பட்டுட்டேன்' என்று திரும்ப ஒட்டிக்கொள்வான்.

ஆனால், முந்தைய நட்போடு ஒப்பிடும்போது, அது ஒருமாற்றுக் குறைவுதான் என்கிறார் சிவப்பிரகாசசுவாமிகள். அவருடைய 'நன்னெறி'ப் பாடல்:

'நீக்கம்அறும் இருவர் நீங்கிப் புணர்ந்தாலும்
நோக்கின் அவர்பெருமை நொய்தாகும், பூக்குழலாய்!
நெல்லின் உமிசிறிது நீங்கிப் பழமைபோல்
புல்லினும் திண்மைநிலை போம்.'

ஒருவரை ஒருவர் பிரியாத நட்போடு இருக்கும் இரண்டு பேர், ஏதோ காரணத்தால் பிரிந்து, மீண்டும் சேர்கிறார்கள். ஆனால், அந்த நட்பு அத்தனை உயர்வாக இருக்காது.

நெல்லில் இருக்கும் உமியைக் கொஞ்சம் நீக்கிவிட்டுப் பழையபடி சேர்த்தால், அது முளைக்குமா? அதுபோலதான் நட்பும்!

குறைகளைச் சுட்டிக்காட்டுவதுமட்டும் நட்பல்ல, நண்பனின் உயர்வுக்காகப் பாடுபடுவதும் அவசியம் என்கிறது சிறுபஞ்சமூலம். மனிதப் பிறவியின் பலன் என்று ஐந்து விஷயங்களைச் சொல்லும் காரியாசான் முதலாவதாக, 'நட்டாரை ஆக்கி' என்கிறார். அதாவது, நண்பர்களைச் சிறப்பாக்குவது, பணக்காரர்களாக்குவது, நல்ல குணமுள்ளோராக ஆக்குவது.

இவற்றோடு, பகைவர்களையும் நண்பர்களாக ஆக்கலாம் என்கிறார் பூதஞ்சேந்தனார். அவரது 'இனியவை நாற்பது' பாடல்:

> 'நட்டார்க்கு நல்ல செயல் இனிது, எத்துணையும்
> ஒட்டாரை ஒட்டிக்கொளல் அதன்முன் இனிதே.'

நண்பர்களுக்கு நல்லவற்றைச் செய்வது இனிது. அதைவிட இனிது, சிறிதும் நம்மோடு சேராமல் ஒதுங்கியிருப்பவர்களைத் தேடிச் சென்று நண்பர்களாக்கிக்கொள்ளுதல்.

அதற்காக, எல்லாப் பகைவர்களுடனும் நட்பாகிவிடக்கூடாது. தகுதியுள்ளவர்களைத் தேர்ந்தெடுத்துப் பழகவேண்டும். நான்மணிக்கடிகையில் விளம்பிநாகனார் சொல்வது:

> 'பெய்த
> கலம்சிதைக்கும் பாலின் சுவையை, குலம்சிதைக்கும்
> கூடார்கண் கூடிவிடின்.'

பாலை ஒரு மோசமான பாத்திரத்தில் ஊற்றிவைத்தால், அது கெட்டுப்போகும். அதுபோல, நாம் எவ்வளவுதான் நல்லவர்களாக இருந்தாலும், நண்பர்களாகப் பழகத் தகுதியில்லாதவர்களோடு சேர்ந்தால், தீமை வரும். ஆகவே, நண்பர்களைக் கவனித்துத் தேர்ந்தெடுக்கவேண்டும்.

சிலரோடு நட்புகொள்ளத் தொடங்கியபிறகும், அது சரிப்படவில்லை என்று உணர்ந்து விலகலாம். அதைக் கண்டறிய 'நன்னெறி'யில் சிவப்பிரகாசசுவாமிகள் ஒரு வழி சொல்கிறார்:

> 'நல்லார் செயும்கேண்மை நாள்தோறும் நன்றுஆகும்,
> அல்லார் செயும்கேண்மை ஆகாதே, நல்லாய்கேள்,
> காய்முற்றின் தின்தீங்கனிஆம், இளந்தளிர்நாள்
> போய்முற்றின் என்னாகிப்போம்?'

நல்லவர்களோடு கொள்ளும் நட்பு, நாளுக்கு நாள் வளரும், ஆனால், தீயவர்களோடு கொண்ட நட்பு அப்படியல்ல, அது தேயும்.

ஒரு காயைச் செடியில் வளரவிட்டால், அது கனியாகும், அதைச் சாப்பிடலாம். அதே செடியில் உள்ள ஓர் இலையை வளரவிட்டால், அது சருகாகி, வீணாகும். அதுபோல, நல்ல நட்பு மேம்படும், தீய நட்பு குறுகிப்போகும்.

நல்ல நட்பு, இரண்டறக் கலந்துவிடும், உயர்வு, தாழ்வு பார்க்காது. வாலி ஒரு திரைப்பாடலில் எழுதியதுபோல்:

> 'உயர்ந்தவன், தாழ்ந்தவன்
> இல்லையே நம்மிடம்!'

8

‘நாளைக்குக் கண்டிப்பாச் செஞ்சுடலாம்’

இப்படி ஒருவர் சொல்லும்போது, அதை நீங்கள் நம்புவீர்களா? மாட்டீர்களா?

அது அந்த நபரைப்பொறுத்தது. அவர் ஏற்கெனவே இதுபோல் சொன்ன விஷயங்களையெல்லாம் சரியாகச் செய்திருந்தார் என்றால், இப்போதும் செய்துவிடுவார் என்று நம்புவோம். ஒருவேளை சொதப்பியிருந்தால், நம்பமாட்டோம்.

அவர் நம்பகமானவர்தான். ஆனால் இப்போது, மது அருந்தியிருக்கிறார். அப்போது, அவர்மீது எவ்வளவுதான் நம்பிக்கை இருந்தாலும், இந்த வாசகத்தின்மீது சந்தேகம் இருக்கும். ‘குடிகாரன் பேச்சு, விடிஞ்சாக்காப் போச்சு’ என்று அழகான பழமொழியே இருக்கிறது.

காரணம், கள் உண்ட ஒருவருடைய மூளை அவரது கட்டுப்பாட்டில் இல்லை. அப்போது அவர் பேசுகிறவற்றை அவர் உணர்ந்து பேசுவதாக எண்ணஇயலாது.

இதை ‘இன்னாநாற்பது’ பாடலொன்றில் சொல்கிறார் கபிலர்:

'கள்உண்பான் கூறும் கருமப்பொருள் இன்னா,
முள்உடைக் காட்டில் நடத்தல் நனிஇன்னா,
வெள்ளம்படு மாக் கொலை இன்னா, ஆங்குஇன்னா
கள்ள மனத்தார் தொடர்பு.'

ஒருவன் கள் உண்டுகொண்டிருக்கிறான் என்றால், அவன் செய்வதாகச் சொல்லும் வேலைகள் நடக்காது, அது தீமையாகவே அமையும். முள் உள்ள காட்டில் நடப்பதைப்போல, கள்ளமனம் கொண்டவர்களுடன் நட்பாகப் பழகுவதுபோல, வெள்ளத்தில் சிக்கித் தவிக்கும் ஒரு விலங்கு கரையேறாதபடி தடுத்துக் கொல்வதைப்போல, குடிப்பவன் சொல்வதை நம்பினால் நமக்குச் சிரமமே வரும்.

குற்றமில்லாத அறிவைக்கொண்டவர்கள் என்னவெல்லாம் செய்யமாட்டார்கள் என்று பட்டியல் போடும்போது, 'கள்உண்ணார்' என்கிறது நாலடியார்:

'கள்ளார், கள்உண்ணார், கடிவ கடிந்துஒரீஇ,
எள்ளிப் பிறரை இகழ்ந்துஉரையார், தள்ளியும்
வாயில் பொய் கூறார், வடுஅறு காட்சியார்,
சாயில் பரிவது இலர்.'

புத்திசாலிகள் திருடமாட்டார்கள், கள் உண்ணமாட்டார்கள்.

அடுத்து, அவர்கள் ஒருவரைப்பற்றிப்பேசும்போது, அவர்களிடம் குறையே இருந்தாலும்கூட, அதை இகழ்ந்து பேசமாட்டார்கள், தள்ளவேண்டியவற்றைத் தள்ளிவிட்டு, அவர்களிடம் உள்ள நல்லவற்றையே காண்பார்கள்.

அவர்களையே அறியாமல்கூட, அவர்கள் வாயில் பொய் வந்துவிடாது. எத்தனை தளர்ச்சி வந்தாலும் முயற்சியைக் கைவிடமாட்டார்கள்.

இந்த அம்சங்கள் ஒவ்வொன்றையும் தனித்தனியாகவும் பார்க்கலாம், இணைத்தும் பார்க்கலாம். தண்ணி போட்டால் திருடத்தோன்றும், பிறர்மீது உள்ள குற்றங்கள் பெரிதாகத்

தெரியும், அவர்களை இகழ்ந்து பேசவைக்கும், பொய் பேசவேண்டியிருக்கும், தளர்ச்சி அதிகரிக்கும், முயற்சி குறையும் என்றும் எடுத்துக்கொள்ளலாம்.

இப்படிக் கள்ளுண்பதால் என்னவெல்லாம் நடக்கும் என்பதை 'நீதிநூல்' பாடலொன்றில் விவரிக்கிறார் வேதநாயகம்பிள்ளை:

> 'வறுமையால் களவுசெய்வர், மையலால் காமத்துஆழ்வர்,
> குறுமைசேர் பகையினால் வெங்கொலைசெய்வர், வசையினோடும்
> சிறுமைதந்து, உயிர்இருந்தும் செத்தவர்ஆக்கி, இம்மை,
> மறுமையை அழிக்கும் கள்ளை மாந்தல் எப்பயன் வேட்டுஅம்மா?'

கள்ளை ஏன் அருந்துகிறீர்கள்? அதனிடம் நீங்கள் எதை எதிர்பார்க்கிறீர்கள்?

ஏதோ சந்தோஷம் வரும், கவலையை மறக்கலாம் என்று கள்ளிடம் வருகிறீர்களா? அது உண்மையில் என்னவெல்லாம் செய்யும் தெரியுமா?

கள்ளால் வறுமை வரும். உங்கள் வருமானமெல்லாம் அங்கே சென்றுவிடும், ஆகவே, அடுத்தவரிடம் திருடத் தோன்றும்.

இதுவரை திருட நினைத்திருக்கமாட்டீர்கள். இப்போது அதற்கான தைரியம் வரும், காரணம், அந்தக் கள்தான்.

கள்ளால் மயக்கம் வரும், அளவில்லாத காமத்தில் கிடப்பீர்கள். அடுத்தவர்கள் செய்கிற சிறிய பிழைகள்கூடப் பெரிதாகத் தோன்றும், அதற்காக அவர்களைக் கொல்லவும் துணிவீர்கள்.

மொத்தத்தில், கள் உங்களுக்குத் தரப்போவதெல்லாம், கெட்டபெயர், சிறுமை, வெறும் உயிர்கொண்ட ஜடம் என்கிற நிலைமை, இந்தப்பிறவி, அடுத்தபிறவி என்று எல்லாவற்றிலும் செய்த நல்ல விஷயங்களெல்லாம் அழிந்துபோதல்... வேறு எதையும் கள்ளிடம் எதிர்பார்க்காதீர்கள்!

அறிவுடையவர்கள் கள்ளுண்ணாமலிருப்பதுகூட அப்புறம்தான், அவர்கள் கள்ளுண்கிற இடத்துக்கே செல்லமாட்டார்கள்

என்கிறது பெருவாயின்முள்ளியார் எழுதிய ஆசாரக்கோவை:

> ‘கள்ளாட்டுக்கண்
> நிகர்இல் அறிவினார் வேண்டார் நீடுநிலை.’

அதாவது, அறிவுள்ளவர்கள் பிறர் கள்ளருந்துகிற இடத்தில் அதிக நேரம் நிற்க விரும்பமாட்டார்கள்!

பனைமரத்தின் அடியிலிருந்து பாலைக் குடித்தாலும் கள்போலதான் தெரியும் என்பார்கள். அந்தப் பனைமரம் பக்கத்திலேயே செல்லாமலிருப்பது உத்தமம் என்கிறது இந்தப் பாடல்!

‘கள்உண்ணும் மாந்தர் கருத்துஅறியாரே’ என்கிறார் திருமூலர். ‘கள் குடிக்கிறவனுக்கு என்ன தெரியும்? ஒண்ணும் தெரியாது. உண்மையான மகிழ்ச்சின்னா என்னன்னே தெரியாது’ என்று சொல்வதன்மூலம், ’என் சந்தோஷத்துக்கு நான் குடிக்கிறேன்’ என்கிற வாதத்தைப் போட்டு உடைத்துவிடுகிறார்.

சிலர் ரொம்ப நல்லவர்களாக இருப்பார்கள். ஆனால், அவ்வப்போது மது அருந்துவார்கள். மற்றபடி அவர்களிடம் எந்தத் தீய பழக்கமும் இருக்காது. பெருமளவு நல்லவர்கள் என்பதால், இந்த ஒரு பழக்கத்தைமட்டும் அனுமதிக்கலாமா?

‘கூடவே கூடாது’ என்கிறார் கம்பர்:

> ‘தாய்இவள், மனைவி என்னும் தெளிவு
> இன்றேல், தருமம் என்ஆம்?’

ஒருவன் என்னதான் பெரிய தருமவானாக இருந்தாலும், மது அருந்திவிட்டான் என்றால், தாய் யார், மனைவி யார் என்கிற வித்தியாசம்கூடத் தெரியாதவனாகிவிடுகிறான். அப்புறம் அவனிடம் எத்தனை நன்மைகள் இருந்து என்ன பிரயோஜனம்?

திருவள்ளுவர் கள்ளுண்ணாமைக்குத் தனி அதிகாரமே தந்திருக்கிறார்:

'உண்ணற்க கள்ளை, உணில் உண்க சான்றோரால்
எண்ணப்பட வேண்டாதார்.'

கள்ளை உண்ணக்கூடாது. அப்படி உண்ணவேண்டும் என்கிற ஆசை இருந்தால், சான்றோர் உங்களை நல்லவிதமாக எண்ணுவார்கள் என்கிற எண்ணத்தை விட்டுவிடுங்கள்.

இந்த விஷயத்தில் திருவள்ளுவர் விதிவிலக்குகளே தருவதில்லை. எப்பேர்ப்பட்ட ஆளாக இருந்தாலும், கள் குடித்தால் கெட்ட பெயர்தான், சான்றோர் அவர்களை மதிக்கமாட்டார்கள் என்று சொல்லிவிடுகிறார்.

சான்றோர் என்ன, பெற்ற தாயே முகம் சுளிப்பார் என்கிறார் அடுத்த பாடலில்:

'ஈன்றாள் முகத்தேயும் இன்னாதால், என்மற்றுச்
சான்றோர் முகத்துக் களி?'

நீ கள் குடித்தால் சான்றோர் மகிழ்வார்களா? அட, உன் சொந்தத் தாயே மதிக்கமாட்டாள். 'காக்கைக்கும் தன் குஞ்சு பொன்குஞ்சு' என்ற பழமொழியோடு இதனை இணைத்து வாசித்தால் இன்னும் அழுத்தம் அதிகரிக்கும்.

நமக்குத் தெரிந்தவர்கள் கள் குடித்தால் என்ன செய்யலாம்? அறிவுரை சொல்லலாமா?

'ம்ஹூம், பயன் இருக்காது' என்கிறார் திருவள்ளுவர். கள்ளுண்பவனுக்கு அறிவுரை சொல்வதும், நீரில் மூழ்கிக்கிடப்பவனை நெருப்பால் சுடுவதும் ஒன்றுதான் என்கிறார். அவனுக்கு அது புரியாது, திருந்தமாட்டான்:

'களித்தானைக் காரணம்காட்டுதல் கீழ்நீர்க்
குளித்தானைத் தீ துரீஇ அற்று.'

நாமக்கல் கவிஞர் கொஞ்சம் இரக்கப்பட்டு, 'ஒருவன் குடிப்பதைத் தடுப்போம், அவன் அடித்தாலும் தாங்கிக்கொண்டு அன்பாலே வெல்வோம்' என்கிறார்:

'குடிப்பதைத் தடுப்பதே கோடிகோடி புண்ணியம்,
அடிப்பினும் பொறுத்துநாம் அன்புகொண்டு வெல்லுவோம்.
மக்களை வதைத்திடும், மனைவியை உதைத்திடும்
துக்கமான கள்ளினைத் தொலைப்பதே துரைத்தனம்.'

ஏழைகள் கஷ்டப்பட்டு வேலை செய்து சம்பாதிக்கிறார்கள். பிறகு அந்தப் பணத்தை மதுக்கடைக்குக் கொடுத்துவிட்டு நடுத்தெருவில் விழுந்து கிடக்கிறார்கள். அதனால் அவர்களுடைய குடும்பத்தினர் அவதிப்படுகிறார்கள் என்பதைச் சொல்லி, இந்த மதுவை ஊரை விட்டே விரட்டவேண்டும் என்கிறார்:

'பாடுபட்ட கூலியைப் பறிக்கும் இந்தக்கள்ளினை
வீடுவிட்டு, நாடுவிட்டு வெளியிலே விரட்டுவோம்,
கஞ்சியின்றி மனைவி,மக்கள் காத்திருக்க வீட்டிலே,
வஞ்சமாகக் கூலிமுற்றும் வழிபறிக்கும்...'

கள்ளை அருந்துபவருக்குமட்டும் அதனால் சிரமம் இல்லை, ஒட்டுமொத்தச் சமூகத்துக்கும் சிரமம் என்கிறார் நாமக்கல் கவிஞர். காரணம், கள் அருந்துபவர்களால் குற்றச்செயல்கள் அதிகரிக்கின்றன, கண்மண் தெரியாமல் எதையாவது செய்துவிடுகிறார்கள்:

'தேசமெங்கும் தீமைகள் மலிந்தது இந்தக்கள்ளினால்,
குற்றம்ற்ற பேர்களும் கொலைஞர்ஆவர் கள்ளினால்.'

அதெல்லாம் சரி, இத்தனை தீமை தரும் கள்ளைக் கடைகளில் வைத்து விற்கலாமா? அதுவல்லவா முதல் பிழை:

'குற்றம்என்று யாருமே கூறும் இந்தக் கள்ளினை
விற்கவிட்டுத் தீமையை விதைப்பதுஎன்ன விந்தையே!'

இவ்வளவு அவஸ்தைக்குப்பதிலாக, கொஞ்சம்போல் வீட்டுக்குள் மறைவாகக் கள்ளை அருந்தினால் யாருக்கும் தெரியாது அல்லவா?

'களித்துஅறியேன் என்பது கைவிடுக; நெஞ்சத்து
ஒளித்ததூஉம் ஆங்கே மிகும்'

என்கிறார் திருவள்ளுவர். குடித்ததை மறைக்கலாம் என்று நினைக்காதீர்கள், மது உள்ளே சென்றவுடன், நீங்கள் நெஞ்சத்தில் ஒளித்துவைத்த விஷயங்களெல்லாம் கொட்டிவிடும், அப்போது நீங்கள் மது அருந்தியிருப்பதை எல்லாரும் தெரிந்துகொண்டுவிடுவார்கள்.

அப்படியானால், இந்த மதுவின் தாக்கத்திலிருந்து எப்படிதான் வெளியே வருவது?

மது அருந்தியிருக்கும்போது நாம் என்ன செய்கிறோம் என்பது நமக்கே தெரியாது. ஆகவே, அதை உணர்ந்து திருந்த வாய்ப்பு இல்லை.

அதற்குப்பதிலாக, மது அருந்தாத நேரத்தில், மது அருந்திய ஒருவரை வேடிக்கை பாருங்கள் என்கிறார் திருவள்ளுவர். அவன் செய்கிற கூத்துகளைப் பார்க்கும்போது, நாமும் இப்படிதானே செய்வோம், பிறர் நம்மைப்பார்த்துச் சிரிப்பார்களே என்பது புரியும்.

> 'கள்உண்ணாப்போழ்தில் களித்தானைக் காணுங்கால்
> உள்ளான்கொல் உண்டதன் சோர்வு.'

நாட்டுப்புறப்பாடல்களில் மதுவின் தீமைகளை நேரடியாகவே சொல்லும் பல வரிகள் உண்டு. உதாரணமாக:

> 'கள்ளெல்லாம் குடிக்காதேடா,
> கரும்புத்திக்காரப் பாவி,
> நித்தம் கள்ளக் குடிக்காதேடா,
> பித்தம்போய்ச் சிரசில்ஏறும்,
> பெண்டாட்டிய அடிக்காதேடா,
> புள்ளக்கொரு மாத்தம்வரும்!'

கள்ளில்லாத நாள்தான் நம்முடைய நாட்டுக்கு விடிவு என்று எழுதுகிறார் நாமக்கல் கவிஞர்:

'அழுதிடும் மக்களும் தொழுதிடும் மனைவியும்
ஐயோ! பசியுடன் காத்திருக்க
பொழுதுக்கும் உழைத்ததுமுழுவதும் கூலியைப்
போதையில் இழப்பதும் இனியில்லை!
பெற்ற தன்குழந்தைகள் சுற்றி நடுங்கிப்
பேய்எனும் உருவொடு வாய்குளற
உற்றவர், உறவினர் காறி உமிழ்ந்திட
ஊரார் நகைப்பதும் ஒழிந்ததுஇனி!
விடிகிறவரையிலும் அடிதடி ரகளை
வீதியில் மாதர்கள் ரோதனமும்
குடிவெறியால்வரும் கொடுமைகள் யாவையும்
கூண்டோடுஒழிந்தன இனிமேலே!'

அவர் காட்டும் அந்தப் பிம்பம் மிகவும் உருக்கமானது. 'அப்பா, குடிக்காதே' என்று குழந்தைகள் அழுகிறார்கள், மனைவி கை கூப்பிக் கெஞ்சுகிறாள், அன்றைய உழைப்பின் கூலியை அவர் கொண்டுவரமாட்டாரா என்று அவர்கள் பசியோடு காத்திருக்க, அதைப் போதையில் இழக்கிறான் அவன்.

இதை எடுத்துச்சொன்னால் அவன் கோபப்படுவானோ என்ற பயத்தில் எல்லாரும் நடுங்குகிறார்கள், அவன் வாய் குளறித் தடுமாறிக்கொண்டு ராத்திரிமுழுக்கத் தெருவில் சண்டை போடுவதைப்பார்த்துச் சுற்றத்தார் சிரிக்கிறார்கள், காறி உமிழ்கிறார்கள்.

குடித்தபோது, கொஞ்சம் வீட்டுக்குக் கொண்டுசெல்லலாம் என்ற எண்ணம் அவனுக்கு இருந்திருக்கும். ஆனால், குடிக்கக்குடிக்க, மேலும் குடிக்கும் ஆசை வரும், பணமெல்லாம் போய்விடும். அல்லது, அவன் பாக்கெட்டில் இருப்பதை யாராவது எடுத்துக்கொண்டுவிடுவார்கள்.

அந்த நிலை இனி வேண்டாம், மது இல்லாத உலகத்தை உருவாக்குவோம் என்பதே கவிஞரின் கனவு.

மதுவால் அரசாங்கத்துக்குப் பணம்வருவது உண்மைதான்.

ஆனால், அந்தப் பணம் நமக்குத் தேவையா? நல்லவர்கள் ஏற்காதவழியில் வரும் இந்தப் பணம் வேண்டாம் என்று தூக்கி எறிந்தால், அரசுக்கு ஏற்பட்ட பழி நீங்குமே!

'எல்லாவிதத்திலும் கள்ளால் வரும்பணம்
ஏளனத்துக்கே இடமாகும்,
நல்லார் சரிஎனக் கொள்ளா வரி,இதில்
நம்அரசு அடைந்திட்ட பழிநீங்கும்!'

அரசாங்கத்தின் கடமை என்ன என்பதையும் நினைவுபடுத்துகிறார் கவிஞர். குடிமக்களைப் போதையில் கிடக்கவிட்டு, அதன்பிறகு அவர்களுக்கு நீதியைச் சொல்லித்தந்து என்ன பயன்? அவர்களுக்கு ஊற்றிக்கொடுத்துப் பேதைகளாக ஆக்கிவிட்டு, அப்புறம் அதைச்செய்தான், இதைச்செய்தான் என்று சொல்வதில் நியாயம் உண்டா?

'போதையைத் தந்தபின் நீதியை ஓதுதல்
புத்திஉடை ஓர் அரசாமோ?
பேதைகள்ஆக்கிப்பின் பிழைபுரிந்தாய் எனல்
பேச்சுக்குஆகிலும் ஏச்சுஅன்றோ!'

இப்போதெல்லாம் குடிப்பது 'ஃபேஷன்' ஆகிவிட்டது. 'சும்மா ஜாலிக்குக் குடிக்கிறோம், இது ஒரு பெரிய விஷயமா?' என்கிறார்கள், 'கவலையை மறக்கக் குடிக்கிறோம்' என்கிறார்கள், இதனால் எந்தப் பிழையும் இல்லை என்கிற மனோநிலை வந்துவிட்டது.

உண்மையில், கள்ளருந்துவது மோசமான விஷயம் இல்லைதான். நம்முடைய பழம்பாடல்களிலேயே அரசர் தொடங்கிப் பொதுமக்கள்வரை ஆண்கள், பெண்கள் எல்லாரும் குடித்தார்கள் என்பதற்கான சான்றுகள் உள்ளன.

அதேசமயம், அது அளவுமீறும்போது, உடலை, மனத்தை, சமூகத்தைப் பாதிக்கும்போது அதற்கு அணைபோடவேண்டும். கட்டுப்பாடில்லாத பழக்கம் வேதனையைக் கொண்டுவரும் என்பதால்தான் இத்தனை பாடல்களில் அதன் தீமை விரிவாகப் பேசப்பட்டிருக்கிறது.

குறிப்பாக, ஒரு பிரச்னை வரும்போது அதைச் சந்திக்காமல் போதையில் அதனை மறக்க நினைப்பது ஆபத்தான பழக்கம். அது இளம்வயதிலேயே பழகிவிட்டால், பின்னர் எதையும் சந்திக்கப் பயப்படுவோம்.

வைரமுத்து எழுதிய ஒரு திரைப்பாடலில், 'கவலையை மறக்கக் குடிக்கிறோம்' என்று சிலர் சொல்கிறார்கள். அவர்களுக்குக் கவிஞர் சொல்லும் பதில்:

'வளர்ந்துவராத பிறையில்லை,
வடிந்துவிடாத நுரையில்லை,
திரும்பிவராத பகலில்லை,
திருந்திவிடாத மனமில்லை!'

எல்லாம் மாறும், அதுதான் உண்மை. இதை உணர்ந்தால், மதுபோன்ற குறுக்குவழிகளில் தீர்வுகளைத் தேடமாட்டோம்.

என்றைக்காவது ஒருநாள் குடிக்கிறோம், அது தவறா?

அதே பாடலில் இதற்கும் பதில் தருகிறார் வைரமுத்து:

'ஒருநாள் சுவைப்போம் என்று நினைத்தால்,
உயிரைச் சுவைக்கும்!'

இந்த விஷயத்தில் தனிநபர்களைவிட அரசாங்கத்துக்குதான் பொறுப்பு அதிகம் என்கிறார் புலமைப்பித்தன்:

'ஆகாயகங்கை காய்ந்தாலும் காயும்,
சாராயகங்கை காயாதடா,
ஆள்வோர்கள்போடும் சட்டங்கள் யாவும்,
காசுள்ளபக்கம் பாயாதடா!'

எத்தனை சட்டங்கள் போட்டாலும், சாராய முதலாளிகளிடம் உள்ள பணம் அதை மாற்றிவிடும். அதனால் பாதிக்கப்படப்போவது ஏழைகள்தான். அவர்கள் போதையில் நிற்க, அவர்களுடைய குடும்பங்கள் வீதியில் நிற்க, இதைத் தடுக்கப்போவது யார்? கள்ளுக்கடைக் காசில்தான் அரசியலும்

அரசாங்கமும் நடக்கிறது எனும்போது, இதை மாற்ற இயலுமா?

'குடிச்சவன் போதையில்நிற்பான்,
குடும்பத்தை வீதியில்வைப்பான்,
தடுப்பது யார்என்று கொஞ்சம் நீ கேளடா,
கள்ளுக்கடைக் காசிலேதான்டா,
கட்சிக்கொடி ஏறுது!'

இதை மாற்ற ஒரே வழி, நாட்டைத் திருத்த நம்மால் முடியும் என்கிற நம்பிக்கை வேண்டும், அதற்கு நமக்குள் இருக்கும் நம்மைப் புரிந்துகொள்ளவேண்டும்:

'நம்நாடு திருந்தச்செய்யோணும்,
உன்னால்முடியும் தம்பி,
உனக்குள் இருக்கும் உன்னை நம்பி!'

இந்தப் பிரச்னைக்கு ஒரே தீர்வு, திருவள்ளுவர் சொல்வதுபோல், கள் என்பது நஞ்சு என்கிற உணர்வு பரவவேண்டும்: 'நஞ்சுஉண்பார் கள்உண்பவர்.'

யாராவது பணம் கொடுத்து மெய்மறந்த நிலையை வாங்குவார்களா? அது நஞ்சின்றி வேறென்ன? வாழத் தெரியாதவர்கள்தான் அப்படிச் செய்வார்கள் என்கிறார் வள்ளுவர்:

'கைஅறியாமைஉடைத்தே, பொருள்கொடுத்து
மெய்அறியாமை கொளல்.'

9

சினிமாவில் நாயகன்மீது குண்டுகள் பாயும், ஆனால் எவையும் அவருடைய உடலைத் துளைக்காது.

இத்தனைக்கும் அவர் உடலில் புல்லட்ப்ரூஃப் ஆடையெல்லாம் அணிந்திருக்கமாட்டார். ஆனாலும் எதிரிகளின் துப்பாக்கிச் சூட்டிலிருந்து தப்பித்துவிடுவார். இது எப்படி சாத்தியம்?

மாய, மந்திரமில்லை, 'தர்மம் தலைகாக்கும்' என்பார்கள், அதுபோல, உயிர்காக்கும் உபாயம் ஒன்று உண்டு. சிறுபஞ்சமூலத்தில் காரியாசான் சொல்லும் பாடல் அது:

> 'நாண்எளிது பெண்மை, நகைஎளிது நட்டானேல்,
> ஏண்எளிது சேவகனேல், பெரியார் பேண்எளிது,
> கொம்பு மறைக்கும் இடையாய், அளியன்மீது
> அம்பு பறத்தல் அரிது.'

கொம்புபோன்ற இடையைக் கொண்ட பெண்ணே, பொதுவாகப் பெண்களுக்கு நாணம் எளிதாக வரும், நண்பர்களோடு இருக்கும்போது சிரிப்பு எளிது, வீரர்களுக்கு வலிமை எளிது, பெரியவர்களுக்குப் பிறரைப் பாதுகாப்பது எளிது...

அப்படியானால் எதுதான் அரிது?

அளியன்மீது அம்பு பறத்தல், அதாவது, பிறர்மீது கருணை வைப்பவன்மீது அம்பு பறக்காது. எதிரிகள் எத்தனை ஆயுதங்களை எறிந்தாலும், அவர்களை நெருங்கும்போது அவை வலிமையிழந்து கீழே விழுந்துவிடும்.

ஆக, அந்தக் கருணைதான் கேடயம், உயிரைக் காப்பாற்றும் கருவி.

திருவள்ளுவர், 'அருள் இருந்தால் துன்பமில்லை!' என்கிறார்.

அவர் சொன்னால் நம்பிவிடுவதா? இதற்கு என்ன சாட்சி?

'இந்த உலகமே சாட்சி' என்கிறார் வள்ளுவர், 'சுற்றிப் பாருங்கள், அருளோடு வாழ்கிறவர்களெல்லாம் நன்கு வாழ்கிறார்கள், அருளில்லாதவர்கள் அவஸ்தையில் கிடக்கிறார்கள். ஆகவே, உலகத்தீர், சக உயிர்கள்மீது அருள் செய்வீர்!'

> 'அல்லல் அருள் ஆள்வார்க்குஇல்லை, வளிவழங்கும்
> மல்லல்மா ஞாலம் கரி!'

இதே அதிகாரத்தில் இன்னொரு புகழ்பெற்ற குறள்:

> 'அருள்இல்லார்க்கு அவ்வுலகம் இல்லை, பொருள்இல்லார்க்கு
> இவ்வுலகம் இல்லாகியாங்கு.'

இந்தக் குறளுக்குப் பலரும் நினைத்துக்கொண்டிருக்கிற பொருள், 'அன்னிக்கு உலகத்துல அருள் இல்லாம வாழமுடியாது, ஆனா இன்னிக்கு, பொருள் வேணும்ய்யா, இப்பல்லாம் துட்டு இருந்தால்தான் மதிப்பு!'

'அருளுடைமை' என்று அதிகாரத்துக்குப் பெயர்வைத்த வள்ளுவர் அப்படியா பொருளை உயர்த்தி அருளைத் தாழ்த்தி எழுதியிருப்பார்? அடுத்த குறளில் அவரே சொல்வது:

> 'பொருள்அற்றார் பூப்பர் ஒருகால்; அருள்அற்றார்
> அற்றார், மற்றுஆதல் அரிது.'

பொருளில்லாமல் இருக்கிறவர்கள் என்றைக்காவது வாழ்வில் வளம் பெற்றுச் சிறந்து விளங்கலாம். ஆனால், அருளில்லாமல் இருக்கிறவர்களுடைய வாழ்க்கை ஏற்கெனவே முடிந்துவிட்டது. இனி அவர்கள் உருப்பட வழியே இல்லை!

ஆக, பொருள்தான் உயர்வு என்று திருவள்ளுவர் சொல்லியிருக்க வாய்ப்பே இல்லை. அவர் சொல்லவருகிற விஷயமே வேறு!

பொருள் இல்லாதவர்களுக்கு நாம் வாழும் இந்த உலகம் இல்லை. அதாவது, கையில் காசு இல்லாவிட்டால் இங்கே நம்மால் வாழ இயலாது, சாப்பாடு, தண்ணீர், வீடு, உடை என்று சகலத்துக்கும் காசு வேண்டும்.

ஆனால், அந்தக் காசு நாட்டுக்கு நாடு மாறுபடும். இந்தியாவில் ரூபாய்க்கு மவுசு, அமெரிக்கா சென்றால் டாலர், இன்னொரு நாட்டில் யூரோ, தினார் என்று ஆங்காங்கே கரன்ஸி மாறிக்கொண்டிருக்கும்.

அதுபோல, 'அவ்வுலகத்தில்', அதாவது, நம்முடைய வாழ்நாளுக்குப் பிறகு நாம் சென்றுசேரப்போகும் இன்னோர் உலகத்தில், நம்முடைய சரியும் தவறும் எடை போடப்படும்போது... அங்கே உங்கள் கையில் காசு இருக்காது, அதை வைத்து வசதியாக வாழ இயலாது.

ஒருவேளை நீங்கள் மறுபிறப்பு எடுக்கவேண்டியிருந்தாலும், நல்ல பிறவியாக எடுக்கவேண்டுமல்லவா? அதை ரிசர்வ் செய்வது எப்படி?

அதற்கான கரன்ஸிதான் அருள். அதாவது, உயிர்களிடம் அன்பாக வாழ்கிறவர்கள் எப்போதும், எந்தப் பிறவியிலும் மகிழ்ச்சியாக வாழ்வார்கள்.

வள்ளுவர் சொர்க்கம், நரகம், மறுபிறவியையெல்லாம் நம்பினாரா என்று நாம் அலட்டிக்கொள்ளவேண்டியதில்லை, அந்தப் பொருள்களையெல்லாம் மறந்துவிட்டால்கூட, உன் கண்முன்னே பொருளைச் செல்வமாக மதிக்கிறாயே, அது

நீண்டகால நோக்கில் பயன் தராது, அன்பை மதிக்கப் பழகு என்று இதைப் புரிந்துகொள்ளலாம்.

யார்மீது அன்பு செலுத்தவேண்டும்?

'ஆற்றும் இன்அருள் ஆருயிர்மாட்டெலாம்'

என்பது 'வளையாபதி'ப் பாடல். அதாவது, எல்லா உயிரினங்கள்மீதும் அன்பு செலுத்தவேண்டும், இதற்கென்று கட்டுப்பாடுகளெல்லாம் இருக்கக்கூடாது.

இதெல்லாம் சாத்தியமா? அருள் சாதாரணமாகக் கிடைத்துவிடுமா?

பால் இருக்கிற இடத்தில் நெய் இருக்கும், நெய்யை ஊற்றினால் விளக்கு எரியும், விளக்கு எரிந்தால் வெளிச்சம் பிறக்கும், இதெல்லாம் இயல்பான நிகழ்வுகள்தானே?

அதுபோல, ஒழுக்கம் உள்ள மனத்தில் அருள் பிறக்கும், அருளிருந்தால் அறிவு வரும், அதனால் அறியாமை விலகும் என்கிறது முனைப்பாடியார் எழுதிய 'அறநெறிச்சாரம்':

'இருளே உலகத்துஇயற்கை, இருள்அகற்றும்
கைவிளக்கே கற்ற அறிவுடைமை, கைவிளக்கின்
நெய்யே தன்நெஞ்சத்து அருள்உடைமை, நெய்பயந்த
பால்போல் ஒழுக்கத்தவரே, பரிவுஇல்லா
மேல்உலகம் எய்துபவர்.'

'ஆத்திசூடி'யில் ஔவையாரின் அறிவுரை இது:

'நைவினை நணுகேல்.'

அதாவது, பிறரைத் துன்புறுத்தும்படியான செயல்களைச் செய்யவேண்டாம். உடலால்மட்டுமல்ல, மனத்தாலும் துன்புறுத்தவேண்டாம். இதுவும் ஔவையார் சொல்வதுதான்:

'பழிப்பன பகரேல்.'

நமக்குமேலே இருக்கிறவர்களிடம் பேசும்போது, நம்முடைய மொழி தானாகப் பணிந்துவிடும். அதேசமயம், நமக்குக்கீழே இருக்கிறவர்களிடம் வேண்டுமென்றே எகிறுவோம், அவர்களிடம் அதிகாரத்தைக் காட்ட நினைப்போம்.

‘உலகநீதி’ பாடிய உலகநாதர் சொல்வது:

‘எளியாரை எதிரிட்டுக்கொள்ளவேண்டாம்.’

அதாவது, எளிமையானவர்களைப் பகைத்துக்கொள்ளவேண்டாம். அவர்களை நண்பர்களாக்கிக்கொண்டால் இன்னும் சௌக்கியம்.

இதென்ன விநோதமான அறிவுரை, பொதுவாக வலியவர்களைதானே பகைத்துக்கொள்ளக்கூடாது என்பார்கள்?

எளியவர்களைப் பகைத்துக்கொள்ளாமலிருக்கப் பல காரணங்கள் சொல்லலாம். அவற்றில் முதன்மையானது, அருள்.

திருப்பி அடிக்கமுடியாத நிலையில் இருப்பவனை அடிக்காமலிருப்பது உன்னதமான ஒரு குணம். அதன்மூலம் அவனை மேலும் கீழே தள்ளிவிடாமலிருக்கிறோம். கைகொடுத்துத் தூக்கிவிடமுடிந்தால் இன்னும் சிறப்பு.

இதையே கொஞ்சம் ப்ராக்டிகலாக யோசித்தால், இன்றைய ஏழை என்றைக்கும் ஏழையாக இருப்பான் என்று சொல்வதற்கில்லை. நாளைக்கு அவன் மேலே வரும்போது நாம் இப்போது செய்த அவமானத்துக்குப் பழிவாங்க ஆரம்பித்தால் என்ன ஆகும்?

இப்படிப் பலனை எதிர்பார்த்துச் செய்தாலும் சரி, இயல்பாகவே மனத்தில் அருள் சுரந்தாலும் சரி, ஏழைகளைப் பகைத்துக்கொள்ளவேண்டாம்.

அவ்வளவு ஏன், பொதுவாகப் பகையே வேண்டாம் என்பதுதான் ஔவையாரின் கட்சி. ’கொன்றைவேந்தன்’ பாடலொன்றில் இப்படிச் சொல்கிறார்:

‘ஊருடன் பகைக்கின், வேருடன் கெடும்.’

இவனோடு இந்தச் சண்டை, அவனோடு அந்தச் சண்டை என்று பார்த்துக்கொண்டிருந்தால், வேரோடு விழவேண்டியதுதான். ஊரைப் பகைத்துக்கொள்ளாமல் கைகோத்து வாழவேண்டும். அதற்கு வழி, அருள்மனம்தான்.

'தன்னைப்போலப் பிறரைஎண்ணும்
தன்மைவேண்டுமே, அந்தத்
தன்மை வர உள்ளத்திலே
கருணை வேண்டுமே!'

என்று ஒரு திரைப்பாடலில் எழுதுவார் வாலி. தன்னைப்போலப் பிறரை எண்ணுகிற முதிர்ச்சியான சிந்தனை எல்லாருக்கும் வந்துவிடாது. அப்படி வந்துவிட்டால், அந்த உலகில் எந்தச் சண்டைகளும் இருக்காது.

அந்தச் சிந்தனைக்கு, உள்ளத்தில் கருணை வேண்டும். அல்லது, இன்னொருவர்முன் தான் கைகட்டிக் கூசி நின்ற காட்சியை நினைக்கவேண்டும், அப்படியொரு நிலையை நான் இன்னொருவருக்குத் தரமாட்டேன் என்று உறுதிகொள்ளவேண்டும். திருவள்ளுவர் சொல்வதுபோல:

'வலியோர்முன் தன்னை நினைக்க, தான் தன்னின்
மெலியோர்மேல் செல்லும்இடத்து.'

நமக்குக் கீழே உள்ளவர்களிடம் கை ஓங்கும்போது, நம்மைவிட வலியவர்கள்முன் தன் நிலைமை எப்படி இருந்தது என்று யோசித்தால் போதும். எல்லாம் சமம் என்கிற எண்ணம் வந்துவிடும், அதன்பிறகு கருணை சுரப்பது எளிது. அல்லது, முன்பே மனத்தில் கருணை இருந்தால், இந்த எண்ணம் தோன்றும்.

வள்ளலார் பாடியது:

'வாடிய பயிரைக் கண்டபோதெல்லாம்
வாடினேன், பசியினால் இளைத்தே
வீடுதோறு இரந்தும் பசிஅறாது அயர்ந்த

வெற்றரைக் கண்டு உளம்பதைத்தேன்,
நீடிய பிணியால் வருந்துகின்றோர் என்
நேர்உறக் கண்டு உளம்துடித்தேன்,
ஈடுஇல் மானிகளாய் ஏழைகளாய் நெஞ்சு
இளைத்தவர்தமைக் கண்டே இளைத்தேன்.'

இறைவா, வாடிக்கிடக்கும் பயிர்களைப் பார்த்தால் என் மனம் வாடுகிறது, பசியால் வருந்தி வீடு வீடாகக் கையேந்தியும் எதுவும் கிடைக்காமல் சுருண்டு கிடக்கிறவர்களைப் பார்த்துப் பதைக்கிறேன், நோயால் வருந்துகிறவர்கள் எதிரில் வந்தால் துடிக்கிறேன், ஏழைகள் தங்கள் மானத்தை இழந்து இப்படிக் கையேந்தி நின்று இளைத்திருப்பதைப் பார்த்து நான் இளைத்துவிட்டேன்.

இப்படி ஒரு பார்வை நமக்கு வருமா? வந்தால், அதுதான் கடவுள்நிலை என்கிறார் வாலி:

'பாசம்உள்ள பார்வையிலே கடவுள் வாழ்கிறான், அவன்
கருணைஉள்ள நெஞ்சினிலே கோயில்கொள்கிறான்.'

இப்போதெல்லாம் அண்ணன், தம்பியே ஒருவர்மீது ஒருவர் பாசம் காட்டுவதில்லை என்று கண்ணதாசன் ஒரு பாடலில் பாட ஆரம்பிக்கிறார், பிறகு, அந்தப் பாடலின் நிறைவில், அண்ணன், தம்பிக்கு ஒரு புது விளக்கத்தையே தந்துவிடுகிறார்:

'அண்ணன் என்னடா, தம்பி என்னடா,
அவசரமான உலகத்திலே...
பதைக்கும் நெஞ்சினை அணைக்கும் யாவரும்
அண்ணன், தம்பிகள்தானடா!'

ஓர் உயிர் பதைக்கும்போது, ஓடிச்சென்று அணைக்கும் மனம் வேண்டும், அதுதான் தோழமை, சகோதரத்துவம், மனிதாபிமானம், எல்லாமே.

கருணை நெஞ்சத்தில் இருந்தால்மட்டும் போதாது, அதை வாயாலும் சொல்லவேண்டும். அப்போதுதான் எதிரில்

இருக்கிறவர்களுக்கு அது முழுமையாகச் சென்று சேரும். குருபாததாசர் எழுதிய 'குமரேச சதகம்' நூலில் ஒரு பாடல் இதனைக் குறிப்பிடுகிறது:

'பகல் விளக்குவது இரவி, நிசி விளக்குவது மதி,
பார் விளக்குவது மேகம்,
பதி விளக்குவது பெண், குடி விளக்குவது அரசு,
பரி விளக்குவது வேகம்,
இகல் விளக்குவது வலி, நிறை விளக்குவது நலம்,
இசை விளக்குவது சுதி, ஊர்
இடம் விளக்குவது குடி, உடல் விளக்குவது உண்டி,
இனிய சொல் விளக்குவது அருள்,
புகழ் விளக்குவது கொடை, தவம் விளக்குவது அறிவு,
பூ விளக்குவது வாசம்,
பொருள் விளக்குவது திரு, முகம் விளக்குவது நகை,
புத்தியை விளக்குவது நூல்,
மகம் விளக்குவது மறை, சொல் விளக்குவது நிசம்,
வாவியை விளக்குவது நீர்,
மயில்ஏறி விளையாடு குகனே, புல் வயல் நீடு
மலைமேவு குமரேசனே.'

மயில்மேல் ஏறி விளையாடுகின்ற முருகனே, பயிர்கள் செழித்து வளர்ந்த மலைமீது எழுந்தருளியிருப்பவனே,

பகல் நேரத்துக்கு வெளிச்சம் தருவது சூரியன், இரவுக்கு வெளிச்சம் தருவது சந்திரன், நிலத்தை விளக்குவது, அதாவது, செழிப்பாக்குவது மேகம், கணவனைச் சிறப்புறச்செய்பவள் அவனுடைய மனைவி, மக்களைச் சிறந்துவிளங்கச்செய்பவன் அரசன், குதிரைக்குச் சிறப்பு அதன் வேகம், பகைக்குச் சிறப்பு அதன் வலிமை (அதாவது, வலிமையில்லாத ஒருவன் யாரையும் பகைத்துக்கொண்டு பயன் இல்லை!)

அழகைச் சிறப்புறச்செய்வது ஒழுக்கம், இசைக்குச் சிறப்பைச்சேர்ப்பது சுருதி, ஊருக்குச் சிறப்பைத்தருவது மக்கள், உடலை அழகாக்குவது உணவு, அதுபோல, அருளைச்

சிறப்பாக்குவது, இனிய சொல்!

ஒருவருடைய புகழை விளக்குவது அவர் தரும் கொடை, தவத்தின் சிறப்பு, அதனால் வரும் அறிவு, மலருக்குச் சிறப்பு, அதன் மணம், செல்வத்தைக் காட்டுவது, அதன் அழகு, முகத்துக்கு அழகு, புன்னகை, நூலுக்கு அழகு, அது தரும் புத்தி, வேள்விக்கு அழகு, வேதத்தை ஓதுதல், சொல்லுக்கு அழகு உண்மை, பொய்கைக்கு அழகு, நீர்.

இங்கே 'அருளைச் சிறப்பாக்குவது இனிய சொல்' மற்றும் 'சொல்லுக்கு அழகு உண்மை' என்ற இரு பகுதிகளையும் நாம் இணைத்து வாசிக்கலாம். வெறுமனே இனிமையாகப் பேசினால் போதாது, அது உண்மையான சொல்லாக இருக்கவேண்டும். மனத்தால் உணர்வதுதான் கருணை.

'பகைவனுக்குஅருள்வாய் நல்நெஞ்சே!
புகைநடுவினில் தீஇருப்பதைப் பூமியில் கண்டோமே,
பகைநடுவினில் அன்புஉருவான நம் பரமன் வாழ்கிறான்,
சிப்பியில் நல்ல முத்து விளைந்திடும் செய்திஅறியாயோ?
குப்பையிலே மலர் கொஞ்சும் குருக்கத்திக்கொடி வளராதோ?
உள்ளநிறைவில் ஓர் கள்ளம் புகுந்திடில் உள்ளம் நிறைவாமோ?
தெள்ளிய தேனில் ஓர் சிறிது நஞ்சையும் சேர்த்தபின் தேனாமோ?
வாழ்வை நினைத்தபின் தாழ்வை நினைப்பது வாழ்வுக்கு நேராமோ?
தாழ்வு பிறர்க்குஎண்ணத் தான்அழிவான்என்ற சாத்திரம்கேளாயோ?
தின்னவரும் புலி தன்னையும் அன்பொடு சிந்தையில் போற்றிடுவாய்,
அன்னை பராசக்தி அவ்வுரு ஆயினள், அவளைக் கும்பிடுவாய்!'

இது பாரதியாரின் அன்புநிலை. பகைவனுக்கு அருள்செய்வாய் என்று தன் நெஞ்சுக்குச் சொல்கிறார். 'புகைநடுவில் தீ இருப்பதைப்போலதான், பகைநடுவில் தெய்வம் இருக்கிறது, அந்த நல்ல விஷயத்தைப் பார்' என்கிறார்.

ஆனால், அவனைப் பார்த்தால் அன்பு செலுத்தத் தோன்றவில்லையே.

பார்வையால் எல்லாவற்றையும் தீர்மானிக்க இயலுமா? சிப்பியிலே முத்து வரவில்லையா? குப்பையிலே அழகிய மலர் பூக்கவில்லையா?

இருந்தாலும்...

இதோ பார், அவன்மேல் பகை கொள்வதால் அவஸ்தை உனக்குதான், தெரியுமா?

அது எப்படி?

எல்லார்மீதும் அன்பு செலுத்தினால், உன்னுடைய உள்ளம் நிறைந்திருக்கும். ஒரே ஒருவர்மீது கோபப்பட்டாலும், உள்ளம் நிறையாது. இனிமையான தேனில் கொஞ்சம் விஷத்தைக் கலந்தபிறகு அதைத் தேன் என்று சொல்ல இயலுமா?

நீ உன் வாழ்வைக் கவனி, முன்னேறும் வழியைப் பார், பகையை இழுத்துவிட்டுக்கொண்டு தாழ்வைத் தேடாதே. யாராவது அழியவேண்டும் என்று நினைத்தால், அதனால் நீயே அழிந்துவிடுவாய், ஆகவே, நல்லதைமட்டும் நினை.

தின்னவருகிற புலியைக்கூட அன்பாகப் பார், அதுவும் அன்னை பராசக்தியின் உருவம்தான் என்று எண்ணிக்கொள், அதன்பிறகு பகை இருக்காது, ஒருவேளை அவர்கள் மனத்தில் பகை இருந்தாலும், உன் மனத்தில் அன்புதான் இருக்கும். ஆகவே, அவர்கள் அனுப்பும் பகையானது உதிர்ந்து விழுந்துவிடும்!

இதெல்லாம் சாத்தியமா? எவ்வளவுதான் முயன்றாலும் அடுத்தவர்கள்மீது ஒரு சிறிய கோபமாவது இல்லாமல் வாழ இயலுமா?

இதற்குத் திருவள்ளுவர் ஒரு தந்திரம் சொல்கிறார், கெட்டது மனத்தில் சேரக்கூடாது என்றால், அங்கே கொஞ்சம்கூட இடமில்லாமல் நல்லதை நிரப்பிவைத்துவிடு!

> 'அல்லவை தேய, அறம்பெருகும், நல்லவை
> நாடி இனிய சொலின்.'

நல்லவற்றைத் தேடிச்செல், இனியவற்றைப் பேசு, கெட்டவை தேயும், அறம் வளரும்!

நான் அப்படி இருக்கத் தயார், ஆனால் எதிரில் வந்து எவனாவது திட்டினால்?

‘சாப்பிடாமல் நோன்பு இருப்பதுபோல, அடுத்தவர்களின் வசவுகளை ஏற்றுக்கொள்ளாமல் நோன்பு இரு’ என்கிறார் வள்ளுவர். ‘உண்ணாவிரதத்தைவிட, இப்படித் திட்டைப் பொறுத்துக்கொண்டு சிரிப்பது பெரிய விரதம்!’

‘உண்ணாது நோற்பார் பெரியர், பிறர்சொல்லும்

இன்னாச்சொல் நோற்பாரின்பின்.’

10

ஒருவரிடம் ஏதோ உதவியைப் பெறுகிறோம். அதற்காக அவரிடம் நன்றியுடன் இருக்கிறோம். இது ஒரு நல்ல பண்பு.

ஆனால், நாளைக்கே ஒரு பிரச்னை. அதில் அவருக்கும் இன்னொருவருக்கும் மோதல், நாம் யார்பக்கம் நிற்கவேண்டும்?

ஆயிரம்தான் இருந்தாலும் இவர் நமக்கு உதவியவர். சரியான நேரத்தில் அந்த விசுவாசத்தைக் காட்டவேண்டாமா? இவர்பக்கம்தான் நிற்கவேண்டும். இது ஒரு கட்சி.

இன்னொரு கட்சி, நியாயம் யார்பக்கம் இருக்கிறதோ அவர்கள்பக்கம்தான் நாம் நிற்கவேண்டும்.

அப்படியானால், நாம் அவருக்கு நன்றிக்கடன் பட்டிருக்கிறோமே. அவர் கையால் சாப்பாடு வாங்கிச் சாப்பிட்டிருக்கிறோமே?

அதெல்லாம் உண்மைதான். அதேசமயம், உண்மை என்பது இவற்றையெல்லாம்விட மேலானது என்கிறது பழமொழி நானூறு:

> 'மொய்கொண்டுஎழுந்த அமர்அகத்து மாற்றார்வாய்ப்
> பொய்கொண்டு அறைபோய்த் திரிபவர்க்கு என்கொலோ?
> மையுண்டு அமர்ந்தகண் மாண்இழாய், சான்றவர்
> கையுண்டும் கூறுவர் மெய்.'

இரண்டு அரசர்களிடையே மோதல். இருவரும் ஒருவர்மீது ஒருவர் போர் தொடுக்க ஆயத்தமாகிறார்கள்.

அப்போது, அவர்களில் ஓர் அரசர் எதிரிநாட்டுப் படையினரிடையே ஒரு கிசுகிசுவைப் பரப்புகிறார், 'நீங்கல்லாம் நம்மபக்கம் வந்துட்டீங்கன்னா, உங்களுக்கு என்ன வேணுமோ தர்றேன்!'

இதைக் கேட்டதும், சில வீரர்கள் சட்டென்று அந்தப்பக்கம் தாவுகிறார்கள், சிலர் இந்த அரசனின் படையிலேயே நிற்கிறார்கள்.

இவர்களில் யார் செய்வது சரி?

விசுவாசமாக இந்த அரசனின்பக்கம் நிற்பவர்கள் சரியா? அல்லது, காசு கிடைக்கிறது என்று அந்தப்பக்கம் தாவியவர்கள் சரியா?

இந்தப் பாடலை எழுதிய முன்றுறையரையனார் 'விசுவாசிகளை விடுங்கள், அவர்கள் நியாயத்தின்பக்கம் நிற்கிறார்களா, இல்லையா என்பது நமக்குத் தெரியாது, ஆனால் அந்தக் கட்சி மாறியவர்கள் இருக்கிறார்களே, அந்தத் துரோகிகளை மன்னிக்க இயலாது!' என்கிறார்.

அவர்கள் செய்த துரோகம், அரசனுக்கு அல்ல, நியாயத்துக்கு. இருதரப்பினர் மோதும்போது, அதில் நம்மை ஆதரித்தவர்பக்கம் நிற்பது ஒருவிதத்தில் சரி, நியாயத்தின்பக்கம் நிற்பது இன்னொருவிதத்தில் சரி, எவனோ எதையோ தருகிறான் என்றதும் கட்சி மாறிவிடலாமா? இது இழிவில்லையா?

'சான்றவர் கையுண்டும் கூறுவர் மெய்' என்று முத்தாய்ப்பு வைக்கிறது இந்தப் பாடல். நல்ல சான்றோர் ஒருவரின் கையால் நன்மைகளைப் பெற்றிருக்கிறோம் என்பதற்காக, அல்லது, அவர்களால் ஏதேனும் நன்மைகள் கிடைக்கும் என்பதற்காக அவர்கள் சார்பாகப் பொய் சொல்லமாட்டார்கள், மெய்யைமட்டுமே பேசுவார்கள்.

பொய்யைச் சொன்னால்தான் இன்றைக்குப் பிழைக்கமுடியும் என்கிறார்களே!

'அட, மெய்யைச் சொல்லிக் கிடைக்காத வாழ்க்கையா பொய்யைச் சொல்வதால் கிடைத்துவிடப்போகிறது?' என்கிறார் படிக்காசுப்புலவர். அவருடைய தண்டலையார் சதகத்தில் ஒரு பாடல்:

> 'பொய்சொல்லும் வாயினர்க்குப் போசனமும் கிடையாது, பொருள்நில்லாது,
> பொய்சொல்லி வாழ்ந்ததுஉண்டோ?
> மெய்சொல்லி வாழாதான் பொய்சொல்லி வாழ்வதுஇலை, மெய்ம்மைதானே.'

'வாய்' என்ற சொல்லே 'வாய்மை'யைக் குறிப்பதற்காக வந்தது என்பார்கள். உண்மையைப் பேசுவதற்குதான் வாய். அதன்மூலம் சாப்பிடுவதெல்லாம் அடுத்த பயன்.

ஆகவே, அந்த வாயால் பொய்யைச் சொன்னால், சாப்பாடு கிடைக்காது, சம்பாதித்த எதுவும் நிலைக்காது, பொய்சொல்லி யாரும் பலநாள் வாழ இயலாது, மெய்சொல்வதால் கிடைக்காத எந்த நன்மையும் பொய்சொல்வதால் கிடைக்காது, இதுவே மெய்!'

இதுபற்றி பாரதியாரின் அழகிய உரைநடைப்பகுதி ஒன்று உண்டு:

'ஞானநெறியிலே செல்லவிரும்புவோன் முக்கியமாக எதை ஆரம்பத்தொழிலாகக் கொள்ளவேண்டும்?' என்று ஒருவர் கேட்கிறார். அதற்குச் சாமியார் சொல்லும் பதில்:

'முதலாவது, நாக்கை வெளுக்கவேண்டும். பொய் சொல்லக்கூடாது. சில இடங்களில் பொய் சொல்லித்தீரும்படியாக இருந்தால் அப்போது மௌனத்தைக் கொள்ளவேண்டும். அதை விட்டுப் பேசும்படி நேர்ந்தால் உண்மையே சொல்லவேண்டும். உண்மை விரதம் தவறக்கூடாது. தவறவேண்டிய அவசியமில்லை. உண்மை

கூறினால் தீங்கு நேரிடுமென்று நினைப்போர், தெய்வம் உண்மை என்பதை அறியமாட்டார்கள். தெய்வம் உண்மை. அதன் இஷ்டப்படி உலகம் நடக்கிறது. ஆதலால், பயப்படுகிறவன் மூடசிகாமணி.'

பாப்பாவுக்குப் பாடியபோதும் பாரதி இதையே சொன்னார்:

'பொய்சொல்லக்கூடாது பாப்பா, என்றும்
புறஞ்சொல்லல்ஆகாது பாப்பா,
தெய்வம் நமக்குத்துணை பாப்பா, ஒரு
தீங்குவரமாட்டாது பாப்பா!'

உண்மை சொல்வதால் ஏதேனும் கெடுதல் வருமோ என்ற நினைப்பைத் தூக்கியெறியச்சொல்கிறார் பாரதியார். உண்மை சொல்வதுதான் இயல்பு, அதுதான் நியாயம், அதை நாம் செய்தால், தெய்வம் தொடங்கி மனிதர்கள்வரை எல்லாரும் நம் பக்கம் நிற்பார்கள், நமக்கு எந்தத் தீங்கும் வராது.

'மனதில் உறுதி வேண்டும்' என்று கோரிக்கைகளைத் தொடங்கும் பாரதியின் முத்தாய்ப்பு வரியைப் பாருங்கள்:

'மனதில் உறுதி வேண்டும்,
வாக்கினிலே இனிமை வேண்டும்,
நினைவு நல்லது வேண்டும்,
நெருங்கின பொருள் கைப்படவேண்டும்,
கனவு மெய்ப்படவேண்டும்,
கைவசம்ஆவது விரைவினில் வேண்டும்,
தனமும் இன்பமும் வேண்டும்,
தரணியிலே பெருமை வேண்டும்,
கண் திறந்திடவேண்டும்,
காரியத்தில் உறுதி வேண்டும்,
பெண் விடுதலை வேண்டும்,
பெரிய கடவுள் காக்கவேண்டும்,
மண் பயனுறவேண்டும்,
வானகம் இங்கு தென்படவேண்டும்,
உண்மை நின்றிடவேண்டும்!'

மனத்தில் உறுதி, வாக்கில் இனிமை, நல்ல நினைவுகள், சகல வளங்கள், பெருமை, அகத்தில் ஒளி என யாவும் தனக்காகக் கேட்கும் பாரதி, பெண் விடுதலை, மண் பயனுறுதல், வானகக் காட்சி என்று தொடர்ந்து, உண்மை நிலைக்கவேண்டும் எனத் தன் கோரிக்கைகளை விரிவாக்குகிறான். இந்த 'உண்மை' மிகவும் பரந்த எல்லையைக் கொண்டது.

பக்தியினாலே என்னவெல்லாம் நடக்கும் என்று விவரிக்கும் பாரதி வரிகள்:

'தெய்வ
பக்தியினாலே,
பொய்ப்பாம்பு மடியும்,
மெய்ப்பரம் வென்று நல்ல
நெறிகள் உண்டாய்விடும்.'

பொய் மறையும்போதுதான் வழி பிறக்கும், இல்லையென்றால் அது நிஜத்தை மாற்றிக்காட்டி நம்மை எப்போதும் மாயையில் வைத்திருக்கும்.

'புறத்தூய்மை நீரான்அமையும், அகத்தூய்மை
வாய்மையால் காணப்படும்.'

இது திருக்குறளின் வரையறை. உடலுக்குச் சோப்புப் போட்டுக் குளிப்பதுபோல, உள்ளே போடுகிற சோப்புதான் வாய்மை. நடக்கும்போது வழிகாட்டிக்கொண்டு வருகிற விளக்கும் அதுவே:

'எல்லா விளக்கும் விளக்குஅல்ல, சான்றோர்க்குப்
பொய்யா விளக்கே விளக்கு.'

விளக்கு என்பது வழிகாட்டுவது, நமக்குமட்டுமல்ல, எதிரில் வருகிறவர்களுக்கும்.

அதுபோல, ஒருவேளை நமக்கு வாய்மை என்பது என்ன என்று தெரியாவிட்டால்கூட, நம்மிடம் இல்லாத விளக்கை எதிரில் வருகிற சான்றோரிடம் பார்த்து, அவர்கள் நடந்துகொள்ளும்

முறையைத் தெரிந்துகொள்ளலாம், பின்பற்றலாம், அதுவே ‘பொய்யா விளக்கு.’

நீதிநெறிவிளக்கத்தில் குமரகுருபரர் சொல்வது:

‘குலம் விற்றுக் கொள்ளும் வெறுக்கையும், வாய்மை
நலம் விற்றுக் கொள்ளும் திருவும், தவம்விற்றுஆங்கு
ஊன்ஓம்பும் வாழ்வும், உரிமைவிற்று உண்பதூஉம்
தான்ஓம்பிக் காத்தல் தலை.’

இங்கே குலம் என்பது ஒருவர் பிறந்த குலத்துக்குரிய ஒழுக்கம். அந்த ஒழுக்கத்தை விற்றுவிட்டு யாராவது செல்வத்தை வாங்குவார்களா? பாரதியார் கேட்டதுபோல்:

‘கண்இரண்டும் விற்றுச் சித்திரம் வாங்கினால்,
கைகொட்டிச் சிரியாரோ!’

அதேபோல், உண்மையை விற்று, அதாவது பொய் சொல்லிப் பெறுகிற செல்வமும் இழிவானதுதான். தவத்தை விற்று அதனால் கிடைத்த பொருளைக் கொண்டு உடல் வளர்ப்பது, தன்னுடைய உரிமையை விற்றுவிட்டு சாப்பாட்டில் மயங்கிக்கிடப்பது... இதெல்லாம் நமக்கு வரக்கூடாத குணங்கள் என்கிறார் குமரகுருபரர்.

ஆக, பொய்யினால் எது கிடைத்தாலும் மயங்கிவிடக்கூடாது, கட்சி மாறிவிடக்கூடாது, உண்மையின்பக்கம் நிற்கவேண்டும்.

ஒருவர் பொய் சொல்லமாட்டேன் என்று தீர்மானித்துக்கொள்வது ஓர் அணிகலன் என்கிறது ‘வளையாபதி’ப் பாடல் ஒன்று:

‘பொய்யின் நீங்குமின், பொய்யின்மை பூண்டுகொண்டு
ஐயம் இன்றி அறநெறி ஆற்றுமின்
வைகல், வேதனை வந்துறல் ஒன்றுஇன்றிக்
கௌவைஇல் உலகு எய்துதல் கண்டதே.’

பொய் பேசாதீர்கள், ஏற்கெனவே பேசிக்கொண்டிருந்தால், இந்தக் கணத்தில் அதிலிருந்து விலகிவிடுங்கள், இனிமேல்

'நான் பொய் பேசமாட்டேன்' என்ற உறுதிதான் உங்களுடைய ஆபரணம்.

யோசித்துப்பாருங்கள், பொய் சொல்கிற ஒருவருக்கு ஏதேதோ வளங்கள் கிடைக்கும் என்பதுதான் எதார்த்தமான உண்மை. ஆனால், அந்தச் செல்வம் வேண்டாம் என்று ஒருவர் உறுதியுடன் இருக்கிறார் என்றால், அந்தக் கம்பீரமான அறிவிப்பைதான் ஆபரணம் என்கிறது இந்தப் பாடல்.

பொய் சொல்லாமலிருக்கும்போது, அடிக்கடி சலனங்கள் வரும், ஒரே ஒரு பொய் சொல்லலாமே, என்ன தவறு என்றெல்லாம் தோன்றும். மயங்கிவிடாதீர்கள், உறுதியோடு இருங்கள்.

எத்தனை நன்மைகள் கிடைத்தாலும், பொய் சொல்லாதீர்கள் என்கிறது நாலடியார்:

> 'தான்கெடினும், தக்கார்கேடு எண்ணற்க, தன்உடம்பின்
> ஊன்கெடினும் உண்ணார்கைத்து உண்ணற்க, வான்கலிந்த
> வையகம் எல்லாம் பெறினும் உரையற்க
> பொய்யோடு இடைமிடைந்த சொல்.'

ஒருவன் தான் கெட்டாலும் பரவாயில்லை, தகுதி உள்ளவர்களுக்குக் கேடு நினைக்கக்கூடாது. பட்டினியால் உடல் வாடினாலும் பரவாயில்லை, அன்பில்லாமல் உணவு தருகிறவர்களுடைய சாப்பாட்டை உண்ணக்கூடாது, இந்த உலகமெல்லாம் பரிசு தருகிறேன் என்று யாராவது சொன்னாலும், பொய் கலந்த பேச்சு கூடாது.

அதாவது, ஐந்தாறு உண்மைகளுக்கு நடுவே ஒரு பொய் கலப்பதுகூட வேண்டாம். உண்மை என்றால் முழு உண்மைதான், அரைகுறை உண்மைகளெல்லாம் செல்லாது.

இதைச் சொல்வது எளிது, செய்வது கடினம். ஒருவேளை பொய் சொல்லியிருந்தால் முன்னேறியிருக்கலாமே என்று மனம் சிந்திக்குமே!

அந்த ஐயமே வேண்டாம், அறத்தின்பக்கம் நில்லுங்கள் என்கிறது மேற்கண்ட 'வளையாபதி'ப் பாடல். அதனால், உங்களுக்கு இந்தப் பிறவியில்மட்டுமல்ல, என்றென்றும் நன்மைதான், துன்பமில்லாத வீடுபேற்றை நீங்கள் அடைவீர்கள்.

'சத்யமேவ ஜெயதே' என்பார்கள். இதைத் தமிழில் 'வாய்மையே வெல்லும்' என்று மொழிபெயர்க்கிறோம்.

இந்த மொழிபெயர்ப்பு முழுமையானதல்ல என்கிறார் கண்ணதாசன். சத்தியம் என்ற வடசொல்லுக்கு, மனம், சொல், உடல் ஆகிய மூன்றாலும் நேர்மையாக நடத்தல் என்பது பொருள் என விளக்குகிறார்.

ஆக, பொய்யைச் சொல்லாமலிருந்தால் போதாது, அதன்படி நடக்காமலிருந்தால் போதாது, மனத்தாலும் நியாயமாக இருக்கவேண்டும். இப்படி நடக்கிறவர்களைத்தான் உலகம் மதிக்கும்.

இந்த மூன்றோடு எழுத்தையும் சேர்த்துக்கொள்கிறார் கவிமணி தேசிகவிநாயகம்பிள்ளை. உண்மையைத்தான் எழுதவேண்டும், அதுதான் கவிதை என்பது அவருடைய கட்சி:

'உள்ளத்துஉள்ளது கவிதை, இன்பம்
உருளெடுப்பது கவிதை,
தெள்ளத்தெளிந்த தமிழில், உண்மை
தெரிந்துஉரைப்பது கவிதை.'

இதை வைரமுத்து முழுமையாக ஏற்கவில்லை. அவரது வாதம்:

'கவிதைக்குப் பொய் அழகு.'

இங்கே வைரமுத்து சொல்லும் பொய், அறத்துக்கு எதிரான விஷயம் அல்ல, கவிஞர்கள் கற்பனை அழகுக்காகச் சில விஷயங்களை மிகைப்படுத்திச்சொல்வார்கள், அவற்றைப் பொய் என்று வரையறுக்க இயலாது, ஆனால் நிஜவாழ்க்கையில் அப்படி நடக்க வாய்ப்பில்லை என்பதால், கவிஞரின் கற்பனையில்

தோன்றுகிற அந்த விஷயம், ஒரு ரசமான 'பொய்', அதைதான் கவிதைக்கு அழகு என்கிறார் வைரமுத்து.

பிற உயிர்களைக் கொல்லாதிருத்தல், பொய் சொல்லாதிருத்தல் இந்த இரண்டும்தான் அறங்கள் என்கிறார் நாமக்கல் கவிஞர்:

'கொல்லாமை, பொய்யாமை எனும் இவ்விரண்டில்
எல்லா நல்அறம்முற்றும் இடைநிற்றல் கண்டு,
சொல்லும் செயலாலும் மனதாலும் தொழுதோர்
நல்லோர்கள் பணிதந்த தமிழ்வாழ்க நாளும்.'

இங்கேயும் சொல், செயல், மனம் என்ற மூன்றும் வருவதைக் கவனியுங்கள், சொல்லாலும் செயலாலும் மனத்தாலும் தமிழைத் தொழுத நல்லவர்கள் அதன் அடியவர்களாகச் செயல்படுகிறார்கள் என்று சொல்லும் நாமக்கல் கவிஞர் தமிழை என்றும் வாழ்க என்று போற்றுகிறார். அதன் சிறப்புகளை விவரிக்கும்போது, மீண்டும் பொய்ஞ்ஞானத்தை இகழ்கிறார்:

'விஞ்ஞானம் அதனோடும் விளையாடி நிற்கும்,
மெஞ்ஞானம் அதைமட்டும் மிகநாடிக் கற்கும்,
பொய்ஞானம் வாதித்துப் புனிதத்தை இகழும்
அஞ்ஞானம் இல்லாமை அதுபெற்ற புகழாம்.'

நாமக்கல் கவிஞர் சொல்லும் அதே பொய்யாமை, கொல்லாமையைக் குறிப்பிடும் பழம்பாடலொன்று சிறுபஞ்சமூலத்தில் இருக்கிறது. நல்லவை எவை என்று சொல்லும் அந்தப் பாடலை எழுதியவர் காரியாசான்:

'பொய்யாமை நன்று, பொருள் நன்று, உயிர்நோவக்
கொல்லாமை நன்று, கொழிக்கும்கால் பல்லார்முன்
பேணாமை பேணும் தகைய, சிறிதுஎனினும்
மாணாமை மாண்டார் மனம்.'

பொய் பேசாமலிருப்பது நல்லது, நம்முடைய முயற்சியால் சம்பாதித்த பொருள் நல்லது, உயிர்கள் நோகும்படி அவற்றைக் கொல்லாமலிருப்பது நல்லது.

ஒரு விஷயம் நமக்குப் பிடிக்கிறது என்றால், அதை எல்லார்முன்னாலும் காட்டிக்கொள்ளாமலிருப்பது நல்லது, ஒரு விஷயத்தில் ஈடுபடவேண்டும் என்று துணிந்து இறங்கிவிட்டபிறகு, பழைய வாழ்க்கையின்மீது ஆசைப்படாமலிருப்பது நல்லது. அதாவது, புகைபிடிப்பதில்லை என்று தீர்மானித்தபிறகு, 'தினமும் ஒண்ணே ஒண்ணு' என்று நப்பாசைப்படக்கூடாது.

இது பொய்யாமைக்கும் பொருந்தும். 'எப்பவாச்சும் பொய் சொல்லுவாரு' என்று சொன்னாலே, அவரிடம் 'பொய்யாமை' குணம் இல்லையே!

நாட்டில் அரசாங்கம் ஏதேதோ சட்டங்களைப் போட்டு மக்களை வழிநடத்துகிறதே, 'பொய் பேசக்கூடாது' என்று ஒரு சட்டம் போடலாமே.

இந்த விஷயத்தில் பிறர் சட்டம் போட்டுப் பயனில்லை, உள்ளே இருக்கும் நீதிபதி விழித்தெழவேண்டும் என்கிறது திருக்குறள்:

> 'தன்நெஞ்சு அறிவது பொய்யற்க, பொய்த்தபின்
> தன்நெஞ்சே தன்னைச் சுடும்.'

ஒருவர் பொய் சொல்வது யாருக்கு வேண்டுமானாலும் தெரியாமல்போகலாம், அவருடைய நெஞ்சுக்கு நிச்சயம் தெரியும், மற்றவர்கள் அவரை மன்னித்தாலும், அது மன்னிக்காது, பொய் சொன்னதை நினைவுபடுத்தி அவரை வதைக்கும். அந்த அச்சம்தான், ஒருவரைப் பொய் சொல்லாத வாழ்க்கையை நோக்கி அனுப்பவேண்டும்.

இங்கே அச்சம் என்பது பொய் சொன்னதால் நமக்குத் தண்டனை கிடைத்துவிடுமோ என்கிற எண்ணம் அல்ல. கில்லாடித்தனமாகப் பொய் சொல்கிறவர்கள் சிக்கிக்கொள்ளமாட்டார்கள், இந்தத் தண்டனைகள் அவர்களை ஒன்றுமே செய்யாது.

ஆனால், பொய் சொல்லிவிட்டோமே என்கிற மன உளைச்சல் ஒரு மிகப் பெரிய தண்டனையாக அமையும், இனி பொய் சொல்லாமல் வாழவேண்டும் என்று எண்ணவைக்கும்.

பட்டுக்கோட்டையார் ஒரு சிறுவர் பாடலில் இவற்றை அழகாகத் தொகுத்துச் சொல்கிறார்:

'உன்னை எண்ணிப்பாரு,
உழைத்து முன்னேறு,
உண்மையைக் கூறு,
செம்மை வழி சேரு!
அன்புக்கு வணங்கு,
அறிந்தபின் இணங்கு,
பண்புடன் விளங்கு,
பசித்தவர்க்கு இரங்கு!
பேதங்கள் தீர்த்து,
பெருமையை உயர்த்து,
நீதியைக் காத்து,
நேர்மையைக் காட்டு!
பொன்மொழி கேட்டு,
பொய்மையை மாற்று,
பொறுப்புகள் ஏற்று,
பொதுப்பணி ஆற்று!'

11

சில விஷயங்கள் சர்வசாதாரணமாகக் கிடைப்பதாலேயே, அவற்றின் மகத்துவத்தை நாம் உணர்வதில்லை.

உதாரணமாக, சொல்.

ஒருவிதத்தில் இது கட்டளை. 'எதையாவது சொல்' என்று எதிராளியிடம் கோருவது.

இன்னொருவிதத்தில், இது பெயர்ச்சொல். அவர் என்ன சொல்கிறார் என்பதைக் குறிப்பிடுவது.

யார் வேண்டுமானாலும் பேசிவிடலாம், ஆனால், எதைப் பேசுவது என்கிற கட்டுப்பாடும் அறிவும் சிலருக்குத்தான் இருக்கும். அவர்கள்தான் பேச்சில் சிறந்துவிளங்குவார்கள், அதை ஊர் கேட்கும்.

வேறு சிலர் பேச்சாலேயே மதிப்பிழப்பார்கள். அவர்களுக்கு எத்தனைதான் திறமைகள் இருந்தாலும், சரியான சொற்களைப் பயன்படுத்தாவிட்டால் அவமானம்தான் மிஞ்சும்.

ஆகவே, சொற்களுக்கு மிகுந்த வலிமை உண்டு. அவற்றைக் கவனமாகத் தேர்ந்தெடுத்துப் பேசவேண்டும்.

நான்மணிக்கடிகையில் விளம்பிநாகனார் சொல்வது:

'வடுச்சொல் நயமில்லார்வாய்த் தோன்றும், கற்றார்வாய்ச்
சாயினும் தோன்றா கரப்புச்சொல், தீய
பரப்புச்சொல் சான்றோர்வாய்த் தோன்றா, கரப்புச்சொல்
கீழ்கள்வாய்த் தோன்றிவிடும்.'

இங்கே 'வடுச்சொல்' என்பது, பழி சொல்கிற, வடு உண்டாக்குகிற சொல். நயமில்லாதவர்கள்தான் அதைப் பேசுவார்கள்.

'தீயினால் சுட்டபுண் உள்ஆறும், ஆறாதே
நாவினால் சுட்ட வடு.'

இது திருக்குறள். தீக்காயம் விரைவில் ஆறிவிடும், நாவினால் சுட்ட காயம் ஆறாது, வடுவாக நிலைத்துநிற்கும். ஆகவே, வடு உண்டாக்கும் சொற்களைப் பேசக்கூடாது.

அடுத்து, கரப்புச்சொல், அதாவது மறைத்துப்பேசுவது. உள்ளே ஒரு கருத்தை வைத்துக்கொண்டு, வெளியே இன்னொன்றைப் பேசி ஏமாற்றுவது. வள்ளலார் சொல்வார்:

'உள்ஒன்று வைத்துப் புறம்ஒன்று பேசுவார்
உறவு கலவாமை வேண்டும்.'

இப்படிப்பட்ட கரப்புச்சொற்களை எந்நிலையிலும் பேசக்கூடாது, கற்றவர்கள் தங்களுக்கு என்ன இழிவுநிலை வந்தாலும், 'சும்மா ஒரு பொய் சொல்லித் தப்பிச்சுக்கலாம்' என்று நினைக்கமாட்டார்கள்.

மூன்றாவது, தீய பரப்புச்சொல். அதாவது, தீய விஷயங்களைப் பரப்புகின்ற சொல். இதுவும் சான்றோர்களிடத்தில் தோன்றாது. கீழ்மக்கள்தான் இதுபோல மறைத்துப்பேசுவது, புறம்பேசுவது, ஒருவரைப்பற்றி இன்னொருவரிடம் இழிவாகப் பேசுவது ஆகியவற்றில் ஈடுபடுவார்கள்.

அப்படியானால், ஒருவர் தவறு செய்தால் அதைச் சுட்டிக் காட்டக்கூடாதா?

கண்டிப்பாகச் சுட்டிக்காட்டலாம், ஆனால் அதை அவர்களுடைய முகத்துக்கு எதிரே செய்யவேண்டும், ஒளிந்துநின்று பேசக்கூடாது என்கிறார் திருவள்ளுவர்:

> 'கண்நின்று கண்அறச் சொல்லினும் சொல்லற்க
> முன்நின்று பின்நோக்காச் சொல்.'

ஒருவரிடம் குறையைக் கண்டால், அவருக்கு நேராக நின்று அதைச் சொல்லிவிடுங்கள், அதில் எந்தத் தவறும் இல்லை. அதைக் கடுமையாக நினைத்து அவர்கள் மனம் வருந்தலாம், உங்கள்மேல் கோபப்படலாம், உங்கள் நட்பையே முறித்துக்கொள்ளலாம், அதற்காகப் பயந்துகொண்டு, அவர்கள் இல்லாதபோது அந்தக் குறைகளை வேறு ஒருவரிடம் சொல்லாதீர்கள், பின்விளைவுகளை எண்ணிப்பார்க்காமல் அப்படிப் புறம்பேசுவது உங்களுக்கும் நல்லதில்லை, அவருக்கும் நல்லதில்லை, நீங்கள் சொல்வதைக் கேட்கிறவர்களுக்கும் நல்லதில்லை.

இத்தனையையும் திருவள்ளுவர் விளக்கவில்லை, 'சொல்லற்க' என்று ஒரே கட்டளையில் அதைப் புரியவைத்துவிடுகிறார். இதுவும் அவரே வகுத்த இலக்கணம்தான்:

> 'கேட்டார்ப் பிணிக்கும் தகையவாய், கேளாரும்
> வேட்ப மொழிவதாம் சொல்.'

நாம் எதையாவது பேசுகிறோம் என்றால், அது கேட்பவர்கள் மனத்தில் தங்கவேண்டும். ஆங்கிலத்தில் இதனை *Sticky* என்பார்கள்.

ஆனால், அதுமட்டும் போதாது, நம் பேச்சைக் கேட்காதவர்களும் அதைக் கேட்க விரும்பவேண்டும், அதுதான் சொல்வன்மை.

நம் பேச்சைக் கேட்காதவர்கள் எப்போது அதை விரும்புவார்கள்? கேட்டவர்கள் அவர்களிடம் சென்று சொல்லவேண்டும், 'நேத்திக்கு இவர் பேசினதைக் கேட்டேன், என்னாமா இருந்தது தெரியுமா?' என்று அவர்கள் சொல்ல, அதைக் கேட்கிறவர்கள்,

அதாவது, நாம் பேசியதைக் கேட்காதவர்கள், ‘இவர் அடுத்து நம்ம ஊர்ல என்னிக்குப் பேசறார்?’ என்று தேடவேண்டும். அதுவே சொல்லின் வெற்றி.

அதேசமயம், அந்தச் சொல் தரமானதாக இல்லையென்றால், முறையான பயிற்சியின்மூலம், சிந்தனையின்மூலம் பெறப்படவில்லை என்றால், அதுவே ஒருவனைக் காட்டிக்கொடுத்துவிடும்.

உதாரணமாக, ஒரு குறிப்பிட்ட தலைப்பில் ஆழமாக ஆராய்ச்சி செய்து, நன்கு கற்று ஒருவர் பேசுகிறார். இன்னொருவர் எங்கேயோ கற்றுக்கொண்டதை வந்து பேசுகிறார். இந்த இருவருடைய பேச்சும் ஒரேமாதிரி இருக்காது, இரண்டாம்வகையைச் சேர்ந்தவர்கள் தங்களுடைய உண்மையான ‘கல்வி’யை வெளிப்படுத்தி அசிங்கப்படுவார்கள் என்கிறது நாலடியார்:

‘கற்றதூஉம்இன்றிக் கணக்காயர் பாடத்தால்
பெற்றதாம் பேதையோர் சூத்திரம், மற்றுஅதனை
நல்லார்இடைப் புக்கு நாணாது சொல்லித் தன்
புல்அறிவு காட்டிவிடும்.’

சிலர், எதையும் முறையாகப் படிப்பதில்லை. யாரோ சொல்லிக்கொடுத்த பாடத்தைக் கேட்டுத் தங்களுக்கு எல்லாம் தெரிந்துவிட்டது என்று நினைக்கிறார்கள். இவர்கள் உண்மையாகக் கற்றவர்கள் மத்தியில் சென்று பேசத்தொடங்கினால், அதுவே அவர்களுடைய அற்பமான அறிவைக் காட்டிக்கொடுத்துவிடும்.

இங்கே ‘நாணாது’ என்ற சொல் மிகவும் முக்கியமானது. ஒரு விஷயத்தில் ஞானமுள்ளவர்கள் மத்தியில் பேசும்போது, நாம் குறையறிவுள்ளவர்கள் என்ற நாணம் நமக்குள் இருக்கவேண்டும், அதுவே நம்முடைய ஆணவத்தைப் பெருக்காமல் பணிவாக வைக்கும், இன்னும் நிறைய கற்றுக்கொள்ளச்சொல்லும். இதைத் திருவள்ளுவர் சொல்கிறார்:

‘ஊண்,உடை, எச்சம் உயிர்க்குஎல்லாம் வேறுஅல்ல,
நாண்உடைமை மாந்தர் சிறப்பு.’

இந்த உலகத்தில் எல்லாரும்தான் சாப்பிடுகிறார்கள், உடுத்துகிறார்கள், அந்த விஷயத்தில் அனைவரும் ஒன்றுதான். அவர்களிடமிருந்து நல்லவர்களை வேறுபடுத்திக்காட்டுவது, நாணத்துடன் இருத்தல், தவறு செய்ய நாணுதல், குறையறிவோடு பேச நாணுதல்... இதுவே அவர்களுடைய சிறப்பு.

அப்படியில்லாமல், 'குறைகுடம் கூத்தாடும்' என்பதுபோல், சிறிதும் வெட்கமில்லாமல் வாயைத்திறந்தால், அந்தப் பேச்சே உண்மையைச் சொல்லிவிடும்.

'அறிவுள்ளவர்கள் மத்தியில் செல்லலாம், ஆனால், பயனில்லாத விஷயங்களைப் பேசக்கூடாது' என்கிறது பழமொழிநானூறு, 'யாராவது பாணர்கள் தெருவில் சென்று பாட்டுப் பாடுவார்களா? அதுபோல, அறிவுள்ளவர்களுக்கு நீங்கள் சொல்லக்கூடியது ஏதேனும் இருந்தால் சொல்லுங்கள், இல்லையென்றால் சும்மாயிருங்கள்!'

முன்றுறையரையனார் எழுதிய அந்தப் பாடல்:

> 'அகலம்உடைய அறிவுஉடையார் நாப்பண்,
> புகல் அறியார் புக்கு, அவர்தாமே இகலினால்
> வீண்சேர்ந்த புன்சொல் விளம்பல் அதுஅன்றோ
> பாண்சேரிப் பல்கிளக்கும் ஆறு.'

இங்கே 'அகலம்' என்ற சொல்லைக் கவனியுங்கள், ஆழமாகப் படிப்பது என்று நாம் கேட்டிருக்கிறோம், அகலமாகப் படிப்பதும் உண்டு. அதாவது, பல விஷயங்களைத் தெரிந்துவைத்திருப்பது. அதில் ஓரிரு விஷயங்களைத் தேர்ந்தெடுத்து ஆழமாகச் செல்வது. அப்படிப்பட்டவர்களிடம் வீணாகப் பேசுவதால் அவர்களுக்கும் பயன் இல்லை, நமக்கும் பயன் இல்லை.

சான்றோர்களின் பேட்டிகளைக் கவனித்தால் இந்த விஷயம் தெளிவாகப் புரியும். பேட்டி எடுப்பவர் அறிவுடையவர், அனுபவமுடையவர் என்றால், கேள்விகளும் அவ்வாறே அமையும், அவர்களைப் பேசவிட்டு நிறைய விஷயங்களை நாம் தெரிந்துகொள்ள உதவும். மாறாக, அவர்களிடம்

சென்று வீணான விஷயங்களைக் கேட்டுப் பிரசுரிப்பவர்கள் எல்லாருக்கும் தீங்கு செய்கிறவர்களாகிறார்கள், பாணர்கள் தெருவில் சென்று பாட்டுப் பாடினால், அதனால் நம் குரலின் பலவீனம்தான் வெளியே தெரியும், வேறு எந்தப் பலனும் இருக்காது!

ஒரு வில்லாளி எதிரியைச் சந்திக்கும்போது, தன்னுடைய அம்பை மிகக் கவனமாகத் தேர்ந்தெடுப்பான். எந்த அம்பு என்ன செய்யும் என்பதைச் சிந்தித்துச் செயல்படுவான்.

அதுபோல, சொற்களுக்கும் வலிமை உண்டு, அவற்றைத் தெரிந்துகொண்டு பயன்படுத்தவேண்டும் என்கிறார் திருவள்ளுவர்:

> 'திறன்அறிந்து சொல்லுக சொல்லை, அறனும்
> பொருளும் அதனின்ஊங்கு இல்.'
> சொல்லின் திறமையை அறிந்து சொல்லவேண்டும், அதுவே அறமும் பொருளும்!
> ஒருவேளை இரண்டு திறன்மிகுந்த சொற்கள் இருந்தால்?

அவை இரண்டையும் எடைபோட்டு மிகச் சிறந்த சொல்லைதான் சொல்லவேண்டும். நாம் பயன்படுத்தும் சொல்லை வெல்லும் இன்னொரு சொல் இருக்கக்கூடாது. இதுவும் திருவள்ளுவர் சொல்வதுதான்:

> 'சொல்லுக சொல்லை, பிறிதோர்சொல் அச்சொல்லை
> வெல்லும்சொல் இன்மை அறிந்து.'

நாம் தேர்ந்தெடுக்கும் சொற்கள் தெய்வத்துக்குச் சமம் என்கிறார் நாமக்கல்கவிஞர், அதாவது, அந்தச் சொல்லின் பொருளை நாம் உணர்ந்து பயன்படுத்தும்போது:

> 'சொற்பொருள் அறிந்தோர்க்குஎல்லாம்
> சொன்னசொல் தெய்வம்.'

அதாவது, ஒரு பொருளைப் பொருளறிந்து பயன்படுத்தும்போது, அதற்கு நாம் முழுமையாகப் பொறுப்பேற்கிறோம். அப்படிச்

சிந்திக்காமல் பேசும்போது, இன்றைக்கு ஒரு பேச்சு, நாளைக்கு ஒரு பேச்சு என்கிற தடுமாற்றம் வரும். அப்படிப் பேசுகிறவர்களை யாரும் மதிக்கமாட்டார்கள்.

'குடிகாரன் பேச்சு விடிஞ்சாக்கா போச்சு' என்று ஒரு பழமொழி உண்டு. இதற்குக் காரணம், குடித்தவன் பொருளுணர்ந்து பேசுவதில்லை, மயக்கத்தில் ஏதோ உளறுகிறான். ஆகவே, அவனுடைய சொற்களுக்கு அவன் பொறுப்பில்லை. இது சுற்றியிருக்கிற எல்லாருக்கும் தெரியும்.

அதுபோல, குடிக்காவிட்டாலும், தாங்கள் என்ன சொல்கிறோம் என்று தெரியாமல் எதையாவது சொல்லிக்கொண்டிருப்பவர்களும் மதிப்பிழப்பார்கள். அவர்களுடைய வாக்குக்கு அவர்களே மரியாதை தராதபோது, பிறர் எப்படி மதிப்பார்கள்?

அடுத்து, சொல் எந்த மொழியில் இருக்கலாம்?

நமக்குப் பிடித்த, நமக்குத் தேர்ச்சியுள்ள எல்லா மொழிகளிலும் நல்ல சொற்கள் இருக்கின்றன, அவற்றைக் கவனித்துப் பயன்படுத்தலாம்.

ஆனாலும், தாய்மொழிமேல் நமக்கொரு கூடுதல் பாசம் இருக்கும். பாரதியார் சொல்வதுபோல்:

> 'சொல்லில் உயர்வு தமிழ்ச்சொல்லே, அதைத்
> தொழுது படித்திடடி பாப்பா.'

அதேபாடலில் இன்னொரு முக்கியமான விஷயத்தையும் சொல்கிறார் பாரதியார்:

> 'பொய்சொல்லக்கூடாது பாப்பா, என்றும்
> புறஞ்சொல்லல்ஆகாது பாப்பா.'

தமிழே ஆனாலும், பொய்சொல்லக்கூடாது, அதற்கு இன்னொரு மொழியில் உண்மை சொல்லிவிடலாம். பிறரைப்பற்றிப் புறம்பேசுவதற்கு எந்த மொழியையும் பயன்படுத்தக்கூடாது.

பேசமட்டுமல்ல, பாடுவதற்கும் தாய்மொழியே சிறந்தது என்கிறார் நாமக்கல்கவிஞர். இசை என்பது, எண்ணமும் ஓசையும் கலந்த ஒன்று, அது கேட்பவர்களுக்குச் சென்று சேரவேண்டுமென்றால், அதற்கு நல்ல சொல் தேவை, தாய்மொழியைப் பயன்படுத்தினால் அது சுவையுள்ள இசையாக அமையும், அவரவர் மொழியில் அவரவர் கேட்கட்டும், அதுவே இன்பம் என்கிறார்:

'பொதுஜன மனத்தில் அறிவைப் புகட்ட,
இனிய ஓசையால் உணர்ச்சியை எழுப்ப,
'பாடுவோன்' கருத்தைக் 'கேட்போன்' பருக
எண்ணமும் ஓசையும் இசைவதே இசையாம்.
இசைப்பவன் கருத்தும் கேட்பவன் எண்ணமும்
ஒன்றாய்க் கலப்பது ஓசையால் அன்று,
சொல்லே அதற்குத் துணையாய் நிற்பது.
அந்தச் சொல்லும் சொந்தச் சொல்லாம்,
தாய்மொழி ஒன்றே தனிச்சுவை ஊட்டும்.
அவரவர் மொழியில் அவரவர் கேட்பதே
இசை எனப்படுவதன் இன்பம் தருவது.'

ஒரு திரைப்பாடலில் வைரமுத்துவும் இதையே எழுதுகிறார், பாமரமொழியில்:

'அர்த்தத்த விட்டுப்புட்டா,
அதுக்கொரு பாவமில்ல,
பழகியபாஷையிலே,
படிப்பது பாவமில்ல!'

சொல்லில் உண்மைத்தன்மை எந்த அளவு முக்கியம்?

உண்மைதான் ஒரு சொல்லை வரையறுக்கிறது. பொய்ச்சொற்களுக்கு எந்த மரியாதையும் கிடையாது. திருவள்ளுவர் சொல்கிறார்:

'எல்லா விளக்கும் விளக்குஅல்ல, சான்றோர்க்குப்
பொய்யா விளக்கே விளக்கு.'

இங்கே விளக்கு என்ற இடத்தில் சொல் என்றும் பொருத்திப்பார்க்கலாம். உண்மையைச் சொல்கிற சொற்களைத்தான் சான்றோர் ஏற்பார்கள், பொய்யை ஏற்கமாட்டார்கள்.

பட்டுக்கோட்டையார் ஒரு பாடலில் சொல்வதுபோல:

'எல்லோரும் நம்பும்படி
சொல்லும் திறன்இருந்தால்,
சொல்லிலே உண்மை இல்லை
உள்ளதை உள்ளபடி
சொல்லும் மனிதனிடம்
உணர்த்திடும் திறமை இல்லை,
உண்மையும் நம்பவைக்கும்
திறனும் அமைந்திருந்தால்
உலகம் அதை ஏற்பதில்லை.'

சிலர், அழகாகப் பேசுகிறார்கள், கேட்பவர்கள் அதை நம்புகிறார்கள். ஆனால், அவர்களுடைய பேச்சில் உண்மை இருப்பதில்லை.

இன்னும் சிலர் உண்மையை அப்படியே சொல்கிறார்கள், ஆனால், அதைக் கேட்பவர்களுக்குப் புரியவைக்கும் திறமை அவர்களுக்கு இல்லை.

மூன்றாவதாகச் சிலர், உண்மையைப் பேசுகிறார்கள், அதை நம்பவைக்கும்படி சொல்கிறார்கள், ஆனால், உலகம் அவர்களை ஏற்றுக்கொள்வதில்லை. அது பொய்களைதான் நம்ப விரும்புகிறது.

அப்படியானால், நாம் என்ன செய்யவேண்டும்?

பொய் சொல்கிற ஒருவன் தன்னுடைய சொல்வன்மையால் அந்தப் பேச்சை மெய்போல நம்பவைக்கலாம், மெய் சொல்கிற ஒருவனுக்குச் சொல்லத்தெரியாமல் அந்தப் பேச்சு நமக்குப் பொய்போலத் தோன்றலாம். ஆகவே, இந்த இருவருடைய

பேச்சையும் ஏழுமுறை கேட்கவேண்டும், அதன் அடிப்படையில் தீர்மானிக்கவேண்டும் என்கிறது வெற்றிவேற்கை. இதனை எழுதிய அதிவீரராமபாண்டியன் நீதிபதிகளுக்குதான் இந்த அறிவுரையைச் சொல்கிறார். ஆனால் மற்றவர்களும் அதனைப் பின்பற்றலாம், ஏழுமுறை இல்லாவிட்டாலும், ஓரிருமுறை கேட்டுத் தீர்மானித்தால் உண்மை, பொய்யை அறியலாம்:

'பொய்உடை ஒருவன் சொல்வன்மையினால்
மெய்போலும்மே,
மெய்உடை ஒருவன் சொலமாட்டாமையால்
பொய்போலும்மே,
இருவர்தம் சொல்லையும் எழுதரம் கேட்டே
இருவரும் பொருந்த உரை.

சிலர் பேசவேண்டிய நேரத்தில் பேசமாட்டார்கள். அதனால் ஒருவருக்கு நன்மை விளையும் என்பது தெரிந்தால்கூட, நமக்கு எதற்கு வம்பு என்று சும்மா இருந்துவிடுவார்கள்.

'இப்படி மௌனமாக இருப்பதும் தீமை செய்வதும் ஒன்றுதான்' என்கிறார் குமரகுருபரர். அதாவது, நாமாகத் தவறு செய்யாவிட்டாலும், ஒரு தவறு நடக்கும்போது பேசாமல் இருப்பது அதை ஆதரிப்பதாகும், ஆகவே, அந்தச் செயல் நாமே தவறு செய்ததைப்போலாகும் என்பதைச் சொல்லும் அந்த 'நீதிநெறி விளக்க'ப் பாடல்:

'சொல்வன்மை உண்டுஎனின் கொன்னே விடுத்துஒழிதல்
நல்வினை கோறலின் வேறுஅல்ல, வல்லைத்தம்
ஆக்கம் கெடுவதுஉளது எனினும் அஞ்சுபவோ
வாக்கின் பயன்கொள்பவர்.'

உங்களிடம் சொல்வன்மை இருந்தால், அதைச் சரியான நேரத்தில் பயன்படுத்துங்கள். அப்படியில்லாமல் சும்மா இருப்பது, அதாவது மௌனமாக இருப்பது, நல்லவற்றைக் கெடுப்பதற்குச் சமம். அதனால் உங்களுக்கு ஆபத்து வரும் என்று நினைத்தாலும், அஞ்சாதீர்கள், சொல்லின்

நன்மைகளை உணர்ந்தவர்கள் அப்படிச் செய்யமாட்டார்கள், பேசவேண்டியவற்றுக்குப் பேசுவார்கள்.

சொல்லில் சோர்வு இருக்கக்கூடாது என்று 'முதுமொழிக்காஞ்சி'யில் சொல்கிறார் மதுரைக்கூடலூர்கிழார்:

> 'சொற்சோர்வு உடைமையின் எச்சோர்வும் அறிப.'

அதாவது, ஒருவனுடைய சொற்களில் சோர்வு வந்துவிட்டால், அதாவது பிழை தெரிந்துவிட்டால், அவனுடைய மற்ற தவறுகளும் வெளியே தெரிந்துவிடும். என்னதான் சிறப்பாகச் செயல்படுவதுபோல் நடந்துகொண்டாலும், அதைச் சரியாகச் சொல்லாவிட்டால், அவனது திறமையே கேள்வி கேட்கப்படும், அவன் சோர்வானவனாகவே அறியப்படுவான்.

ஆகவே, சோர்வின்றிப் பேசவேண்டும், திருவள்ளுவர் சொல்வதுபோல்:

> 'சொலல்வல்லன், சோர்விலன், அஞ்சான், அவனை
> இகல்வெல்லல் யார்க்கும் அரிது.'

நல்ல சொற்களைத் தேர்ந்தெடுத்துப் பேசவேண்டும், எவ்விதத்திலும் சோர்வு இருக்கக்கூடாது, அஞ்சாமல் பேசவேண்டும், துணிவோடு செயல்படவேண்டும், அப்படிப்பட்டவனை யாரால் வெல்ல இயலும்?

அதனால்தான், அனுமனை முதன்முறையாகச் சந்தித்தபோது ராமன் 'சொல்லின் செல்வன்' என்று அவனைப் பாராட்டுவதாக எழுதுகிறார் கம்பர். இன்னொருபக்கம் பாமர மக்கள், 'பல்லக்கு ஏறுவதும் சொல்லாலே, பல் உடைவதும் சொல்லாலே' என்கிறார்கள்.

நல்லதைப் பேசினால், பல்லக்கில் ஊர் நம்மை உயர்த்தும், அதற்கான அறிவும் கட்டுப்பாடும் நம்மிடம் இருக்கவேண்டும், அதைச் சரியாகப் பயன்படுத்திக்கொள்ளவேண்டும்!

12

'பொருள்' என்ற சொல்லுக்குப் பல அர்த்தங்கள் உண்டு.

ஒரு சொல்லின் அர்த்தத்தைப் பொருள் என்பார்கள். பணத்தைப் பொருள் என்பார்கள். மற்ற விஷயங்களையும் பொருள் என்பார்கள்.

இந்த மூன்றும் ஒன்றுதான் என்றும் சிலர் சொல்வார்கள்: வாழ்க்கையின் பொருள், அதாவது அர்த்தமே பொருள் சேர்ப்பது, அதாவது பணத்தைச் சேர்ப்பது, வசதியாக வாழ்வதுதான் என்பது இவர்களுடைய கட்சி.

இன்னும் சிலர், பொருளை, அதாவது பணத்தை ஒரு பெரிய பொருளாக நினைக்கவேண்டியதில்லை என்பார்கள், அப்போதுதான் வாழ்க்கையின் உண்மையான பொருள், அதாவது அர்த்தம் நமக்கு விளங்கும் என்பது இவர்களுடைய கட்சி.

இப்படி இருதரப்பினர் இருந்தாலும், இந்த இருவராலும் பொருளைப் புறக்கணிக்கஇயலாது என்பதுதான் எதார்த்தம். இதைப் பழமொழிநானூறில் முன்றுறையரையனார் அழகாகச் சொல்கிறார், 'அருளைப் பெற்றவர்களும் சரி, மற்ற முட்டாள்களும் சரி, பொருள் உள்ளவர்களைப் புகழ்கிறார்கள்!'

அதாவது, நாம் முற்றிலும் மாறுபட்டவர்கள் என்று நினைக்கிற இந்த இருவரும்: அருளாளர்களும் மற்றவர்களும் ஒரு விஷயத்தில் ஒத்துப்போகிறார்கள்: பொருள் வைத்திருப்பவர்களை இந்த இருவருமே புகழ்கிறார்கள், அதற்கு வெவ்வேறு காரணங்கள் இருக்கலாம், ஆனால், பொருள் உள்ளவனுக்கு எங்கும் பெருமைதான் என்பது எதார்த்தம்.

இதற்கு என்ன காரணம் என்பதையும் அதே பாடல் சொல்கிறது, 'சந்தையில் ஒரு நல்ல பொருளை யாராவது விற்றால், அதை வாங்குவதற்கு எல்லாரும் போட்டி போட்டுக்கொண்டு வரமாட்டார்களா! அதுபோலதான் பொருளுள்ளவனும், எல்லாத் தரப்பினரும் அவனை மதிப்பார்கள்.'

'அருள்உடையாரும் மற்று அல்லாதவரும்
பொருள்உடையாரைப் புகழாதார் இல்லை,
பொருபடைக்கண்ணாய், அதுவே திருஉடையார்
பண்டம் இருவர் கொளல்.'

பொருள் உள்ளவரை எல்லாரும் புகழ்வதுபோல, பொருள் இல்லாதவர்களை எல்லாரும் இகழ்வார்கள். இதைத் திருவள்ளுவர் சொல்கிறார்:

'இல்லாரை எல்லாரும் எள்ளுவர், செல்வரை
எல்லாரும் செய்வர் சிறப்பு.'

எல்லாரும் புகழ்கிறார்கள் என்பதற்காகப் பொருள் சேர்ப்பதே வாழ்க்கையின் லட்சியமாகிவிடுமா?

பாரதிதாசன் ஒரு பாடலில் இதனை நயமாகச் சொல்கிறார்:

'பணத்தாள் பத்துக்கோடி சேர்க்கலாம்,
கருவூலம் தங்கக்கட்டியை இழந்தால்
பணத்தாள் குப்பைமேட்டுக்குப் பயன்படும்,
தேடத்தக்கது செல்வம்அன்று.'

அவ்வளவு ஏன், ஒரு நாட்டின் பணத்துக்கு இன்னொரு நாட்டில் மதிப்பில்லை, அதை மாற்றிதான் பயன்படுத்தவேண்டும், அந்த

மாற்றத்துக்கும் ஒவ்வொரு நாளுக்கும் ஒவ்வொரு மதிப்பு சொல்வார்கள்.

ஆக, செல்வம் என்பது சுற்றியிருக்கிறவர்கள் அதற்கு எவ்வளவு மதிப்பு தருகிறார்கள் என்பதைப் பொறுத்து மாறுபடும். மிகப்பெரிய தங்கக்கட்டி வைத்திருக்கிற ஒருவன், அதை ஒரு காய்கறிக்கடைக்காரனிடம் தந்தால், அவன் அதன் மகிமை தெரியாமல் எடைக்கல்லாகதான் பயன்படுத்துவான், அவ்வளவுதான் அதற்கு மரியாதை தருவான்.

அதே தங்கக்கட்டியை ஒரு பொற்கொல்லரோ, தங்கத்தின் மதிப்பு தெரிந்த இன்னொருவரோ பார்த்தால், அவர்கள் அதைக் கொண்டாடுவார்கள். செல்வம் சேரும் இடத்தைக்கொண்டு பெருமையடைகிறது, அல்லது சிறுமையடைகிறது.

அடுத்து, அந்தச் செல்வம் தன்னை வைத்திருப்பவரையும் பெருமைப்படுத்துகிறது. திருக்குறளில் சொல்வதுபோல:

‘பொருள்அல்லவரைப் பொருளாகச் செய்யும்
பொருள்அல்லது இல்லை பொருள்.’

ஒருவருக்கு எந்த மரியாதையும் இருக்காது, ஆனால், அவரிடம் பணம் வந்ததும், அதற்காகவேனும் பிறர் அவரை மதிக்கத் தொடங்குவார்கள்.

அது உண்மையான மரியாதையா என்பது இரண்டாம்பட்சம், பொருள் மரியாதையைக் கொண்டுவருகிறது, அதுவும் உடனடியாக.

அதனால்தான், ’பொருளென்னும் பொய்யா விளக்கம்’ என்று அதனைப் புகழ்கிறார் திருவள்ளுவர். அது தன்னை வைத்திருப்பவர்கள்மீது வெளிச்சத்தைப் பாய்ச்சும் ஒரு விளக்கு.

நேற்றுவரை யாரென்றே தெரியாத ஒருவர், இன்றைக்கு லாட்டரியில் லட்சம் ரூபாய் பரிசு பெற்று அந்தத் தெருமுழுவதும் பிரபலமாகிவிடுகிறார். அதைச் செலவழித்தபிறகு, அவர்

எல்லாரையும்போல் மாறிவிடுகிறார். காரணம், அவரிடமிருந்த பொருள் என்கிற விளக்கு மங்கிவிட்டது, ஆகவே, அவர் இருளில் தடுமாறுகிறார்.

நிலாவுக்கு இயற்கை வெளிச்சம் கிடையாது. ஆனால் சூரியனுக்கு இயற்கை வெளிச்சம் உண்டு. அதுபோல, பொருளால் வெளிச்சம் பெறுவது செயற்கை வெளிச்சம், தன்னுடைய இயல்பால், நல்ல குணங்களால் வெளிச்சம் பெறுவது இயற்கை வெளிச்சம், அதுவே அதிகப் பெருமையும்கூட.

அதற்காக, பொருளின்றி வாழ இயலாது. திருவள்ளுவர் இதை ஒரு கட்டளையாகவே சொல்கிறார்:

> 'செய்க பொருளை, செறுநர் செறுக்குஅறுக்கும்
> எஃகுஅதனின் கூரியது இல்.'

பணம் சம்பாதியுங்கள், அதுதான் மிகப் பெரிய ஆயுதம்!

யாருக்கு எதிரான ஆயுதம்?

எதிரிகள் யாராக இருந்தாலும் சரி, உங்களிடம் பொருள் இருக்கிறது என்று தெரிந்தவுடன் அவர்கள் தடுமாறிவிடுவார்கள். காரணம், பொருளை வைத்து நீங்கள் எந்த ஆயுதத்தையும், அதாவது எந்த உத்தியையும் வாங்கலாம், போரில் உங்களுக்குதான் வெற்றி என்பது அவர்களுக்குச் சொல்லாமலே புரிந்துவிடுகிறது.

ஆகவே, பொருள் என்கிற கூர்மையான ஆயுதத்தைச் சம்பாதியுங்கள் என்கிறார் வள்ளுவர். ஆனால், சில நிபந்தனைகளுக்கு உட்பட்டு!

முதலில், அந்தப் பணம் நல்ல வழியில் வரவேண்டும், இன்னொருவரைக் கெடுத்து அதன்மூலம் பணம் சம்பாதிக்கக் கூடாது.

அடுத்து, பணம் சம்பாதித்தமுறை அருளோடும் அன்போடும் இருக்கவேண்டும், மனிதாபிமானம் இல்லாமல் முரட்டுத்தனமாக

நடந்துகொண்டு சேர்த்த செல்வத்தைத் தொடாமலிருப்பதே நல்லது என்கிறார் வள்ளுவர்!

'அறன்ஈனும், இன்பமும்ஈனும், திறன்அறிந்து
தீதுஇன்றி வந்த பொருள்.'

'அருளொடும் அன்பொடும் வாராப் பொருள்ஆக்கம்
புல்லார் புரள விடல்.'

அன்பில்லாத ஒருவனிடம் இருக்கும் செல்வத்தால் எந்தப் பயனும் கிடையாது என்கிறது நன்னெறி. 'படிக்கத்தெரியாத ஒருவனுக்குப் புத்தகத்தால் என்ன பயன்? விழியில்லாத ஒருவனுக்கு விளக்கால் என்ன பயன்?'

இந்த உவமைகளைக் கொஞ்சம் கவனித்தால் சில நுட்பங்கள் புரிகின்றன. புத்தகம் சிறந்த ஒன்றுதான், சந்தேகமில்லை, ஆனால், படிக்கத்தெரியாதவனால் அதன் பயனைப் பெற இயலாது, அவன் புத்தகத்தை வைத்திருக்கலாம், எல்லாருக்கும் காட்டலாம், பிறர்கூட அதனை எடுத்துப் படிக்கலாம், ஆனால் அவனுக்கு அதனால் எந்தப் பயனும் இல்லை, விழியில்லாதவனுக்கு விளக்கும் அப்படிதான்.

ஆனால், அப்படிப்பட்ட அன்பில்லாத ஒருவனிடம் இருக்கும் செல்வம் ஒருவேளை பிறருக்குப் பயன்பட்டால், அப்போது அந்தச் செல்வம் மதிப்பிற்குரியதாகிவிடுகிறது. படிக்கத்தெரியாத ஒருவர் நூலகம் நடத்தலாம், பார்வையிழந்த ஒருவர், பிறருக்காக விளக்கைக் கையில் ஏந்தி நடக்கலாம்.

ஆக, அன்பில்லாத ஒருவருடைய செல்வம் பிறருக்குப் பயன்பட வாய்ப்புண்டு, அவருக்குப் பயன்பட வாய்ப்பில்லை, அவர் மனத்தில் அன்பை வளர்த்துக்கொண்டால்தான் உண்டு!

சிவப்பிரகாசசுவாமிகளின் அந்தப் பாடல்:

'இல்லானுக்கு அன்பு, இங்கு இடம்,பொருள்,ஏவல் மற்று
எல்லாம்இருந்தும் அவற்குஎன்செய்யும்? நல்லாய்,

மொழிஇலார்க்கு ஏது முதுநூல்? தெரியும்
விழிஇலார்க்கு ஏது விளக்கு?'

அன்பில்லாதவனிடம் சேரும் பணம் இரட்டைப் பிரச்னைகளைக் கொண்டுவருகிறது. ஒன்று, தேவை உள்ளவர்களுக்குப் பணம் கிடைப்பதில்லை, அதற்கு அந்த அன்பில்லாதவன் விடுவதில்லை. அடுத்து, அவனிடம் சேர்ந்துள்ள பணத்தை அவனால் அனுபவிக்கவும் இயலப்போவதில்லை, 'நாய்க்குத் தேங்காய் கிடைத்தாற்போல்'தான்.

பட்டுக்கோட்டையார் ஒரு பாடலில் இதை விவரிக்கிறார்:

'சொட்டுச்சொட்டா வேர்வை விட்டா,
பட்டினியால் பாடுபட்டா,
கட்டுக்கட்டா நோட்டு சேருது
கெட்டிக்காரன் பொட்டியிலே, அது
குட்டியும் போடுது வட்டியிலே!'

கஷ்டப்பட்டு உழைப்பவனிடம் சேரும் செல்வம் என்ன ஆகிறது?

அது எங்கே சேர்கிறது? வருவதும் தெரிவதில்லை, போவதும் தெரிவதில்லை என்கிறார் பட்டுக்கோட்டையார்:

'கையிலே வாங்கினேன், பையிலே போடல்லே,
காசு போன இடம் தெரியல்லே.'

இந்த அனுபவத்தை இன்றைக்கும் பலர் எழுதிக்கொண்டிருக்கிறார்கள். சம்பளம் வருகிற எஸ்.எம்.எஸ். ஒருபக்கம், கடன் தொகைகள் கழிக்கப்பட்ட எஸ்.எம்.எஸ். கள் இன்னொருபக்கம், நிறைவாக, காசு எங்கே போகிறது என்றே புரிவதில்லை!

அப்படியானால், அன்பும் செல்வமும் எதிரெதிரா? அன்பில்லாமல் முரட்டுத்தனமாக நடந்துகொண்டால், அடுத்தவர்களை ஏமாற்றினால்மட்டுமே செல்வத்தைச் சேர்க்க இயலுமா? அவர்களால் ஏமாற்றப்படுகிறவர்களின் நிலைமை

என்ன ஆகும்? பாவலர் வரதராஜனின் பாடலொன்று இதை ஆதங்கத்துடன் கேட்கிறது:

'வாடி வதங்குகின்ற ஏழை எளியரிடம்
வட்டி போட்டுத் துட்டுஅடிச்சு, பொட்டியில வச்சவங்க,
மாடி,மனையின்உள்ளே கோடிப்பணம் குவிச்சு
மக்களிடம் ஓட்டுக்குஇன்று துட்டுத் தரப் பார்ப்பவங்க,
நிரந்தரமா நம்மை மறந்தவங்க,
தினம்தினமாய் அன்பைத் துறந்தவங்க,
கண்இழந்த கூட்டத்திற்கும்
கருணையற்ற வர்க்கத்திற்கும்
அறிவைப் புகட்டணும் வேகமா, அதற்கான
தருணம் இனி வேறேதுமா?'

அன்பை இழந்தவர்கள் கண்ணை இழந்தவர்களுக்குச் சமம் என்று சொல்லிவிடுகிறார் பாவலர். சொல்லப்போனால், அவர்கள் அதைவிட ஒருபடி மோசமானவர்கள், கண்ணை இழந்தவர்களுக்காவது இன்னொருவர் காட்சிகளை விவரிக்கலாம், அவர்கள் அதை ஓரளவு புரிந்துகொள்ளலாம், அன்பை இழந்தவர்களுக்கு மற்றவர்கள் என்னதான் சொன்னாலும் புரியாது, அன்பைத் தருவதில் இருக்கும் சுகம் விளங்காது.

அப்படியானால், அவர்கள் எப்படித்தான் திருந்துவது?

எளியவழியொன்றைச் சொல்கிறார் கண்ணதாசன்:

'பணம்இல்லாதவன் கையைப்பார்த்து
எடுத்துப்போடுங்க,
இன்பம்என்றால் என்னவென்று
கொடுத்துப்பாருங்க.'

ஆக, இன்பம் என்பது பெறுவதில் இல்லை, கொடுப்பதில் உள்ளது, அதைப் பெறுபவர்கள் முகத்தில் காணும் மகிழ்ச்சியில் உள்ளது. செல்வம் உள்ளவர்கள் அதோடு சேர்க்கவேண்டிய அவசியமான குணம் இது!

நல்லது, உடனே 'கொடுக்க ஆரம்பித்துவிடுகிறேன்' என்று சிலர் தொடங்குவார்கள். மளமளவென்று பலருக்குப் பலவற்றைக் கொடுப்பார்கள்.

ஆனால், கவனித்துப்பார்த்தால், அவர்கள் கொடுக்கிற எவையும் பயனுள்ளதாக இருக்காது, தங்களுக்குப் பயன்படாத, அல்லது தங்களிடம் அதிகமாக இருக்கிற ஒன்றை அடுத்தவர்களுக்குக் கொடுப்பார்கள், அது அவர்களுக்குத் தேவையா இல்லையா என்பதைப்பற்றிக் கவலைப்படமாட்டார்கள்.

உதாரணமாக, தன்னிடம் இருக்கிற பழைய மழைக்கோட்டை ஒரு பிச்சைக்காரருக்குத் தருகிறார் ஒருவர். கோடைகாலத்தில் அவருக்கு எதற்கு மழைக்கோட்டு? அதற்குப் பதில் கொஞ்சம் பணமோ சாப்பாடோ கொடுத்தால் அவர் மகிழ்ச்சியடைவார்.

அதை விட்டுவிட்டு, பொருந்தாத ஒன்றைக் கொடுத்துவிட்டு, ஊர்முழுக்க 'நான் கருணைகொண்டவன்' என்று சொல்லிக்கொள்வதைக் கிண்டலடிக்கும் பாடலொன்று சிறுபஞ்சமூலத்தில் இருக்கிறது. காரியாசானின் அந்தப் பாடல்:

> 'கல்லாதான் தான்காணும் நுட்பமும், காதுஇரண்டும்
> இல்லாதாள் ஏக்கழுத்தம் செய்தலும், இல்லாதான்
> ஒல்லாப் பொருள் இல்லார்க்குஈத்து அளியான் என்றலும்
> நல்லவர்கள் கேட்பின் நகை.'

முறைப்படி கற்காத ஒருவன், ஒரு நூலை எடுத்துவைத்துக்கொண்டு தானே வாசித்து, அதில் இந்த நுட்பத்தைக் கண்டேன், அந்த நுட்பத்தைக் கண்டேன் என்று மகிழ்ந்துகொண்டால், பார்க்கிறவர்கள் சிரிக்கமாட்டார்களா? காது இல்லாத ஒரு பெண் தன்னை அழகி என்று சொல்லிக்கொண்டால் யார் நம்புவார்கள்?

அதுபோல, மனமில்லாத ஒருவன் பொருந்தாத ஒரு பொருளைப் பிறருக்குக் கொடுத்துவிட்டு அதைப்பற்றிப் பெருமையாகச் சொல்லிக்கொண்டால், அவனைப் பார்த்து நல்லவர்கள் சிரிப்பார்கள்!

அதற்குப்பதிலாக, வருபவரின் தேவையை உணர்ந்து, அதற்கேற்ப உதவிசெய்யச் செல்வத்தைப் பயன்படுத்துவதே சிறந்தது. பாரதிதாசன் சொல்வது:

'பசிஎன்று வந்தால், ஒருபிடி சோறு
புசிஎன்று தந்துபார் அப்பா!
பசைஅற்ற உன் நெஞ்சில் இன்பம் உண்டாகும்,
பாருக்குஉழைப்பதே மேலான போகம்!'

ஆனால், இப்படிக் கொடுத்துக்கொண்டே இருந்தால் நம்முடைய நிலைமை என்னவாகும்? 'ஆற்றில்போட்டாலும் அளந்துபோடவேண்டும்' என்பார்களே.

அங்கேதான் வித்தியாசமே, கொடுக்கும்போது செல்வம் குறையப்போவதில்லை, பெருகும் என்கின்றன நீதிநூல்கள். பழமொழிநானூறில் ஓர் அழகிய பாடல்:

'இரப்பவர்க்குஈயக் குறைபடும்என்றுஎண்ணிக்
கரப்பவர் கண்டுஅறியார்கொல்லோ? பரப்பின்
துறைத்தோணி நின்றுஉலாம் தூங்குநீர்ச் சேர்ப்ப!
இறைத்தோறும் ஊறும் கிணறு.'

ஒருவர் நம்மிடம் வந்து கேட்கும்போது, அவருக்குக் கொடுத்தால் நம் செல்வம் குறைந்துவிடுமோ என்று எண்ணி அதை ஒளித்துவைத்துக்கொள்கிறவர்கள் கிணறைப் பார்த்ததில்லையோ? தண்ணீர் இறைத்தால்தானே அதில் நீர் ஊறும்? அதுபோல, செல்வத்தைக் கொடுத்தால்தானே மேலும் கிடைக்கும்!

இன்னும் கிடைக்கும் என்று பலனை எதிர்பார்த்துக் கொடுத்தாலும் சரி, மனமாரக் கொடுத்தாலும் சரி, பிறர் பாராட்டுவார்கள் என்பதற்காகக் கொடுத்தாலும் சரி, எப்படியாவது கொடுத்தால் போதும், செல்வத்தின் பயன் அதுதான்!

'வளையாபதி'யில் வரும் பாடலொன்று செல்வம் சாதாரண விஷயமில்லை, மனிதப்பிறவியைப்போலவே அதுவும் அரிதான ஒன்றுதான் என்கிறது:

'வினைபல வலியினாலே வேறுவேறு யாக்கைஆகி
நனிபல பிறவிதன்னுள் துன்புறூஉம் நல்உயிர்க்கு
மனிதரின் அரியதாகும் தோன்றுதல், தோன்றினாலும்
இனியவை நுகர எய்தும் செல்வமும் அன்னதேயாம்.'

பல பிறவிகளில் தீவினைகளைச் செய்து, அதனால் வெவ்வேறு பிறவிகளை எடுத்துத் துன்பப்படுகின்ற ஒரு நல்ல உயிர், நிறைவாக மனிதனாகத் தோன்றுவது அரியது. அப்படியே தோன்றினாலும், அந்த மனிதன் இனியவற்றை அனுபவிப்பதற்காகச் செல்வத்தைத் திரட்டுவது இன்னும் அரியது.

அதேசமயம், மனிதப்பிறவி அரியது என்பதையே ஏற்காத சிந்தனையும் உண்டு. பிறவியில்லாத நிலைதான் உயர்ந்தது என்று எண்ணுகிற இவர்கள், பணத்தைப் பெரிய விஷயமாக மதிப்பார்களா?

கண்ணதாசன் ஒரு திரைப்பாடலில் எழுதுகிறார்:

'பணம் என்னடா பணம்?
குணம்தானடா நிரந்தரம்.
காசு என்ற சொல்லின் பொருள்,
குற்றம் என்பது,
நாணயம் என்றால் அதன்பேர்
நேர்மை என்பது,
நல்லவர்க்குக் காசு,பணம் தேவையற்றது,
பகவானின் மணியோசை கேட்கின்றது,
பணம்என்னும் பேராசை மறைகின்றது.'

இதே கண்ணதாசன், 'என்னடா' என்ற இதே சொல்லைக்கொண்டு இன்னோர் அருமையான பாடலைத் தந்திருக்கிறார், அதுவும் பணம் சம்பந்தமானதுதான்:

'அண்ணன் என்னடா, தம்பி என்னடா,
அவசரமான உலகத்திலே,
ஆசைகொள்வதில் அர்த்தம் என்னடா,
காசுஇல்லாதவன் குடும்பத்திலே?

பணத்தின்மீதுதான் பக்தி என்றபின்
பந்தபாசமே ஏனடா?
பதைக்கும் நெஞ்சினை அணைக்கும் யாவரும்
அண்ணன், தம்பிகள்தானடா.'

காசு இல்லாதவன் ஆசைப்பட்டுப் பிரயோஜனம் இல்லை என்றாகிவிட்ட உலகத்தை எண்ணி வருந்தும் கவிஞர், பணத்தின்மீது பக்திவைத்து, அதற்காக அன்பை மறக்கிறவர்களை உலுக்குகிறார், எல்லாம் பணத்தை மையமாகக்கொண்டு இயங்குவதை மறுபரிசீலனை செய்யச்சொல்கிறார்.

இதே கருத்தை வலியுறுத்தும் கா.மு.ஷெரீஃபின் திரைப்பாடலொன்று:

'பணம் பந்தியிலே, குணம் குப்பையிலே,
ஒண்ணும்தெரியா ஆள்ஆனாலும் பணம் இருந்தாலே, அவனை
உயர்த்திப்பேச மனிதகூட்டம் நாளும் தப்பாதே,
என்னஅறிவு இருந்திட்டாலும் பணம் இல்லாத ஆளை, உலகம்
எந்தநாளும் மனிதனாக மதிக்கமாட்டாதே!'

சமூகம் இந்தச் சிந்தனையை மாற்றிக்கொள்ளுமா என்பது தெரியவில்லை. ஆனால், பணத்துக்கு மரியாதையைத் தந்து குணத்தை இரண்டாம்நிலையில் உட்காரவைப்பது நிச்சயம் சரியான அளவுகோலல்ல என்பது புரிந்தவர்களேனும் மாறலாம், அதன்பிறகு, கண்ணதாசன் பாடிய சூழல் வரலாம்:

'எல்லாரும் எல்லாமும் பெறவேண்டும், இங்கு
இல்லாமை இல்லாத நிலைவேண்டும்!'

13

உயிரைவிட மானம் பெரியது என்பார்கள்.

அதென்ன மானம்?

தொடர்ந்து உயர்ந்தநிலையில் இருத்தல், எந்தத் துன்பம் வந்தாலும் தன் நிலையிலிருந்து தாழாமலிருத்தல் என்று சொல்லலாம். ஆனால், அது இந்தச் சிறிய வரையறைக்குள் உட்கார்ந்துவிடுகிற விஷயம் அல்ல.

புறநானூற்றில் ஓர் அரசன் கைது செய்யப்படுகிறான், அவனுக்குத் தண்ணீர் தாகம் எடுக்கிறது, தன்னைக் கைது செய்தவர்களிடம் கேட்கிறான், அவர்கள் சற்றே நேரம் தாழ்த்தித் தண்ணீர் கொடுக்கிறார்கள். அவன் அதைக் குடிக்க மறுத்துவிடுகிறான், அவமானத்துடன் வரும் இந்தத் தண்ணீரைக் குடித்து உயிர் வாழவேண்டுமா என்கிறான்.

உண்மையிலேயே அந்தப் பகைவர்கள் அவனை அவமானப்படுத்துவதற்காகத்தான் தண்ணீரைத் தாமதமாகக் கொடுத்தார்களா என்பது நமக்குத் தெரியாது, அந்த அரசன் இப்போது கைதி, மற்ற கைதிகளுக்கெல்லாம் எப்படித் தண்ணீர் தருவார்களோ அதுபோல்தான் அவனுக்கும் தந்திருப்பார்கள். ஆனால், அவனைப் பொறுத்தவரை, அது அவமானமான

செயல், அதை வாங்கிக் குடித்தால், இதற்குமுன் இருந்த நிலையிலிருந்து அவன் தாழ்ந்துவிடுவான், அதை அவன் விரும்பவில்லை.

சேரமான் கணைக்கால் இரும்பொறை பாடிய அந்த வரிகள்:

'மதுகைஇன்றி, வயிற்றுத்தீ தணியத்
தாம் இரந்து உண்ணும் அளவை
ஈன்மரோ இவ்வுலகத்தானே?'

மன்னனின் இந்த 'மான' வரையறையை எல்லாரும் பின்பற்ற இயலுமா?

சிரமம்தான். ஆனால், முற்றிலும் இயலாது என்றும் சொல்வதற்கில்லை. இன்றைக்கும் பலர் கடைக்குச் சென்று எதையாவது ஆர்டர் செய்துவிட்டு, அது உடனே வராவிட்டால் கோபப்பட்டுக்கொண்டு பசியோடு வெளியேறுவதைப் பார்க்கிறோம்.

ஆனால் இப்போது, அதை 'மானம்' என்றா சொல்கிறோம்? 'ரெண்டு நிமிஷம் கழிச்சுச் சாப்பிட்டா என்ன? ஏன்ய்யா இப்படிக் கோவப்படறீர்?' என்றல்லவா பேசுகிறோம்?

புறநானூற்றில் மரியாதைக்குரிய ஒரு குணமாகக் கருதப்பட்ட விஷயம், இன்றைக்கு வெறும் 'கோபமாக' நினைக்கப்படுவது ஏன்? தான் இருக்கும் நிலையிலிருந்து இறங்குவது அத்தனை இலகுவாகிவிட்டதா? அதனால் பிரச்னையில்லை என்று நினைக்கத் தொடங்கிவிட்டோமா?

இங்கே 'நிலை' என்பதன் வரையறையைக் கவனிக்கவேண்டும். தினமும் வேளாவேளைக்குச் சாப்பிட்ட ஒருவர் என்றைக்காவது சற்றே தாமதமாகச் சாப்பிடவேண்டியிருக்கிறது, அல்லது உணவின் சுவை குறைந்துவிடுகிறது, அதுவும் நிலைமாற்றம்தான், இன்னொருவர் தினமும் உண்மையே பேசுபவர், சூழ்நிலை கருதிப் பொய் பேசுகிறார், அதுவும் நிலைமாற்றம்தான், இந்த இரண்டில் எதில் உண்மையான 'மானக்குறைவு' ஏற்படுகிறது?

எதை எண்ணி ஒருவர் கூசவேண்டும்?

அந்த மன்னனுக்கு அரை நிமிடம் கழித்துத் தண்ணீர் தரப்படுவது அவமானமாகத் தோன்றியிருக்கிறது, 'நேர்ல பத்திரிகை வைக்கலை' என்று சில உறவினர்கள் முறைத்துக்கொள்வதுபோல.

அதே திருமணத்தில் வேறு சில உறவினர்கள் பத்திரிகையைக்கூட எதிர்பார்க்காமல் எல்லா வேலைகளையும் இழுத்துப்போட்டுக்கொண்டு செய்வதில்லையா? ஒருவேளை அவர்கள் ஏதோ காரணத்துக்காக இழிவுபடுத்தப்பட்டாலும், அதை விழுங்கிக்கொண்டு திருமணம் நன்கு நடைபெறவேண்டும் என்பதற்காக முனைவதில்லையா? அதற்காக அவர்கள் 'மானமில்லாதவர்கள்' என்று சொல்லிவிட இயலுமா?

ஆக, மானக்குறைவு என்பது ஒருவருக்குள் உறுத்தவேண்டும், அதற்குத் தாங்கள் காரணமாக அமைந்தால், அதைத் திருத்திக்கொள்ளவேண்டும் என்ற உணர்வு ஏற்படவேண்டும், ஒருவேளை பிறர் காரணமாக அமைந்தால், அவர்களிடம் சீறுவது தகுமா, அல்லது, வேறுவிதத்தில் தான் இழந்த கௌரவத்தைத் திரும்பப் பெற இயலுமா என்று யோசிக்கவேண்டும்.

நாலடியாரில் ஒரு பாடல், 'தன்மானமுள்ளவர்கள் தங்களுக்கு என்ன பிரச்னை வந்தாலும், உடம்பெல்லாம் வற்றிப்போய் வெறும் எலும்புமட்டும் மீதமிருந்தால்கூட, அதைத் தகுதியில்லாதவர்களிடம் சென்று சொல்லமாட்டார்கள்' என்கிறது.

இதன் உள்ளர்த்தம், ஒருவேளை அவர்களுடைய பிரச்னைக்கு அந்தத் தகுதியில்லாதவர்களே காரணமாக இருக்கலாம், அப்போதும் அவர்களிடம் சென்று அதைச் சொல்லாமலிருப்பதைத் தன்மானத்துக்கான வரையறையாகக் கருதலாம்.

இந்தக் கோணத்தில் புறநானூற்று அரசனின் பிரச்னையைக் கவனித்தால், 'நீ எனக்கு உடனே தண்ணீர் தரவில்லை, அதனால் நான் இதைக் குடிக்கமாட்டேன், எனக்குத் தாகம் எடுத்தாலும்

பரவாயில்லை, உயிருக்கே ஆபத்து நேர்ந்தாலும் பரவாயில்லை' என்றெல்லாம் அவன் அந்தப் பகைவர்களிடம் வீரவசனம் பேசியிருப்பானா? பாடலின் தொனியைக் கவனித்தால், அவன் தனக்குள் பேசிக்கொள்வதுதான் இது என்று புரிகிறது.

ஆக, அவமானப்படுத்தியவனிடம் சீறுவது தன்மானம் அல்ல, அதனால் தனக்கு நேர்ந்த குறையைத் தானே சரிசெய்துகொள்வதுதான்!

ஒருவேளை, அந்தக் காவலர்கள் அரசனைக் கவனித்து, 'உங்க முகம் வாடியிருக்கே, தண்ணி குடிக்கலையா? தாகமா இருக்கா?' என்று கேட்டால்?

அல்லது, அரசனோடு கைதாகியிருக்கும் ஓர் அமைச்சர் இப்படிக் கேட்டால்?

அதற்கு வாய்ப்பே இல்லை என்கிறது நாலடியார், மானமுள்ளவர்கள் பிறரிடம் தங்கள் குறைகளைச் சொல்லாமலிருப்பது மட்டுமல்ல, காட்டக்கூடமாட்டார்கள்.

அதாவது, வாயைத் திறக்காமலே அவர்கள் மனத்தில் என்ன இருக்கிறது என்பதைப் படித்துவிடுகிறவர்களால்கூட, தன்மானமுள்ளவர்கள் தங்களுக்குள் வைத்திருக்கும் உறுதியைப் படிக்க இயலாதாம், சொற்களால்மட்டுமல்ல, உடல்மொழியால், முகக்குறிப்புகளால்கூட அதைச் சொல்லிவிடமாட்டார்களாம்.

'என்பாய்உகினும் இயல்புஇலார் பின்சென்று
தம்பாடுஉரைப்பரோ தம்உடையார்; தம்பாடு
உரையாமைமுன் உணரும் ஒண்மைஉடையார்க்கு
உரையாரோ தாம்உற்ற நோய்.'

திருக்குறளும் கிட்டத்தட்ட இதேபோன்ற ஒரு வரையறையை வைக்கிறது, 'உயரமாகச் செல்லும்போது, பணிவு வரவேண்டும், தாழும்போது, உயர்வு வரவேண்டும்' என்கிறது:

'பெருக்கத்து வேண்டும் பணிதல், சிறிய
சுருக்கத்து வேண்டும் உயர்வு.'

மறுபடியும் புறநானூற்று அரசனின் நிலையை இங்கே சிந்திக்கவேண்டும். அவன் 'தாமதமாகக் கொடுத்த தண்ணீரைக் குடிக்கமாட்டேன்' என்று சொன்னதைமட்டும் நாம் கவனித்தால், 'என்ன பெரிய அலட்டல்' என்றுகூடத் தோன்றலாம், ஆனால், பெருக்கத்தில் அவன் எத்தகைய பணிவுடன் இருந்திருப்பான் என்று யோசித்துப்பார்த்தால், இப்போது சுருக்கத்தின்போது அவன் செய்வது அலட்டல் அல்ல, உயர்வு என்று புரியும்.

அதெப்படி ஓர் அரசன் பணிவாக இருக்க இயலும்?

பணிவு என்பது தாழ்வு அல்ல. அதுவும் ஓர் அவசியமான குணமே. முடியரசன் சொல்கிறார்:

'பணிந்து நடக்கவேண்டுமென்று எண்ணித் தாழ்வு மனப்பான்மையுடையவனாக, அடிமையுள்ளமுடையவனாகப் பழகிவிடாதே. பணிவு வேறு, தாழ்வு வேறு.'

'பெருமிதவுணர்வுடையவனாக இரு. பெருமிதமாக இருக்கவேண்டுமென்று செருக்குடையவனாக மாறிவிடாதே. பெருமிதம் வேறு, செருக்கு வேறு, இரண்டுக்கும் உள்ள வேறுபாட்டை நன்கு உணர்ந்து நட.'

சுருக்கத்தின்போது, அதாவது, நிலை தாழ்ந்திருக்கும்போது, அதையே ஒரு சமாதானமாகச் சொல்லித் தவறு செய்துவிடுகிற வாய்ப்புகள் அதிகம்.

உதாரணமாக, ஒருவரிடம் நிறைய பணம் இருக்கிறது, அப்போது அவர் நேர்மையாக வாழ்கிறார். ஏதோ பிரச்னையில் அவருடைய குடும்பம் கஷ்டப்படுகிறது, அதைச்சொல்லி அவர் திருடுகிறார், பொய் பேசுகிறார், பிறரை ஏமாற்றுகிறார் என்றால், அது ஏற்கப்படுமா?

இருபத்தைந்து வருடம் நேர்மையாக வாழ்ந்தவர், இப்போது ஒரு சிறிய தவறு செய்துவிடுகிறார், மன்னிக்கக்கூடாதா?

> 'குன்றின்அனையாரும் குன்றுவர், குன்றுவ
> குன்றிஅனைய செயின்.'

என்கிறது திருக்குறள். குன்றுபோல் குணத்தில் உயர்ந்திருக்கிற ஒருவர், தன் நிலை தாழ்ந்து குன்றிமணியளவு பிழை செய்தாலும், அவர்களுடைய ஒட்டுமொத்த நற்பெயரும் கெட்டுப்போய்விடும்.

ஆக, பிழையின் அளவு முக்கியமில்லை, பிழைசெய்தார்கள் என்பதுதான் முக்கியம், அதற்குக் காரணம், சுருக்கத்தில் உயர்வின்மை. சிறு சபலமும் இழிவுக்குக் காரணமாகிவிடும்.

சுருக்கத்தின்போது நாம் எவ்வாறு இருப்போமோ, யாருக்குத் தெரியும்? சுருக்கமே வராமல் தடுப்பதுதான் நல்ல விஷயம். அதற்கு என்ன வழி?

ஔவையார் 'நல்வழி'யில் இதற்கு ஒரு நல்லவழியைச் சொல்கிறார்:

'ஆன முதலில் அதிகம் செலவுஆனான்
மானம் அழிந்து, மதிகெட்டுப் போனதிசை
எல்லார்க்கும் கள்ளனாய், ஏழ்பிறப்புத் தீயனாய்
நல்லார்க்கும் பொல்லனாம், நாடு.'

தனக்குக் கிடைக்கும் பொருளைவிட அதிகம் செலவுசெய்கிறவனுடைய மானம் அழியும், மதி கெடும், அவன் எந்தத் திசையில் போனாலும் எல்லாரிடமும் திருடுவான், ஏழு பிறப்புகளுக்கான தவறுகளை இந்த ஒரு பிறப்பில் செய்துவிடுவான், நல்லவர்களுக்குக் கெட்டவனாக இருப்பான், ஆகவே, வரவுக்குள் செலவு செய்க.

இதையே கண்ணதாசன் வேடிக்கையாகச் சொல்கிறார்:

'வரவு எட்டணா,
செலவு பத்தணா,
அதிகம் ரெண்டணா,
கடைசியில் துந்தனா!
நிலைமைக்குமேலே நினைப்பு வந்தா
நிம்மதி இருக்காது,
அளவுக்குமேலே ஆசை
உள்ளதும் கிடைக்காது.'

கண்ணதாசன் சொல்லும் 'உள்ளதும் கிடைக்காது' என்ற நிலைதான், மானக்குறைவு, இழிவு. அதிகம் செலவு செய்வதுதான் மானம் குறைவதற்கு ஒரே காரணமா?

இது ஓர் உதாரணம்தான், இதுபோல் நீதிநூல்களில் எண்ணற்ற 'இழிவுக்குக் காரணங்கள்' குறிப்பிடப்பட்டுள்ளன. அவை ஒவ்வொன்றும் இந்நிலையைத் தூண்டக்கூடும்.

மானக்குறைவு வந்தால், ஒருவர் என்ன செய்யவேண்டும்?

பாரதியார் சொல்வது:

'மானம் சிறிதுஎன்றுஎண்ணி,
வாழ்வு பெரிதுஎன்றுஎண்ணும்
ஈனர்க்கு உலகம்தனில், கிளியே
இருக்க நிலைமைஉண்டோ?'

மானம்தானே போச்சு என்று இருந்துவிடக்கூடாது, அது ஈனத்தனம், அடடா, மானம் போயிற்றே என்று பதறவேண்டும், வாழ்வையே தந்தும் அதனை மீட்கத் தயாராகவேண்டும்.

இதைச் சொல்வதற்காகதான், 'உயிரைவிட மானம் பெரியது' என்கிறார்கள். திருக்குறளில்:

'மயிர்நீப்பின் வாழாக் கவரிமா அன்னார்,
உயிர்நீப்பர் மானம் வரின்.'

கவரிமா என்ற விலங்கு (கவரிமான் அல்ல), அதன் மயிர் நீக்கப்பட்டால் குளிர் தாங்காமல் இறந்துவிடும். அதுபோல, பெருமை நீங்கினால்/ மானக்குறைவு வந்தால், உயர்ந்தவர்கள் உயிரையே இழக்கத் துணிந்துவிடுவார்கள்.

கம்பர் அமைச்சர்களின் பெருமையைச் சொல்லும்போது, இதே உவமையைப் பயன்படுத்துகிறார்:

'மானம் நோக்கின்,
கவரிமாஅனைய நீரார்.'

மானம் இழந்தால் உயிர்வாழக்கூடாது என்று சொல்வது ஏதோ மிரட்டல்போல் இல்லையா?

இதன் உண்மையான பொருள், மானக்குறைவை உயிரிழப்பைவிடப் பெரிய குறையாக எண்ணவேண்டும், அதனைச் சரிசெய்வதற்கான முனைப்பில் முழுவேகத்துடன் இறங்கவேண்டும் என்பதுதான். ஒரு திரைப்பாடலில் வாலி அழகாக எழுதுகிறார்:

‘தன்மானம் உள்ள நெஞ்சம், எந்நாளும் தாழாது,
செவ்வானம் மின்னல் வெட்டி மண்மீது வீழாது,
காவேரித் தாய்மடியில் வாழ்ந்த பிள்ளையடி,
காற்றாடிபோலிருந்து வீழ்வதில்லையடி.
அன்பான உறவுகண்டு கூடுகட்டி ஆடுவேன்,
அந்நாளில் நான்இருந்த வாழ்க்கையைத்தான் தேடுவேன்,
அன்று சொன்னான் பாரதி,
சொன்ன வார்த்தைகள் தோற்றதில்லையடி,
என் எண்ணம் என்றைக்கும்
தோல்விஎன்பதை ஏற்றதில்லையடி.’

என்னவொரு தன்னம்பிக்கை தொனிக்கும் வரிகள்! அதே மானக்குறைவுதான், அதே உயர்வான நெஞ்சம்தான், ஆனால், இப்போது அது உயிர்விடுவேன் என்று சொல்வதில்லை, ‘காற்றாடிபோல் வீழமாட்டேன்’ என்கிறது. ‘அந்நாளில் நான் இருந்த வாழ்க்கையைத் தேடுவேன்’ என்கிறது.

காற்றாடி மேலும் கீழுமாகத் தடுமாறும், ஆனால் மனிதமனம் தனது உயர்வுநிலையைமட்டுமே தேடும், எண்ணத்தில்கூட தோல்வி என்பதை ஏற்காது, இதுதான் உயர்வுச் சிந்தனை!

தன்மானம் தனிமனிதர்களுக்குமட்டுமல்ல, ஒட்டுமொத்தச் சமுதாயத்துக்கும் பொருந்தும்.

உதாரணமாக, சுதந்திரப் போராட்டம் என்பது என்ன? நாங்கள் முன்பு எங்களையே ஆண்டுகொண்டிருந்தோம், இப்போது அதிலிருந்து தாழ்ந்துவிட்டோம், இன்னொருவர் எங்களை ஆளுகிறார், அதை நாங்கள் ஏற்கமாட்டோம், நாங்கள்

பழைய உயர்ந்தநிலையை எட்டவேண்டும் என்று நினைத்துப் போராடுவதுதானே? சமுதாயத்தில் ஒவ்வொருவரும் இப்படி நினைத்தால்தானே தெருவுக்கு வந்து போராடுவார்கள், பொது எதிரியை முனைப்போடு விரட்டுவார்கள்?

ஒரு திரைப்பாடலில் முத்துலிங்கம் இதை எழுதுகிறார்:

'தாயகத்தின் சுதந்திரமே எங்கள் கொள்கை,
தன்மானம் ஒன்றேதான் எங்கள் செல்வம்!'

சுதந்திரத்தைக் கொள்கை என்கிறார், அதனைப் பெறுவதற்கான செல்வம், ஆயுதம், கருவி... எல்லாமே தன்மானம்தான். அது இருந்தால், சுதந்திரத்தைப் பெற்றுவிடலாம்:

'ஒற்றுமையால் பகைவர்களை ஓடவைப்போம்,
உழைப்பாலே நம்நாட்டை உயர்த்திவைப்போம்,
கொள்கைவீரர் தியாகங்களை ஏற்றிடவேண்டும்,
புரட்சியிலே சரித்திரத்தை மாற்றிடவேண்டும்.'

இவையெல்லாம் தன்மானம் என்கிற உணர்வோடு சேரும்போது, சுதந்தரத்தைப் பெற்றுத்தருகின்றன. அந்த நேரத்தில் மற்ற செல்வங்களைத் தேடக்கூடாது என்கிறார் பாரதியார்:

'நாட்டில் அவமதிப்பும்
நாண்இன்றி இழிசெல்வத்
தேட்டில் விருப்பும்கொண்டே, கிளியே,
சிறுமையடைவாரடி!'

அவமானம் எல்லாருக்கும் நேரக்கூடியதுதான், அதையே தூண்டுதலாகப் பயன்படுத்தி உழைத்தால், தன்மானத்தின் துணையோடு பெரிய வெற்றியடையலாம் என்கிறது வைரமுத்துவின் திரைப்பாடலொன்று:

'இன்றுகண்ட அவமானம்,
வென்றுதரும் வெகுமானம்,
வானமே தாழலாம்,
தாழ்வதில்லை தன்மானம்!'

அதனால்தான், புதிய ஆத்திசூடியில் பாரதி சொல்கிறார்:

'மானம் போற்று!'

மானஉணர்வு, அதாவது, என்னுடைய நிலை உயர்வானது என்ற எண்ணம், அதிலிருந்து தாழமறுக்கும் குணம்தான் மனிதனைத் தொடர்ந்து முன்னேறவைக்கிறது, அவனுடைய வளர்ச்சிக்கு உதவுகிறது. அதனால்தான் அதை உயிரினும்மேலாகக் குறிப்பிடுகிறார்கள்:

'நம்உயிர்க்குமேலே, மானம், மரியாதை,
மானம்இழந்தாலே, வாழத்தெரியாதே!'

என்று ஒரு கிராமத்துப்பாடலில் எழுதுவார் வாலி. மானம் இழந்த நிலை யாருக்குமே இயல்பல்ல, அதை யாரும் விரும்புவதில்லை, பழைய நிலைக்கு (அதாவது, உயர்வுக்கு)த் திரும்பவேண்டும் என்றுதான் அவர்கள் நினைப்பார்கள். மானம் இழந்து கிடைக்கும் எந்த நன்மையையும் அவர்கள் விரும்பமாட்டார்கள்.

நாலடியாரில் ஒரு பாடல்:

'இடம்உடைய
வானகம் கையுறினும் வேண்டார் விழுமியோர்
மானம் மழுங்கவரின்.'

அந்த வானமே கிடைத்தாலும், மானக்குறைவோடு வரும் செல்வத்தை மறுக்கவேண்டும். மறுபடியும் புறநானூற்று மன்னன் உதாரணத்தை நினைத்துக்கொள்ளலாம். அவன் தண்ணீரை மறுத்தான், சிலர் உணவை மறுக்கிறார்கள், பதவியை மறுக்கிறார்கள், செல்வத்தை மறுக்கிறார்கள், உயிரைக்கூட மறுக்கிறார்கள், அது மானக்குறைவோடு வருவதால்.

இதற்குமாறாகச் செயல்படும் ஈனர்களை வாலி ஒரு திரைப்பாடலில் சாடுகிறார்:

'சிலர் ஆசைக்கும், தேவைக்கும், வாழ்வுக்கும், வசதிக்கும்
ஊரார் கால்பிடிப்பார்,

ஒரு மானம்இல்லை, அதில் ஈனம்இல்லை, அவர்
எப்போதும் வால்பிடிப்பார்.'

ஒருவர் தன்னுடைய நிலையிலிருந்து தாழ்வது எப்போதும் சிரமமான ஒன்றுதான். அப்போது அவர்களுடைய நிழல்கூட அவர்களை மதிக்காது. அந்த நேரத்திலும், தன்னை மதிக்காதவர்களிடம் உதவிகேட்காமலிருப்பதே சிறந்தது என்று ஔவையாரைச் சுட்டிக்காட்டிக் கண்ணதாசன் சொல்கிறார்:

'உயர்ந்தஇடத்தில் இருக்கும்போது,
உலகம் உன்னை மதிக்கும், உன்
நிலைமை கொஞ்சம் இறங்கிவந்தால்,
நிழலும்கூட மிதிக்கும்.
மதியாதார் தலைவாசல்
மிதியாதே என்று
மானமுள்ள மனிதனுக்கு ஔவை சொன்னது,
அதில் அர்த்தம் உள்ளது.'

கண்ணதாசன் குறிப்பிடும் ஔவையின் வரிகள், இதனை இன்னும் தெளிவாக விவரிக்கின்றன:

'மதியாதார் முற்றம் மதித்து ஒருகால்சென்று
மிதியாமை கோடி பெறும்,
உண்ணீர், உண்ணீர் என்று உபசரியார் தம்மனையில்
உண்ணாமை கோடி பெறும்,
கோடி கொடுப்பினும் குடிப்பிறந்தார் தம்முடனே
கூடுதலே கோடி பெறும்,
கோடானுகோடி கொடுப்பினும் தன்னுடை நா
கோடாமை கோடி பெறும்.'

எத்தனை கோடி கொடுத்தாலும், நா வளையக்கூடாது, அதாவது, தான் சொன்னதை மீறி நடக்கக்கூடாது என்கிறார் ஔவையார். பிறர் ஏற்படுத்தும் மானக்குறைவைவிட, தனக்குத்தானே ஏற்படுத்திக்கொள்ளும் மானக்குறைவு அல்லவா அது!

14

எதைச் சொல்வதற்கும் ஒரு முறை இருக்கிறது.

சிலர் 'இன்றைக்கு புதன்கிழமை' என்பதைக்கூட ரசிக்கும்படி சுவையாகச் சொல்வார்கள். இன்னும் சிலர் 'அரை மணிநேரத்தில் ஐம்பது கோடி சம்பாதிப்பது எப்படி?' என்பதைக்கூடத் தூக்கம் வரவழைப்பதுபோல் சொல்வார்கள். 'காசு கெடக்குது, ஒரு தலையணை கொடுங்க' என்று கேட்கிறவர்கள் கடுப்பாகிவிடுவார்கள்.

எழுத்தும் அப்படித்தான், சரியாக எழுதினால் எதையும் படித்துவிடலாம், சொதப்பினால் வாசகர்களின் எரிச்சலைச் சம்பாதித்துக்கொள்ளலாம்.

இதற்கென்று ஏதேனும் வழிமுறைகள் இருக்கின்றனவா? எப்படிப் பேசவேண்டும், எப்படி எழுதவேண்டும் என்று தெரிந்துகொள்வது எப்படி?

'ஆசாரக்கோவை' என்று ஒரு புத்தகம், பெருவாயின்முள்ளியார் எழுதியது. எந்தெந்த விஷயங்களை எப்படியெல்லாம் செய்யவேண்டும் என்று சொல்கிற *HowTo Guide* என்று சொல்லலாம்.

அதில், ஒரு விஷயத்தை எப்படிச் சொல்லவேண்டும், எப்படிச் சொல்லக்கூடாது என்று விவரிக்கும் ஒரு பாடல்:

'விரைந்துஉரையார், மேன்மேல்உரையார், பொய்ஆய
பரந்துஉரையார், பாரித்துஉரையார், ஒருங்குஎனைத்தும்
சில்எழுத்தினாலே பொருள்அடங்கக் காலத்தால்
சொல்லுப செவ்விஅறிந்து.'

முதலில், விரைந்துஉரையார். அதாவது, அவசரமாகச் சொல்லக்கூடாது, வேகமாகப் பேசக்கூடாது, கேட்கிறவர்களுக்கு ஒன்றுமே புரியாது. நிறுத்தி நிதானமாக ஒவ்வொரு சொல்லாகத்தான் பேசவேண்டும்.

அடுத்து, மேன்மேல்உரையார். இதற்குப் பலவிதமாகப் பொருள்கொள்ளலாம், உரிய விஷயத்தைச் சொல்லிவிட்டு நிறுத்திவிடவேண்டும், அதற்குமேல் எதையும் சொல்லக்கூடாது என்பது ஒரு பொருள், மிகைப்படுத்தக்கூடாது என்பது ஒரு பொருள்.

சிலர் சொல்லவந்த விஷயத்தை விட்டுவிட்டு மற்ற எல்லாம் பேசுவார்கள் (அல்லது எழுதுவார்கள்), ஒருகட்டத்தில் அவர்கள் எதைப் பேசிக்கொண்டிருக்கிறார்கள் என்பதே நமக்கு மறந்துவிடும்.

அப்படியில்லாமல், நறுக்குத்தெறித்தாற்போல, கச்சிதமாக விஷயத்தைச் சொல்லவேண்டும். ஒவ்வொரு சொல்லுக்கும் விலை உண்டு என்பதை நினைவில் வைத்திருக்கவேண்டும்.

மூன்றாவது, பொய் பேசக்கூடாது, நடந்ததை நடந்தபடி சொல்லவேண்டும், கேட்பவர்கள் மகிழ்வார்கள் என்பதற்காகவோ, அவர்களிடம் ஏதாவது லாபம் பெறுவதற்காகவோ உண்மையை மாற்றிப் பேசக்கூடாது.

அடுத்து, சில்எழுத்து, ஐஸ் வைக்கிற பேச்சு அல்ல, சில எழுத்துகள், சில சொற்கள், அதற்குள் சொல்லவந்த விஷயத்தைச் சொல்லிவிடவேண்டும், நீட்டி முழக்கக்கூடாது. (இந்த உரைகூட

நீட்டிமுழக்குவதுதான், மேலே இருக்கிற பாடல் நாலே வரியில் இத்தனையையும் சொல்லிவிடுகிறதே! அதனால்தான் கவிதையில் சொற்சிக்கனத்துக்குப் பெருமை!)

அடுத்து, அவர்கள் தாங்கள் பேசும் சூழ்நிலையைப் பார்த்து அதன்படி தங்கள் பேச்சை அமைக்கவேண்டும். கேட்கிறவர்களின் மனோநிலை, புரிந்துகொள்ளும்திறன், உணர்வுகள் போன்றவற்றைப் புரிந்துகொண்டு பேசவேண்டும்.

நல்ல சொல்வன்மைக்கு உதாரணமாகப் பலரும் 'கண்டேன் சீதையை' என்ற வரியைக் குறிப்பிடுவார்கள். உண்மையில் அப்படி ஒரு வாக்கிய அமைப்பு கம்பராமாயணத்தில் இல்லை, என்றாலும், அது ஒரு சுவாரஸ்யமான சொற்றொடர்.

ராமர் தனது மனைவியைத் தேடிக்கொண்டிருக்கிறார், அந்தப் பணிக்காக அனுமனையும் பலரையும் அனுப்புகிறார், சிலர் திரும்பிவருகிறார்கள், அனுமன் வரவில்லை, ராமர் சொன்ன தேதி சென்று சில நாள் கழித்து அவர் வருகிறார், இப்போது அவர் தன்னுடைய செயல் காயா பழமா என்று ராமரிடம் சொல்லவேண்டும்.

இந்தச் சூழ்நிலையில், அவர் 'கண்டேன் சீதையை' என்று சொன்னதாக எடுத்துக்கொள்வோம். ஆசாரக்கோவை சொல்லும் விஷயங்கள் இங்கே பொருந்திப்போகின்றன, நிதானமாக, எந்த மிகைப்படுத்துதலும் இல்லாமல், உண்மையை உள்ளபடி சொல்லி விஷயத்தைப் புரியவைத்துவிடுகிறார், முக்கியமாக, மனைவியைக் காணவில்லை என்ற பதற்றத்தில் இருக்கும் ராமரின் மனோநிலையைப் புரிந்துகொண்டு, தன்னுடைய வீர சாகசங்களையெல்லாம் விட்டுவிட்டு, *Result*ஐ (கண்டேன்) முதலில் சொல்வதாக அமைத்திருப்பது அருமையான உத்தி.

கம்பராமாயணத்தில் இந்த இடத்தில் அமைந்திருக்கும் பாடலைப் பார்த்தால், இன்னும் சில ரசங்களைப் புரிந்துகொள்ளலாம்:

> 'கண்டனென் கற்பினுக்கு அணியைக் கண்களால்,
> தெண்திரை அலைகடல் இலங்கைத் தென்நகர்,

அண்டர்நாயக! இனி துறத்தி ஐயமும்
பண்டுஉள துயரும்.'

இங்கேயும் அனுமன் 'கண்டனென்' என்றுதான் தொடங்குகிறான். தேடலின் பலனை முதலில் சொல்லிவிடுகிறான், கூகுளில் நாம் ஒரு சொல்லைத் தேடும்போது, '5000 Results Found' என்று சொல்லிவிட்டு, பிறகு அந்த Results என்னென்ன என்று பட்டியலிடுவதைப்போல, முதலில், 'கண்டனென்', அதன்பிறகுதான் எதைக் கண்டனென் என்கிற விவரம்.

இதன் நோக்கம், 'நான் கண்டேன்' என்று பெருமையடித்துக்கொள்வது அல்ல, கூகுளில் சொல் தேடுபவருக்கு இந்தச் சொல்லின் விளக்கம் இணையத்தில் இருக்குமா என்கிற பதற்றம், ராமருக்குச் சீதை எங்கே என்கிற பதற்றம், ஆகவே, 'கண்டுபிடிச்சாச்சு' என்று முதல் அறிவிப்பு, அதன்பிறகு மற்றதெல்லாம்.

யாரைக் கண்டுபிடிச்சாச்சு?

அது ராமருக்கே தெரியும், அனுமனுக்கும் தெரியும், கூகுளில் தேடுபவருக்கும் தெரியும், இருந்தாலும் வாக்கிய அமைப்பு நிறைவுபெறவேண்டுமல்லவா? அதற்காக, 'கண்டேன் சீதையை', அல்லது, கவித்துவமாகச் சொன்னால், 'கண்டனென் கற்பினுக்கு அணியை'.

அடுத்து, 'கண்களால்' என்கிறான். அதாவது, சீதை இங்கே இருக்கிறாள் என்று இன்னொருவர் சொல்லி நான் கேட்கவில்லை, நானே என் கண்களால் கண்டேன் என்கிறான்.

இன்றைய இணையத்தின் ஃபோட்டோஷாப் புரட்சியில் கண்ணால் கண்ட எதையும் நம்ப இயலுவதில்லை, நல்லவேளையாக, அனுமனுக்கு அந்தப் பிரச்னை இல்லை, அவன் சீதையை நேரிலேயே கண்டுவிட்டான்.

அடுத்த கேள்வி, எங்கே கண்டாய்?

கூகுள் தான் கண்ட விடைகளை *URL*மூலம் காட்டுகிறது, அனுமன் *GPS* துல்லியத்துடன் வழி சொல்கிறான், 'தென்திசையில் உள்ள இலங்கையில் கண்டேன்.'

சரி, அவளை எப்படிக் கண்டாய்? நலமாக இருக்கிறாளா?

'சீதைக்கு என்ன ஆயிற்றோ என்கிற கவலையை விடு, துயரத்தை விடு' என்று இதற்குப் பதில் சொல்கிறான் அனுமன். அதாவது, சீதை நலம்.

இதை இரண்டு சொல்லில் குறிப்பிட்டிருக்கலாமே, ஏன் நீட்டி முழக்கவேண்டும்?

'சாப்பிடறதுக்கு என்ன இருக்கு?' என்ற கேள்விக்கு ஹோட்டலில் ஒரு சர்வர் சொல்லும் பதிலுக்கும் வீட்டில் அம்மாவோ மனைவியோ சொல்லும் பதிலுக்கும் வித்தியாசம் உண்டு. முதல் ஆள் உணவுவகைகளை இயந்திரத்தனமாகப் பட்டியலிடுவார், இரண்டாவது நபர் அதேபோன்றதொரு பட்டியலைச் சொல்லும்போது, அதில் நீங்கள் பசியாறவேண்டும் என்கிற உணர்வும் கலந்திருக்கும்.

அனுமனின் நிலையும் அதுதான். அவர் ஒன்றும் சீதையைத் தேடச்சென்ற ரோபோ இல்லை, ராமர் மீதும், சீதை மீதும் அளவற்ற அன்பு வைத்திருப்பவர், சீதை நலம் என்பதை அவர் நேருக்கு நேர் பார்த்துவிட்டார், இப்போது, அந்த விஷயத்தை ராமருக்குத் தெரிவிக்கும் அதே நேரத்தில், அதைக் கேட்டு ராமரும் நலமாகவேண்டும் என்ற உணர்வு அவருக்குள் இருக்கிறது, அதனால்தான், இயந்திரத்தனமாக விஷயத்தைச் சொல்லாமல், அதன்மூலம் ராமர் துயரம் தீரவேண்டும் என்ற எண்ணத்தை வெளிப்படுத்துகிறார்.

இதைத்தான் 'செவ்வி அறிந்து' என்கிறது ஆசாரக்கோவை. அதாவது, சூழ்நிலையைப் புரிந்துகொண்டு, அதற்கேற்பப் பேசுவது.

அனுமன் சொன்னதாகக் கம்பன் சொன்னதை நாம் இப்படி

ரசித்து அனுபவிக்கலாம், அல்லது, 'கண்டேன் சீதையை' என்று சுருக்கமாகச் சொன்ன பாமர அழகை வியக்கலாம், அதைவிட முக்கியமாக, நாம் சொல்லவரும் விஷயத்தை நீட்டி முழக்காமல், சுருக்கமாகவும் தெளிவாகவும் சொல்ல இயலுகிறதா என்று பார்க்கலாம்.

ஒருவேளை, நம்மிடம் பேசவருகிறவர் அதுபோல் சுருக்கமாகப் பேசாமல் நீட்டி முழக்கினால் என்ன செய்வது?

'கோபப்படாதீர்கள்' என்கிறார் திருவள்ளுவர். 'எல்லாரும் உங்களைப்போல் சுருக்கமாகப் பேசுவார்கள் என்று எதிர்பார்க்கஇயலாது. நீங்கள் பேசும்போது, பிறர் விரும்பும்படி கச்சிதமாகப் பேசுங்கள், மற்றவர்கள் பேசும்போது, அதில் இருக்கும் குற்றத்தைப் பார்க்காமல், விஷயத்தைமட்டும் எடுத்துக்கொள்ளுங்கள்.'

> 'வேட்பத் தாம்சொல்லிப் பிறர்சொல் பயன்கோடல்
> மாட்சியின் மாசுஅற்றார் கோள்.'

இங்கே 'பயன்கோடல்' என்ற சொல்தான் மிக முக்கியமானது, பயன் கருதி எடுத்துக்கொள்ளுதல். அதாவது, அவர்களுடைய பேச்சில் எது முக்கியம் என்று கவனித்து, அதைமட்டும் பயன்படுத்தலாம், குறைகளைக் கவனிக்கவேண்டாம்.

ஆனால், இந்த விஷயம் நமக்குப் பொருந்தாது, 'வேட்பத் தாம்சொல்லி' என்று திருவள்ளுவர் குறிப்பிடுவதன் பொருள், 'பிறர் கேட்க விரும்பும்படி நாம் பேசவேண்டும்', அந்தப் பொறுப்பு நம்முடையது.

ஏன் அப்படி? நாம் அவர்களுடைய பேச்சின் குறைகளைக் கண்டுகொள்ளாமல் இருப்பதுபோல, அவர்கள் நம்முடைய பேச்சின் குறைகளைக் கண்டுகொள்ளாமல் இருக்கட்டுமே!

அப்படி நினைத்தால் ஒட்டுமொத்த உலகமும் வீண்பேச்சால் நிறைந்துவிடும். எப்படிப் பேசவேண்டும் என்று தெரியாதவர்கள் எப்படி வேண்டுமானாலும் பேசட்டும், அதைத் தெரிந்துகொண்ட

நாம் சரியாகத்தான் பேசவேண்டும். பாரதியார் குறிப்பிடுவது:

> ‘சொல்வது தெளிந்துசொல்,
> மெல்லத் தெரிந்துசொல்.’

நாம் என்ன சொல்கிறோம் என்பதில் நமக்கு ஒரு தெளிவு இருக்கவேண்டும், அதை நாம் நன்கு தெரிந்துவைத்திருக்கவேண்டும், அதன்பிறகுதான் அதனைப் பேசவேண்டும்.

மனிதனுக்கு அழகே அவனுடைய சொல்தான் என்கிறது சிறுபஞ்சமூலம். காரியாசானின் அந்தப் பாடல்:

> ‘மயிர்வனப்பும் கண்கவரும் மார்பின்வனப்பும்
> உகிர்வனப்பும் காதின்வனப்பும் செயிர்தீர்ந்த
> பல்லின்வனப்பும் வனப்புஅல்ல, நூற்குஇயைந்த
> சொல்லின் வனப்பே வனப்பு.’

ஒருவருடைய சிகையலங்காரம், கம்பீரமான மார்பு, கைவிரல் நகத்தின் அழகு, காதின் அமைப்பு, பல்லின் ஒழுங்கு போன்றவற்றையெல்லாம் அழகு என்று நம்பாதீர்கள், உண்மையான அழகு, ஒருவர் பல நூல்களைக் கற்று, அதன்மூலம் சரியான சொற்களைத் தேர்ந்தெடுத்துப் பேசும்போதுதான் வருகிறது.

கிட்டத்தட்ட இதேபோன்ற கருத்தைச் சொல்லும் இன்னொரு பாடல், நான்மணிக்கடிகையில் விளம்பிநாகனார் எழுதியது:

> ‘கந்தில் பிணிப்பர் களிற்றை, கதம்தவிர
> மந்திரத்தால் பிணிப்பர் மாநாகம், கொந்தி
> இரும்பில் பிணிப்பர் கயத்தை, சான்றோரை
> நயத்தில் பிணித்துவிடல்.’

யானையைக் கட்டிப்போடுவதற்குக் கட்டுத்தறி இருக்கிறது, பாம்பைக் கட்டிப்போடுவதற்கு மந்திரம் இருக்கிறது, யாராவது கெட்டவன் அகப்பட்டால் அவனை அடித்துக்

கட்டிப்போடுவதற்கு இரும்புத்தூண் இருக்கிறது, அதுபோல, நல்லவர்களைக் கட்டிப்போடுவதற்கு, நயமான சொல்தான் இருக்கிறது.

ஆக, நல்ல சொல்லால் நல்லவர்களை ஈர்க்கலாம், நமது நண்பர்வட்டத்தைப் பெரிதாக்கலாம்.

இதற்குமாறாக, சில நேரங்களில் வன்சொல்லும் இனிதாகத் தோன்றும், அது எப்போது?

மனத்தில் குற்றமில்லாதவர்கள் வன்சொல் சொன்னால், அவர்கள் நம்முடைய நலன் கருதியே அப்படிச் சொல்கிறார்கள் என்று புரிந்துகொள்ளலாம். அப்போது, அந்த வன்சொல்லையும் நாம் இன்சொல்லாகவே நினைக்கவேண்டும்.

மற்றவர்கள், அதாவது, மனத்தில் குற்றமுள்ளவர்கள், ஏதோ உள்நோக்கத்துடன் பேசுகிறவர்கள், இன்சொல்லே பேசினாலும், அதை விரும்பக்கூடாது.

சிவப்பிரகாசர் எழுதிய 'நன்னெறி'ப் பாடலொன்று இதனைக் குறிப்பிடுகிறது:

> 'மாசுஅற்ற நெஞ்சுஉடையார் வன்சொல்இனிது, ஏனையவர்
> பேசுஉற்ற இன்சொல் பிறிதுஎன்க, ஈசற்கு
> நல்லோன் எறிசிலையோ நன்னுதல், ஒண்கரும்பு
> வில்லோன் மலரோ விருப்பு.'

அழகிய நெற்றியைக்கொண்ட பெண்ணே, குற்றமில்லாத நெஞ்சுள்ளவர்கள் வன்சொல் சொன்னாலும் அவை இனியவையே, மற்றவர்கள் இன்சொல் சொன்னாலும் அவை மோசமானவையே,

பரமசிவன்மீது சாக்கியநாயனார் கற்களை எறிந்தார், மன்மதனோ மலர் அம்புகளை எறிந்தான், சிவன் சாக்கியநாயனாரை விரும்பினார், மன்மதனை எரித்தார், ஏன்?

சாக்கியநாயனார் கல்லை எறிந்தாலும், அவர் மனத்தில் மாசு

இல்லை, மன்மதன் மலரை எறிந்தாலும், அவனுக்குச் சிவனின் தவத்தைக் கெடுக்கவேண்டும் என்ற தவறான எண்ணம் இருந்தது.

அதுபோல, நாமும் சொல் வன்மையானதா இனிமையானதா என்று பார்க்கக்கூடாது, சொல்கிறவருடைய உள்ளக்கருத்து என்ன என்பதைப் பார்த்து அதன்படி நடக்கவேண்டும்.

இதற்கு இன்னொரு கோணமும் உண்டு. ஒருவரிடம் பேசும்போது, வேண்டுமென்றே நமது உள்நோக்கத்தை மறைத்து இனிமையாகப் பேசக்கூடாது, அதை அவர்கள் கண்டுபிடித்துவிட்டால் அந்த உறவு மிகவும் பாதிக்கப்படும்.

அதேபோல், நமக்குப் பிடித்தவர் என்பதற்காக, அந்த நட்பைக் காப்பாற்றிக்கொள்வதற்காக, அவர்கள் ஏதேனும் பிழை செய்யும்போது சுட்டிக்காட்டத் தயங்கக்கூடாது. அப்போது நாம் சொல்லும் வன்சொல் அவர்களுக்கு இனியது என்று புரிந்துகொள்ளவேண்டும்.

அதற்காக, கிடைத்தது சான்ஸ் என்று அவர்களைக் கண்டபடி திட்டித்தள்ளிவிடக்கூடாது, அதையும் நாசூக்காகச் செய்யவேண்டும். இல்லாவிட்டால், சண்டைதான் வரும். கொன்றைவேந்தனில் ஔவையார் சொல்கிறார்:

‘கௌவை சொல்லின் எவ்வருக்கும் பகை’

பிறர்மீது பழிச்சொற்களைச் சொன்னால், அவர்களோடு பகை உண்டாகும். அப்படியானால், வேறு எப்படிச் சொல்வது?

அதையும் ஔவையாரே சொல்கிறார். ’ஆத்திசூடி’யில்:

‘சுளிக்கச் சொல்லேல்,
பிழைபடச் சொல்லேல்,
மிகைபடச் சொல்லேல்,
மொழிவது அற மொழி.’

கேட்பவர்கள் முகம் சுளிக்கும்படி சொல்லக்கூடாது, பிழையாக

எதையும் சொல்லக்கூடாது, மிகையாகச் சொல்லக்கூடாது, சந்தேகம் வரும்படி பூசி மெழுகக்கூடாது, இந்த நெறிமுறைகளுக்கு உட்பட்டு, நண்பர்கள் செய்யும் பிழைகளைச் சுட்டிக்காட்டவும் வேண்டும்!

எந்தச் சந்தர்ப்பத்திலும் பிறருக்குத் தீமைதரும் சொற்களைச் சொல்லிவிடக்கூடாது. 'ஏலாதி'யில் கணிமேதாவியார் சொல்கிறார்:

'கொல்லான், கொலைபுரியான், பொய்யான், பிறர்பொருள்மேல்
செல்லான், சிறியார்இனம் சேரான், சொல்லும்
மறையில் செவிஇலன், தீச்சொல்கண் மூங்கை
இறையில் பெரியாற்கு இவை.'

பெரியவர்களுடைய குணங்கள் என்னென்ன தெரியுமா? கொலை செய்யமாட்டார்கள், பிறர் கொலை செய்தால் அதற்கு இணங்கமாட்டார்கள், மற்றவர்களுடைய பொருள்மீது ஆசைப்படமாட்டார்கள், சிறியவர்களோடு சேரமாட்டார்கள், யாராவது ரகசியம் பேசினால் அதைக் காதில் வாங்கிக்கொள்ளமாட்டார்கள், தீயசொற்களைப் பேசவேண்டிய சூழ்நிலை வந்தால், ஊமையாகிவிடுவார்கள்.

கிட்டத்தட்ட காந்தியின் மூன்று குரங்குகள்மாதிரிதான். ஆனால், கொலை செய்வதையும் தீயசொல் பேசுவதையும் ஒரே தளத்தில் வைக்கிறது இந்தப் பாடல், இரண்டுமே பெரியவர்கள் செய்யாத குற்றங்கள்!

பேச்சைப்போலவே, எழுத்திலும் செய்யக்கூடாதவை என்று ஒரு பட்டியலைத் தருகிறது தொல்காப்பியம். இதில் உள்ள விஷயங்கள் பல பேச்சுக்கும் பொருந்தும்:

'கூறியதுகூறல், மாறுகொளக்கூறல்,
குன்றக்கூறல், மிகைபடக்கூறல்,
பொருள்இலகூறல், மயங்கக்கூறல்,
கேட்போர்க்கு இன்னா யாப்புஇற்று ஆதல்,
பழித்த மொழியான் இழுக்கம்கூறல்,

தன்னான் ஒருபொருள் கருதிக்கூறல்,
என்னவகையினும் மனம்கோள்இன்மை'

சொன்னதையே சொல்லக்கூடாது, சொன்னதை மாற்றிச்சொல்லக்கூடாது, குறைவாகச் சொல்லக்கூடாது (உண்மையை மறைக்கக்கூடாது), மிகைப்படுத்தவும்கூடாது, பொருளில்லாமல் பேசக்கூடாது, பொருள்குழப்பம் வரும்படி பூசி மெழுகக்கூடாது, கேட்பவர்களுக்குக் கெட்டது விளையும்படி ஒழுங்கின்றிப் பேசக்கூடாது, ஒருவரைப் பழித்துப்பேசக்கூடாது, தானே கற்பனை செய்து எதையாவது பொய்யாகச் சொல்லக்கூடாது, கேட்பவர்கள் மனத்தில் பதியாதபடி பேசக்கூடாது.

ஒரு சாதாரணப் பேச்சுக்கு இத்தனை நெறிமுறைகளா?

என்ன இப்படிச் சொல்லிவிட்டீர்கள்? மனிதன் ஆவதும் பேச்சால், கெடுவதும் பேச்சால்தான் என்கிறார் திருவள்ளுவர்:

'ஆக்கமும் கேடும் அதனால் வருதலால்
காத்துஓம்பல் சொல்லின்கண் சோர்வு.'

சொல்லில் சோர்வு வராவிட்டால் போதும், எல்லா வளங்களும் தேடிவரும்!

15

முயற்சி உடையார் இகழ்ச்சி அடையார் என்பார்கள்.

ஆனால், முயற்சி இருந்தால்மட்டும் போதாது, அதோடு இன்னொன்றை நீக்கவேண்டும். அந்த இரண்டும் சேர்ந்திருந்தால், அது முயற்சியைச் சாப்பிட்டுவிடும்.

அது என்ன? பழமொழிநானூறில் முன்றுறையரையனார் சொல்கிறார்:

> 'வேளாண்மை செய்து விருந்துஓம்பி வெஞ்சமத்து
> வாள்ஆண்மையாலும் வலியராய், தாளாண்மை
> தாழ்க்கும் மடிகோள்இலராய் வருந்தாதார்
> வாழ்க்கை திருந்துதல் இன்று.'

இங்கே வேளாண்மை என்பது, விவசாயம் அல்ல, பிறருக்குச் செய்கிற உபகாரம்.

ஒருவர் மற்றவர்களுக்குத் தன்னால் இயன்ற நன்மைகளைச் செய்யவேண்டும், தன் வீட்டுக்கு விருந்தினர் வந்தால் வரவேற்று அவர்களுக்கு வேண்டியவற்றைச் செய்து தரவேண்டும்.

போர் வந்தால், அவர்கள் ஆண்மையுடன் வாளேந்திச் சண்டையிடவேண்டும், அதில் தங்களுடைய வலிமையைக் காட்டவேண்டும்.

முக்கியமாக, முயற்சியைக் கெடுக்கிற சோம்பல் இருக்கக்கூடாது. அது இருந்தால், எப்பேர்ப்பட்ட எண்ணமும் செயலாக மாறாது. ஆகவே, சோம்பலை நீக்கவேண்டும்.

இதையெல்லாம் ஒருவன் செய்யாவிட்டால், அவனுடைய வாழ்க்கை திருந்தாது, எப்போதும் அதேமாதிரிதான் இருக்கும், முன்னேற்றம் வேண்டுமென்றால், பிறருக்கு உதவுங்கள், விருந்தினரைக் கவனியுங்கள், போரில் வலிமையைக் காட்டுங்கள் (அதாவது, உங்கள் வேலை என்னவோ அதைத் திறமையோடு செய்யுங்கள்), முயற்சிகளைத் தொடங்குங்கள், சோம்பலை உதறுங்கள்.

சோம்பல்பற்றித் திருவள்ளுவரும் இதையேதான் சொல்கிறார்:

> 'மடியை மடியா ஒழுகல், குடியைக்
> குடியாக வேண்டுபவர்.'

உங்கள் குடும்பம் சிறக்கவேண்டுமா? சோம்பல் கொள்ளச் சோம்பல்படுங்கள் என்கிறார்.

என்ன அழகான கருத்து! 'சோம்பலாயிருக்கு' என்று சொல்வதற்கு ஒருவன் சோம்பல்படுகிறான் என்றால், அவனுக்கு ஏகப்பட்ட வேலைகள் இருக்கின்றன, அவற்றைச் செய்துகொண்டிருக்கிறான், அதற்கு நடுவே சோம்பலை அனுபவிக்க அவனுக்கு நேரமில்லை என்று பொருள். அந்த மனப்பாங்கு உள்ளவனுடைய முயற்சிகள் நல்லமுறையில் நிறைவேறும்.

சோம்பலுக்குச் சில சிநேகிதர்கள் உண்டு, அவர்களையும் சேர்த்து வெளியே அனுப்பிவிடுவது வீட்டுக்கு நல்லது.

யார் அந்தச் சிநேகிதர்கள்? அதையும் திருவள்ளுவர் சொல்கிறார்:

> 'நெடுநீர், மறவி, மடி, துயில் நான்கும்
> கெடுநீரார் காமக் கலன்.'

கெட்டபாதையில் செல்கிறவர்கள் விரும்பி ஏறுகிற வாகனங்கள் நான்கு அவை: ஒருவேலையைச் சொன்ன நேரத்தில் செய்யாமல்

வேண்டுமென்றே தாமதப்படுத்துதல், மறதி, சோம்பல், அளவுக்குஅதிகமான தூக்கம்.

இதனை நாம் நிஜவாழ்க்கையில் அப்படியே பொருத்திப் பார்க்கலாம். அலுவலகத்தில் தனக்குத் தரப்படும் வேலையைச் சரியாகச் செய்து பெயர் வாங்குகிறவர்களிடம் இந்த நான்கு குணங்களும் இருக்காது: சொன்னதைச் சொன்ன நேரத்தில் செய்வார்கள், 'இதை மறந்துட்டேனே' என்று பல்லிளிக்கமாட்டார்கள், வேலையைச் செய்யாமல் சோம்பியிருக்கமாட்டார்கள், தூங்கமாட்டார்கள் (அதாவது, வேலைசெய்கிற நேரத்தைவிட அதிகமாக ஓய்வெடுக்கமாட்டார்கள்!)

வள்ளலார் சொல்கிறார்:

'கொலை, கோபம், சோம்பல், பொய்மை, பொறாமை, கடுஞ்சொல்முதலிய தீமைகள் ஆகா.'

அந்தப் பட்டியலைக் கவனியுங்கள், கொலையில் ஆரம்பிக்கிறார், அது குற்றம் என்று எல்லாருக்கும் தெரியும், சட்டென்று கோபம், சோம்பல், பொய்மை, பொறாமை, கடுஞ்சொல் என்று மென்மையான குற்றங்களைப் பட்டியலிட்டு, அனைத்தையும் தீமைகள் என்று சொல்லிவிடுகிறார்.

கொலையுடன் ஒப்பிடும்போது, சோம்பலோ கோபமோ பொய் பேசுவதோ சட்டப்படி குற்றங்கள் அல்ல, ஆனால், அவை நம்மைக் கெடுக்கக்கூடிய தீமைகள், அவற்றை எண்ணி அஞ்சவேண்டும், நெருங்கக்கூடாது, நல்லமனத்துக்குக் கொலையும் சோம்பலும் ஒரேமாதிரி குற்றங்கள்தான்.

'இளமையில் சோம்பல், முதுமையில் வருத்தம்' என்று ஒரு பழமொழி சொல்வார்கள். இப்போது சோம்பியிருந்தால், வேலை நடக்காது, சம்பளம் வராது, வங்கிக்கணக்கில் பணம் சேராது, பின்னர் வருத்தத்துடன் வாழவேண்டும். அதற்குப்பதிலாக, இப்போது சோம்பலை விரட்டினால், எல்லா வளங்களும் கிடைக்கும், வயதானபின் மகிழ்ச்சியாக வாழலாம்.

கலித்தொகைப் பாடலொன்றில் இந்தக் கருத்தை அழகுறச் சொல்கிறார் பாலைபாடியபெருங்கடுங்கோ:

> 'மடிஇலான் செல்வம்போல் மரன் நந்த, அச்செல்வம்
> படிஉண்பார் நுகர்ச்சிபோல் பல்சினை மிஞிறு ஆர்ப்ப...'

ஒரு மரம், அதில் பூக்கள் நிறைந்திருக்கின்றன, அவற்றின்மீது வண்டுகள் மொய்க்கின்றன.

அந்த மரத்தை, சோம்பலில்லாதவனுடைய செல்வத்துக்கு ஒப்பிடுகிறார் கவிஞர். 'சோம்பியிருக்காமல் உழைப்பவனிடம் செல்வம் சேர்வதுபோல, அந்த மரத்தில் ஏராளமான மலர்கள் பூத்திருந்தன.'

இப்படி ஒருவன் செல்வம் சேர்த்தால், அவனிடம் ஏதாவது நன்மை கேட்டுப் பெறுவதற்காகப் பலர் வருவார்கள். அதைப்போல, அந்த மலர்கள்மீது வண்டுகள் மொய்த்தன.

ஆக, சோம்பலில்லாமல் இருந்தால் செல்வம் சேரும், கொடுப்பவனாக இருக்கலாம், சோம்பலோடு இருந்தால், அப்படிச் செல்வம் சேர்ந்தவர்களைச் சென்று மொய்த்துக் கேட்டுப்பெறுகிறவர்களாக இருக்கலாம்.

இதையே ஔவையாரும் சொல்கிறார்:

> 'சோம்பர் என்பவர் தேம்பித்திரிவர்.'

சோம்பல்குணத்துடன் எந்தச் செயலிலும் ஈடுபடாமலிருக்கிறவர்கள், முன்னேறமாட்டார்கள், அவர்களுடைய வறுமை அவர்களை வாட்ட, அப்படியே திரிந்துகொண்டிருப்பார்கள்.

இந்த நிலையை மாற்ற அவர்கள் செய்யவேண்டியது ஒரே ஒரு விஷயம்தான், சோம்பலைவிட்டு வேலையைக் கவனிப்பது. ஆனால், அதற்குச் சோம்பல் அனுமதிக்காது!

ஆகவே, சோம்பல் நம்மைச் சேருமுன்பே தடுத்துவிடவேண்டும், சேர்ந்தபின் தடுப்பது சிரமம். இதனை இளவயதிலேயே தொடங்கிவிடுவது நல்லது, பாரதியார் சொல்வதுபோல்:

'சோம்பல் மிகக்கெடுதி பாப்பா!'

இதைக் குழந்தைகளுக்குச் சொல்லித்தந்து வளர்க்கவேண்டும். செல்லம்கொடுத்து அவர்களுக்கு இந்தக் குணத்தைக் கொண்டுவந்துவிடக்கூடாது.

அதற்காகக் குழந்தைகளும் பெரியவர்களும் எந்நேரமும் வேலைசெய்துகொண்டிருக்கவேண்டும் ஓய்வெடுக்கவேகூடாது என்பது அர்த்தமல்ல. வேலைசெய்யவேண்டியநேரத்தில் அதைச் செய்யாமல் சோம்பியிருப்பதுதான் பிழை. மற்றபடி சரியான *Work, Life Balance* அவசியம்.

சோம்பல் என்பது வெறும் பழக்கம் அல்ல, அது உடலைக்கெடுக்கும் ஒரு நோய் என்றார் பாரதிதாசன்:

'சோம்பல் ஒரு நோய்!'

பறவைகள், விலங்குகள்கூட சோம்பலில்லாமல் வாழவேண்டும் என்று நமக்குச் சொல்லித்தருகின்றன. ஒரு திரைப்பாடலில் வாலி எழுதுவார்:

'கோழியைப்பாரு, காலையில் விழிக்கும்,
குருவியைப்பாரு, சோம்பலைப் பழிக்கும்,
காக்கையைப்பாரு, கூடிப்பிழைக்கும்,
நம்மையும்பாரு, நாடே சிரிக்கும்!
தனக்கொரு கொள்கை, அதற்கொரு தலைவன்
உனக்கென வேண்டும், உணர்ந்திடு தம்பி,
உழைத்திடவேண்டும், கைகளை நம்பி!'

சோம்பலென்பது மனிதனின் இயல்பே இல்லை என்கிறார் வேதநாயகம்பிள்ளை, அவரது 'நீதிநூல்உரை'யில் ஒரு பாடல்:

'தெளிவுஉற நூல்பல தினமும் வாசித்து
மிளிர்உடல் வருத்தியும் வெறுக்கைஈட்டி, நல்
கிளிமொழி மனைவியை, கிளைஞரை, பல
எளியரைத் தாங்குவோர்க்கு இல்லை மந்தமே.'

கொஞ்சம் கவனித்துப்பாருங்கள், சிலருக்குச் சோம்பலே இருக்காது, அவர்கள் நல்ல நூல்களைப் படித்துத் தெளிவுபெற்றிருப்பார்கள், உடலை வருத்தி உழைத்துச் செல்வம் சேர்த்திருப்பார்கள், கிளிபோல் பேசும் நல்ல மனைவியையும், குடும்பத்தினரையும், மற்ற பல வறியவர்களையும் கவனித்துக்கொள்வார்கள், அவர்களுக்கு உதவுவார்கள்.

இவர்களிடம் சோம்பல் இல்லாத காரணம், சோம்பலுக்கு அவர்களுக்கு நேரமே இல்லை, அவர்கள் வாசித்த நூல்கள் அதைதான் சொல்லியிருக்கின்றன, ஆகவே, உழைப்புக்கு அஞ்சவில்லை, அதனால் கிடைக்கும் செல்வத்தைப் பெருமையாக நினைக்கிறார்கள், அதைக்கொண்டு பிறருக்கு உதவுகிறார்கள், குடும்பத்தினருடன் மகிழ்ச்சியாக இருக்கிறார்கள், சோம்பலில்லாதவர்களுக்கு எல்லாம் நன்மையே!

ஒருவேளை சோம்பல் இருந்தால்?

என்னென்ன தீமைகள் அதனால் வரும் என்று வேதநாயகம்பிள்ளையே சொல்கிறார், இன்னொரு பாட்டிலே:

'மடிசேரும் அவர்க்கு ஒருநாளும் மறல்
விடியாது, அவர்நெஞ்சுஇடை வெம்துயரே
குடியாகும், மறம்தொடர் குற்றமெலாம்
நெடிதாக வளர்ந்திடும் நிச்சயமே.'

ஒருவருக்குச் சோம்பல் வந்துவிட்டால், அவர்களுடைய வறுமை எப்போதும் குறையாது, அவர்களுடைய நெஞ்சில் துன்பம்தான் நிரந்தரமாகத் தங்கியிருக்கும், அந்த அழுத்தத்தில் அவர்கள் பல தவறுகளைச் செய்ய ஆரம்பித்துவிடுவார்கள், இவையெல்லாம் நிச்சயமாக நடக்கும்.

ஆகவே, யாரெல்லாம் சோம்பலை விரட்டுவார்கள், யாரெல்லாம் அதைப் பற்றிக்கொள்வார்கள் என்றுசொல்கிற அடுத்த பாடல்:

'பார்எல்லாம்ஆள் வேந்தரும் நூல்தேர் பண்போரும்
சீர்எல்லாம்சூழ் செல்வரும் மந்தம் சேராரே,

நேர்இல்லா மாபாதகர், தீனர், நெடும்சோரம்
ஊர்எல்லாம்செய்து உய்பவர் மாசோம்பு உடையாரால்.'

உலகாளும் அரசர்கள், நன்கு படித்த புலவர்கள், எல்லாச் சிறப்பும் நிறைந்த பணக்காரர்கள்... இவர்களெல்லாம் சோம்பலை விரட்டியவர்களாக இருப்பார்கள்.

யோசித்துப்பார்த்தால், இவர்கள்தான் சோம்பலாக இருக்க அதிகக் காரணம் உள்ளதல்லவா? நாட்டுக்கே அரசன், நன்கு படித்த புத்திசாலி, நிறையப் பணம் சேர்த்துவிட்டவன்... இவர்கள் ஏன் இன்னும் சுறுசுறுப்பாக இருக்கவேண்டும்?

அடுத்த இரண்டு வரிகளில் அதற்குப் பதில் உள்ளது. இணையில்லாத பெரிய குற்றங்களைச் செய்தவர்கள், கொடியவர்கள், ஊரெல்லாம் திருடிவாழ்பவர்கள்தான் சோம்பலோடு இருப்பார்கள் என்கிறார் வேதநாயகம்பிள்ளை.

ஆக, அவர் சொல்லும் சோம்பல் வெறுமனே உடல்சோம்பல் அல்ல, அது மனத்தையே மாற்றிவிடுகிறது என்றும் பொருள் கொள்ளலாம். தீய எண்ணங்கள் மனத்தில் இருக்கும்போது, உடல் சோம்பலாகும், அல்லது, உடலில் சோம்பல் இருக்கும்போது தீய எண்ணங்கள் பரவும்.

மாறாக, சோம்பலில்லாத ஒருவருக்குள் நல்ல எண்ணங்கள் நிறைந்திருக்கும், எவ்வளவு பணம், படிப்பு இருந்தாலும், இன்னும் உழைக்கவேண்டும் என்ற எண்ணத்துடன் இருப்பார்கள். அதற்குக் காரணம், இன்னும் சம்பாதிக்கவேண்டும் என்பதல்ல, சோம்பல் அவர்களுடைய இயல்பில்லை, சோம்பியிருந்தால் என்ன கெடுதல் வரும் என்பது அவர்களுக்குத் தெரியும், ஆகவே, They choose not to be lazy: சோம்பல் வேண்டாம் என்று அவர்கள் தீர்மானிக்கிறார்கள், அதுவே அவர்களுடைய வாழ்க்கைமுறையாகிவிடுகிறது.

சோம்பலில்லாத வாழ்க்கை என்ன தரும் என்று அழகாகச் சொல்கிறது திருக்குறள்:

'மடிஇலா மன்னவன் எய்தும் அடிஅளந்தான்
தாஅயதுஎல்லாம் ஒருங்கு.'

ஒரு மன்னனுக்குச் சோம்பல் இல்லாவிட்டால், அவனுக்கு என்ன கிடைக்கும் தெரியுமா?

மூன்று அடிகளில் ஒட்டுமொத்த உலகங்களையும் அளந்தானே வாமனன், அவை எல்லாம் ஒரே நேரத்தில் கிடைக்கும்.

இங்கே மன்னன் என்ற சொல் மிக முக்கியமானது. பொதுவாக, மன்னன் ஒரு சிறிய, அல்லது பெரிய நாட்டுக்குதான் தலைவனாக இருப்பான், அவனுக்குச் சோம்பல் இல்லாவிட்டால், அனைத்து உலகங்களையும் ஆளுகிற பெருமை கிடைக்கும்.

ஆக, நமது துறை எதுவாக இருந்தாலும், அதில் சோம்பலின்றி வேலை செய்தால், பலமடங்கு உயரலாம், பெரிய அளவில் வெற்றிபெறலாம்.

பட்டுக்கோட்டைகலியாணசுந்தரம் ஒரு சிறுவனுக்குச் சொல்வதுபோல் அழகாக இதனைத் திரைப்பாடலில் சேர்த்தார்:

'தூங்காதே, தம்பி, தூங்காதே, நீயும்
சோம்பேறி என்ற பெயர் வாங்காதே!'

ஏன்? தூங்கினால் என்ன தப்பு? அதற்கும் பதில் சொல்கிறார் கவிஞர்:

'நல்லபொழுதையெல்லாம் தூங்கிக் கெடுத்தவர்கள்
நாட்டைக் கெடுத்ததுடன் தானும் கெட்டார், சிலர்
அல்லும்பகலும் தெருக்கல்லாய் இருந்துவிட்டு
அதிர்ஷ்டம் இல்லையென்று அலட்டிக்கொண்டார்,
விழித்துக்கொண்டோரெல்லாம் பிழைத்துக்கொண்டார், உன்போல்
குறட்டைவிட்டோரெல்லாம், கோட்டைவிட்டார்!'

பிழைத்துக்கொள்வதற்கும் கோட்டைவிடுவதற்கும் நடுவே குறட்டையும் சோம்பலும்தான் இருக்கிறது. இந்தச் சோம்பலால் பல பொன்னான வேலைகளும் தூங்கிப்போய்விடுகின்றன

என்று கவிஞர் விளக்குகிறார்:

'போர்ப்படைதனில் தூங்கியவன் வெற்றியிழந்தான், உயர்
பள்ளியில் தூங்கியவன் கல்வியிழந்தான்,
கடைதனில் தூங்கியவன் முதலிழந்தான், கொண்ட
கடமையில் தூங்கியவன் புகழிழந்தான், இன்னும்
பொறுப்புள்ள மனிதரின் தூக்கத்தினால், பல
பொன்னான வேலையெல்லாம் தூங்குதப்பா!'

இதே தலைப்பில் வாலியும் ஒரு பாடல் எழுதியிருக்கிறார். அதில் அவர் இன்னொரு வேடிக்கையான விஷயத்தைச் சொல்கிறார், 'முழிச்சுகிட்டிருந்தாலே நம்மை ஏமாத்த ஆளுங்க இருக்காங்க, நீ தூங்கினா விடுவாங்களா? எழுந்து வேலையைப் பாருய்யா!'

'நாம முழிச்சுக்கிட்டே இருக்கையிலும்கூட,
தலையில மொளகாஅரைக்க ஆள்இருப்பான் கூட,
தூங்காதே, தம்பி, தூங்காதே, இப்போ
தூங்கிப்புட்டுப் பின்னாலே ஏங்காதே!'

குறிப்பாக, மாணவர்களுக்குச் சோம்பல் எதிரி. 'அறுவகை இலக்கணம்' நூலில் தண்டபாணிசுவாமிகள் சொல்வது:

'சோம்பலும் துயிலும் சுரிகுழல் மடவார்
மோகமும் கலியும் முன்வந்து அடுப்பினும்
அஞ்சார் செந்தமிழ் ஆணிப்பொன்னே.'

மாணவர்களுக்குமுன்னால் பல விஷயங்கள் வந்து பயமுறுத்தும். அவற்றில் முதலாவது, சோம்பல், 'நாளைக்குப் படிக்கலாமே' என்கிற குணம், அதற்கு மயங்கக்கூடாது.

அடுத்து, தூக்கம். இப்போது தூங்கிவிட்டுக் காலையில் எழுந்து படிக்கலாம் என்ற எண்ணம்.

மூன்றாவது, பக்கத்து பெஞ்ச் பெண்ணை சைட்டடிக்கும் மோகம், பருவ வயதில் வரும் தொல்லை நினைவுகள்.

நான்காவது, வறுமை, படிக்க விரும்பினாலும் புத்தகம் வாங்க,

கல்விக்கட்டணத்தைச் செலுத்தக் காசு இல்லாத நிலை.

இந்த நான்குக்கும் அஞ்சாதவர்கள், செந்தமிழ்க்கல்விக்கு ஆணிப்பொன்போல் உயர்வானவர்கள் என்கிறார் தண்டபாணிசுவாமிகள்.

இதில் வறுமைக்கு வங்கிக்கடன் வாங்கித் தீர்வு காணலாம், பருவ உணர்வுகளைக்கூடக் கட்டுப்படுத்திக்கொண்டுவிடலாம், தூங்கிவிட்டு அலாரம் வைத்துக் காலையில் எழுந்து படிக்கலாம், முதலாவதாக வரும் சோம்பலிடம் சிக்கிவிட்டால், எந்தவிதத்திலும் வெல்ல இயலாது.

'சோம்பலைக்கண்டு அஞ்சுகிறேன்' என்கிறார் வள்ளலார்:

> 'தொழும்தகை உடைய சோதியே, அடியேன்
> சோம்பலால் வருந்தியதோறும்
> அழுந்த என்உள்ளம் பயந்ததை என்னால்
> அளவிடற்கு எய்துமோ! பகலில்
> விழுந்துறு தூக்கம் வர, அது தடுத்தும்
> விட்டிடா வன்மையால் தூங்கி
> எழுந்தபோதுஎல்லாம் பயத்தொடும் எழுந்தேன்,
> என்செய்வேன், என்செய்வேன் என்றே.'

எல்லாரும் வணங்குகிற சோதியே, சோம்பல் என்னை வருத்தியது, அப்போதெல்லாம் என் உள்ளம் அதை நினைத்துப் பயந்தது,

பகல்நேரத்தில் தூக்கம் வந்தது, சிரமப்பட்டு அதைத் தடுத்துப்பார்த்தேன், முடியவில்லை, தூங்கிவிட்டேன், பிறகு எழுந்தபோது பயத்தோடுதான் எழுந்தேன், 'சோம்பலுக்கு அடிமையாகிவிட்டேனே, என்னசெய்வேன்' என்று வருந்தினேன்.

வெறுமனே வருந்தினால் போதுமா, தூக்கத்தை விரட்டவேண்டாமா? சோம்பலைத் தாக்கவேண்டாமா?

இன்னொரு பாடலில் தூக்கத்தை மிரட்டிச் சண்டையே போடுகிறார் வள்ளலார்:

‘தூக்கம்எனும் கடைப்பயலே, சோம்பேறி, இது கேள்,
துணிந்து உனது சுற்றமொடு சொல்லும் அரைக்கணத்தே
தாக்கு பெரும்காட்டுஅகத்தே ஏகுக, நீ இருந்தால்
தப்பாதுஉன் தலைபோகும், சத்தியம், ஈதுஅறிவாய்,
ஏக்கம்எலாம் தவிர்த்துவிட்டேன், ஆக்கம்எலாம் பெற்றேன்,
இன்பம்உறுகின்றேன், நீ என்னை அடையாதே,
போக்கில் விரைந்துஓடுக நீ, பொற்சபை சிற்சபைவாழ்
பூரணர்க்கு இங்கு அன்பான பொருளன் என அறிந்தே.’

தூக்கம் என்கிற அற்பமான பயலே, சோம்பேறி, நான் சொல்வதைக் கேள்,

இன்னும் அரைக்கணத்தில் நீயும் உன் சுற்றங்களும் காட்டுக்கு ஓடிவிடவேண்டும், இனிமேல் இங்கே இருந்தால், உன் தலை வெட்டுப்படும், இது சத்தியம்! தெரிந்துகொள்!

இனி எனக்கு ஏக்கம் இல்லை, என் வாழ்வில் எல்லாமே ஆக்கம்தான், மகிழ்ச்சிதான், இனிமேலும் நீ எனக்குத் தேவையில்லை, சோம்பல் இல்லாமல் நான் இனிமையாக வாழ்வேன்,

ஆகவே, நீ ஓடிச் சென்றுவிடு, பொற்சபையில், சிற்சபையில் வாழும் பூரணனான சிவபெருமான் என்மீது அன்புவைத்திருக்கிறான், இனிமேல் உன்னால் என்னை வெல்ல இயலாது!

சோம்பலை வெல்ல நாமக்கல்கவிஞர் இராமலிங்கம்பிள்ளை ஓர் அட்டகாசமான வழி சொல்கிறார்:

‘சுப்ரமணிய பாரதியின் பாட்டு, பாடிச்
சோம்பல், மனச்சோர்வுகளை ஓட்டு,
ஒப்புஅரிய தன்மதிப்பை ஊட்டும், அதுவே
உன்பலத்தை நீஉணரக் காட்டும்!’

16

ஒரு பொருளைக் காணவில்லை, யார் எடுத்திருப்பார்கள்?

பொருளைத் தொலைத்தவனுக்கு எல்லார்மீதும் சந்தேகம் வரும். ஒருவர் எடுத்திருக்க வாய்ப்பே இல்லை என்றாலும்கூட, 'யார்கண்டது? அவன்தான் எடுத்தானோ என்னவோ!' என்றுதான் நினைக்கத்தோன்றும்.

இந்த இயல்பான உணர்வை, எதிரிலுள்ளவர்கள் சரியாகப் புரிந்துகொண்டால் பரவாயில்லை, 'ஏதோ பதற்றத்தில் அப்படி நினைக்கிறான்' என்று எண்ணாமல், 'என்மேலயே சந்தேகப்படறியா?' என்று பாய்ந்தால்?

பதிலுக்கு அவனும் பாய்வான், 'நீ கோவப்படறதைப்பார்த்தா, நீதான் எடுத்திருக்கேபோலிருக்கு!'

'முட்டாளே, உன் பொருள் தொலைஞ்சபோது நான் ஊர்லயே இல்லை!'

'அதனால என்ன? ஆள்வெச்சுத் திருடியிருப்பே!'

அவ்வளவுதான். இந்தச் சண்டை நட்பையும் உறவையும் கெடுக்கும். தக்கனூண்டு பொருளுக்காக, இனிமையான பழக்கத்தை இழந்துவிடுவோம்.

ஆகவே, சந்தேகத்தின் இயல்பைப் புரிந்துகொள்வது அவசியம். முன்றுறையரையனார் எழுதிய 'பழமொழிநானூறு' பாடலொன்று இதனை அழகாகச் சொல்கிறது:

'யாவரேயானும் இழந்த பொருள்உடையார்
தேவரேஆயினும் தீங்குஓர்ப்பர், பாவை
படத்தோன்று நல்லாய்! நெடுவேல் கெடுத்தான்
குடத்துஉளும் நாடிவிடும்.'

சிற்பம்போல் அழகாகத் தோன்றும் பெண்ணே, யாராவது ஒரு பொருளைத் தொலைத்துவிட்டால், அவர்கள் எல்லாரையும் திருடர்களாகத்தான் பார்ப்பார்கள், தேவர்களே வந்தால்கூட, இவர்கள் கெட்டது செய்திருப்பார்களோ என்றுதான் நினைப்பார்கள். அதைப் புரிந்துகொள்.

ஒருவனுடைய நீண்ட வேலைக் காணவில்லை, ஆனால், அவன் அதைத் தேடும்போது, குடத்துக்குள்ளும் எட்டிப்பார்ப்பான். இந்தச் சிறிய குடத்துக்குள் பெரிய வேல் இருக்காதே, அப்படியே இருந்தாலும் வெளியே தெரிந்துவிடுமே என்று யோசிக்கமாட்டான்.

அதுபோல, பொருளைத் தொலைத்தவர்கள் நல்லவர்கள், கெட்டவர்கள் என்று யாரையும் எடைபோடமாட்டார்கள், சட்டென்று சந்தேகப்பட்டுவிடுவார்கள், அதைப் புரிந்துகொண்டு கருணையோடு அணுகவேண்டும்.

இன்னொருமுறை, நாம் அந்தச் சூழ்நிலையில் இருந்தால், அதாவது, எதையேனும் காணவில்லை என்று தேடிக் கொண்டிருந்தால், இதே பிழையை நாமும் செய்யக்கூடாது, பிறர்மீது நம்பிக்கையோடு இருக்கவேண்டும், சந்தர்ப்ப சூழ்நிலைகளைக் கவனித்து, அதன் அடிப்படையில் ஒருவர்மீது சந்தேகப்படலாம், எல்லார்மீதும் சந்தேகப்படுவது பிரச்னையைப் பெரிதாக்கும்.

பொதுவாக ஒருவருடன் பழகுவதற்குமுன்னாலேயே அவர்களை எடைபோட்டுவிடுவது நல்லது. தெளிவில்லாமல் ஒருவருக்கு

எந்தப் பொறுப்பையும் தரக்கூடாது என்கிறது திருக்குறள், நண்பர், நெருக்கமானவர் என்கிற பொறுப்புகளைக்கூட!

'தேரான் தெளிவும், தெளிந்தான்கண் ஐஉறவும்
தீரா இடும்பை தரும்.'

ஆராயாமல் ஒருவரைத் தேர்ந்தெடுக்கக்கூடாது, அப்படி ஆராய்ந்து தேர்ந்தெடுத்தபிறகு, அவர்கள்மீது சந்தேகப்படக்கூடாது. அப்படிச்செய்தால் தீராத துன்பம் வரும்.

பல நேரங்களில், சந்தேகம் ஏற்படக் காரணம், சந்தர்ப்பம்தான். 'பனைமரத்தின்கீழிருந்து பாலைக் குடித்தாலும் கள்ளென்றே நினைப்பார்கள்' என்று ஒரு பழமொழி சொல்வார்கள்.

காரணம், பனைமரத்திலிருந்து கள் எடுக்கப்படுகிறது, அங்கே அமர்ந்து ஒருவர் வெள்ளையான எதையோ குடிக்கிறார் என்றால், அது கள்ளாக இருக்கவே வாய்ப்புகள் அதிகம்.

வெள்ளைநிறத்தில் பாலும் இருக்கும் என்பது தெரிந்தாலும், அந்தச் சந்தர்ப்பத்தோடு இணைத்துப்பார்க்கும்போது, அதனைக் கள் என்றே முதலில் கருதுவோம். அதைத் தெளிவுபடுத்திக்கொள்ளாவிட்டால், அதுவே உண்மை என்று நினைத்துவிடுவோம்.

தஞ்சைராமையாதாஸின் திரைப்பாடலொன்று:

'தன்னைத்தானே நம்பாதது சந்தேகம், அதற்குச்
சந்தர்ப்பம், சூழ்நிலை தாய், தந்தைஆகும்.'

சந்தேகப்படுகிறவனுக்கு இவன், அவன் என்கிற கணக்கெல்லாம் கிடையாது, அவன் தன்னையே நம்பமாட்டான். சந்தர்ப்பமும் சூழ்நிலையும் அவனுடைய குழப்பத்தை மேலும் அதிகப்படுத்தும்!

இதனால், அவனுடைய நல்ல சிந்தனை கெட்டுப்போகும், இவர் நம்மீது அன்புவைத்திருக்கிறவர், இவர் நமக்குக் கெடுதல் நினைக்கமாட்டார், இவர் இப்படியெல்லாம் செய்கிறவர் இல்லை என்கிற எண்ணம் மாறிவிடும், பொதுவாக

மரியாதையுடன் நடந்துகொள்கிறவர்கள்கூட, இந்த நேரத்தில் மடையர்களாகிவிடுகிறார்கள், எதையோ சிந்தித்து எதையோ செய்துவிடுகிறார்கள்:

'மானஅபிமானம்தன்னை மறைவாக்கும், நல்ல
மாண்புஉடைய மக்களை மடையராக்கும்,
வீணான யோசனைக்கே இடமாக்கும், பல
விபரீதச் செயல்களை விளைவாக்கும்.'

சந்தேகம் என்பது ஒரு ரதத்தைப்போல, அது ஓரிடத்தில் நிற்காது, அங்குமிங்கும் ஓடும், இவனாக இருக்குமோ, அவனாக இருக்குமோ, இப்படி நடந்திருக்குமோ, அப்படி நடந்திருக்குமோ என்று விதவிதமாகச் சிந்திக்கும்.

ஆனால், இந்த ரதம் புறப்பட்ட இடத்துக்குமட்டும் வராது, சென்று சேரவேண்டிய இடத்துக்கும் செல்லாது, தொலைத்த பொருளைத் தொலைத்த இடத்தில், அல்லது அது இருக்கவேண்டிய இடத்தில்தானே தேடவேண்டும்? அதை விட்டுவிட்டுக் கண்ட இடத்தில் தேடிக்கொண்டிருந்தால் எப்படிக் கிடைக்கும்? சந்தேகம் நம்மைப் பிரச்னையின் ஆழத்துக்குச் சென்று தீர்வுகாண விடுவதில்லை, எதிரில் வருகிறவர்மீது பழியைப்போட்டு நடவடிக்கை எடுக்கத் தூண்டுகிறது:

'ஓரிடம் நிலையாக நில்லாத ரதம்போலே
உள்ளத்தை ஓடவிடும், பின்னும்
சேரும் இடம்வந்து சேராத ஓடமாய்
திசைமாறச் செய்துவிடும்.'

இந்த வண்டியை திசைமாறச் செய்கிறவர்கள் யார் தெரியுமா?

ஊர்மக்கள்தான், அதாவது, சந்தேகப்படுகிறவரைச் சுற்றியிருக்கிறவர்கள்தான். அவருக்கே சந்தேகம் வராவிட்டால்கூட, 'இப்படித்தான் நடந்திருக்கும்' என்று சொல்கிறவர்கள் இவர்கள்.

பொதுவாக அவர்களுடைய பேச்சை அவர் நம்பமாட்டார், மதிக்கமாட்டார், ஆனால் இப்போது, சந்தேகம் அதையெல்லாம் கேட்கச்சொல்லும், அதில் உண்மை இருக்குமோ என்று யோசிக்கச்சொல்லும்.

இன்னொருபக்கம், அதே ஊரில் சிலர் உண்மையைச் சொல்லிக்கொண்டிருப்பார்கள், 'அவசரப்படாதே, நிதானமா யோசிச்சுப்பாரு' எனச் சரியான வழிகாட்டுவார்கள்.

தூண்டுகிறவர்களை நம்பச்சொல்லும் அதே சந்தேகம், இவர்களை நம்பாதே என்று சொல்லும், ஒழுங்காகச் சிந்திக்கவிடாது, மனம் ஒத்த காதலர்களையும் பிரித்துவிடும், மனிதனை விலங்காக்கிவிடும்:

'ஊரார்சொல் பொய்அதனை ஊட்டிவிடும், உண்மை
உரைப்பார்சொல் தப்புஎனவே விலக்கிவிடும்,
மாறாத காதலர்க்குள் பகைமை மூட்டிவிடும்,
மனிதனை விலங்குஆக்கிவிடும்.'

இந்த நோய்க்கு என்ன மருந்து?

புத்திதான். அதன் துணையோடுதான் சந்தேகத்தை வெல்லவேண்டும்:

'அதற்கு
ஔஷதம் ஒன்றேதான்,
நல்விவேகம்.'

ஔவையார் 'ஆத்திசூடி'யில் இதையே சொல்கிறார்:

'பேதைமை அகற்று,
மொழிவது அற மொழி.'

ஒரு பிரச்னை வரும்போது, அதுபற்றிச் சிந்தித்துத் தெளிவான தீர்மானத்துக்கு வரவேண்டும், அறிவை மயக்கும் சொற்களையோ சிந்தனைகளையோ ஏற்றுக்கொள்ளக்கூடாது.

அடுத்து, எதுபற்றிப் பேசும்போதும் இப்படியும் இருக்கலாம்

அப்படியும் இருக்கலாம் என்று பூசிமெழுகக்கூடாது, தெளிவாக ஆராய்ந்து அறிந்தபிறகுதான் பேசவேண்டும்.

இதற்கான அடிப்படை மிக இளம்வயதிலேயே போடப்பட்டுவிட வேண்டும். எதையும் அப்படியே மனப்பாடம் செய்து ஒப்பிக்கிறவர்கள் பின்னர் தங்களிடம் யார் எதைச் சொன்னாலும் நம்புவார்கள், இன்னொருவர் வேறு ஏதாவது சொன்னால் அதையும் நம்புவார்கள், பிறகு இவற்றில் எது உண்மையாக இருக்கும் என்று குழம்புவார்கள்.

அதற்குப்பதிலாக, ஆராய்ச்சி மனோபாவம் வரவேண்டும், எதையும் கேள்விகேட்கிற குணம் இருந்தால்தான், அநாவசியச் சந்தேகங்கள் குறையும்.

ஆனால், எதையும் கேள்விகேட்கிறவன் எல்லாவற்றின்மீது சந்தேகப்படுவான், இல்லையா?

அதுதான் இல்லை. எதையும் கேள்விகேட்பதன் நோக்கம், எது சரி, எது தவறு என்று ஆராய்ந்து புரிந்துகொள்வதுதான், அந்த மனோபாவம் இருக்கும்போது, எல்லாவற்றின்மீதும் சந்தேகம் வராது, எதன்மீது சந்தேகம் வரவேண்டுமோ அதன்மீதுதான் சந்தேகம் வரும்.

நாலடியார் பாடலொன்று:

> 'கல்வி கரைஇல, கற்பவர் நாள்சில,
> மெல்ல நினைக்கின் பிணிபல, தெள்ளிதின்
> ஆராய்ந்து அமைவுஉடைய கற்பவே, நீர்ஒழியப்
> பால்உண் குருகின் தெரிந்து.'

கல்விக்குக் கரை கிடையாது, எதை வேண்டுமானாலும் படிக்கலாம், எவ்வளவும் படிக்கலாம், இதோடு கல்வி முடிந்தது என்று சொல்லஇயலாது.

ஆனால், படிப்பவர்களின் நிலைமை அப்படியல்ல, அவர்களுக்கு வாழ்நாள் என்று ஒரு வரையறை உண்டு, அதுவரைதான் படிக்கஇயலும்.

ஆகவே, ஒருவர் எல்லாவற்றையும் படிக்கஇயலாது, குறிப்பிட்ட விஷயங்களைமட்டும்தான் தேர்ந்தெடுத்துப் படிக்கவேண்டும். எவற்றைத் தேர்ந்தெடுப்பது?

அன்னப்பறவை பாலில் உள்ள தண்ணீரை நீக்கிவிட்டு, பாலைமட்டும் குடிக்கும் என்பார்கள், அதுபோல, நம்முன் உள்ளவற்றை ஆராய்ந்து, நல்ல நூல்களைமட்டும் தேர்ந்தெடுத்துப் படிக்கவேண்டும். அதுவே விவேகத்தைத்தரும், எல்லாவற்றின்மீதும் சந்தேகம் கொள்ளாமல், தெளிவான பார்வையைத்தரும்.

அறிவைப்பெறுவதற்கு அன்னத்தைப்போலவும் இருக்கலாம், பசுவைப்போலவும் இருக்கலாம் என்கிறார் பவணந்திமுனிவர். அவரது நன்னூல் பாடல்:

> 'அன்னம், மாவே தலைமாணாக்கர்.'

அதாவது, மாணவர்களில் சிறந்தவர்கள், அன்னத்தைப்போல் தண்ணீரை விட்டுவிட்டுப் பாலைக் குடிப்பார்கள், அல்லது, பசுவைப்போலப் புல்லை வாயில் அதக்கிக்கொண்டு, பிறகு நிதானமாக அசைபோடுவார்கள். அதாவது, புத்தகங்களை விறுவிறுவென்று வாசித்துவிட்டு, அவற்றைப்பற்றிச் சிந்தித்து அறிவை வளர்த்துக்கொள்வார்கள்.

ஆனால், இந்த விஷயத்தில் திருவள்ளுவருக்கு அவ்வளவாக நம்பிக்கையில்லை, 'ஒருவர் என்னதான் படித்திருந்தாலும், அறியாமையில்லாமல் இருப்பது அபூர்வம்தான்' என்கிறார்:

> 'அரியகற்று ஆசுஅற்றார்கண்ணும் தெரியும்கால்
> இன்மை அரிதே வெளிறு.'

படிக்கிறவனிடம் அறியாமை எப்படி வருகிறது? அவன் எப்படி அர்த்தமில்லாமல் இன்னொருவர்மேல் சந்தேகப்படுகிறான்?

பாரதியார் சொல்கிறார்:

> 'நெஞ்சில் கவலை நிதமும் பயிர்ஆக்கி
> அஞ்சி உயிர்வாழ்தல் அறியாமை.'

கவலையிருக்கும் மனத்தில் அச்சம் வரும், அதோடு வாழவேண்டியிருக்கும், அதுவே அறியாமை.

அந்தக் கவலையைத் தெளிவினால் போக்கலாம், அப்போது, அறியாமையும் வராது, சந்தேகமும் வராது.

காந்தியடிகளைப்பற்றி நாமக்கல்கவிஞர் எழுதுவது:

'தெளிவாம் அறிவின் பெருவெள்ளம்.'

அறிவு வெள்ளமாகப் பெருகிவந்தால் போதாது, அது தெளிவான அறிவாக இருக்கவேண்டும், தெளிந்த நீரைதான் அள்ளிப்பருக இயலும், அதுதான் தாகத்தைத் தீர்க்கும், அசுத்தமான நீர் எவ்வளவு வந்தாலும் அதனால் பயன் இருக்காது.

அதுபோல, அறிவைச் சேகரித்துக்கொண்டே செல்வதைவிட, அது தெளிவைத் தருகிறதா என்று கவனிப்பது முக்கியம். குழப்பத்தைப் பெருக்கும் அறிவு அவசியமில்லாதது.

காந்தியைப்பற்றிய இன்னொருபாடலிலும் நாமக்கல்கவிஞர் இதையே குறிப்பிடுகிறார்:

'கடல்கலங்கப் புயல்அடித்துத்
தத்தளிக்கும் கப்பலின்
திடம்மிகுந்த, தெளிவுகொண்ட
திசைஅறிந்த மாலுமி.'

கடலில் செல்லுகிற ஒரு கப்பலின் தலைவன், மாலுமி. அவனுக்கு அந்தப் பொறுப்பு வயதாலோ கல்வியாலோ அனுபவத்தாலோ வலிமையாலோ வந்துவிடுவதில்லை, திசைகளை அறிந்தவன், தெளிவுகொண்டவன் என்ற தகுதியால்தான் வருகிறது.

அப்படிப்பட்ட ஒரு மாலுமி கப்பலைச் செலுத்தும்போது, என்ன தடைகள் வந்தாலும் அவன் திறமையாக அதனை வழிநடத்துவான். கப்பலில் இருக்கும் மக்கள், சரக்குகள் அனைத்தையும் காப்பான், அவனுடைய தெளிவு எல்லாவற்றையும் உறுதியாக்கும்.

மாறாக, அந்த மாலுமி வெறுமனே புத்தகக்கல்வி பெற்றவனாக இருந்தால், சின்னக் காற்றுக்கும் பதறிப்போவான். காரணம், அவனிடம் தெளிவு இல்லை, எதன்மீதாவது பழியைப்போட்டுவிட்டு ஓடிவிட நினைப்பான், இந்தத் திசையில் கப்பலை இப்படிச் செலுத்தினால் இந்தச் சூழ்நிலையைச் சரிசெய்யஇயலும் என்கிற சிந்தனை அவனிடம் இருக்காது.

அறிவு என்பது, எல்லாவற்றையும் தெரிந்துவைத்திருப்பதல்ல, தனக்குத் தெரியாதவையும் உள்ளன என்று அறிந்திருப்பதும் அறிவுதான். திருமந்திரத்தில் திருமூலர் சொல்வது:

'அறிவு, அறிவுஎன்று அங்கு அரற்றும் உலகம்,
அறிவு, அறியாமை யாரும் அறியார்,
அறிவு, அறியாமை கடந்து அறிவுஆனால்
அறிவு, அறியாமை அழகியவாறே.'

இந்த உலகத்தில் பலர், அறிவுதான் முக்கியம் என்று புலம்புகிறார்கள். உண்மையில் அறிவு என்பது அறியாமையோடு இருப்பதை யாரும் அறிந்திருப்பதில்லை.

அவர்களுடைய அறிவு, அறியாமையைக்கடந்த அறிவாக இருந்தால், அறிவும் அறியாமையும் கலந்திருப்பதன் அழகு அவர்களுக்கு விளங்கும்.

இந்த வார்த்தை விளையாட்டினுள் ஆழமான தத்துவங்கள் உண்டு. இப்போது நாம் அங்கே செல்லவேண்டியதில்லை, இதன் எளிமையான உட்கருத்து, அறிவும் அறியாமையும் கலந்துதான் இருக்கும். ஆகவே, 'முழுமையாகக் கற்க' ஆசைப்படுவதைவிட, 'தெளிவாகக் கற்பது' சிறந்தது.

'சிறுபஞ்சமூலம்' பாடலொன்றில் காரியாசான் சொல்கிறார்:

'ஒருவன் அறிவானும் எல்லாம், யாதுஒன்றும்
ஒருவன் அறியாதவனும், ஒருவன்
குணன்அடங்கக் குற்றம்இல்லானாம் ஒருவன்,
கணன்அடங்கக் கற்றானும் இல்.'

எல்லாம் அறிந்தவன் என்று யாரும் கிடையாது, எதுவுமே அறியாதவன் என்றும் யாரும் கிடையாது, எல்லாருமே இந்த இரு நிலைகளுக்கும் நடுவில்தான் இருக்கிறோம்.

நல்ல குணங்களே இல்லாதவன் என்று யாரும் கிடையாது, குற்றமே இல்லாதவன் என்றும் யாரும் கிடையாது, எல்லாருமே இந்த இரு நிலைகளுக்கும் நடுவில்தான் இருக்கிறோம்.

நூல்கள் அனைத்தையும் கற்றுத்தேர்ந்தவன் என்றும் யாரும் கிடையாது. ஆகவே, முழுமைக்கு முயற்சிசெய்யாமல், தெளிவைக் கவனியுங்கள்.

தெளிவுகூட, வேறெங்கும் இல்லை, உங்களிடமே இருக்கிறது, கற்பதால் அது வெளிப்படும். நான்மணிக்கடிகையில் விளம்பிநாகனார் சொல்வது:

'கற்பக் கழிமடம் அஃகும்.'

ஒருவர் கற்பதால், அவரிடமிருக்கும் அறியாமை விலகும். குளத்தில் பாசியை விலக்கியதும், தெளிந்தநீர் வெளிப்படுவதுபோல், அவருக்குள்ளிருக்கும் தெளிவினை இது எடுத்துக்காட்டும்.

இந்தத் தெளிவு இல்லாதவர்கள், அது இருப்பதுபோல் நடிப்பது ஆபத்து. கடலில் சரியான வழியறிந்து கப்பலைச் செலுத்தும் திறனும் அனுபவமும் பெறாத ஒரு மாலுமி, 'எனக்கு எல்லாம் தெரியும்' என்று சொல்லிக்கொண்டு கப்பலைக் கிளப்பினால் அது பெரிய பிரச்னைக்கு வழிவகுக்கும்.

இதனைப் பிறர் சரிபார்ப்பதைவிட, நாமே உறுதிசெய்துகொள்வது நல்லது. நமக்கு என்ன தெரியும், என்ன தெரியாது என்பது நமக்குத் தெரிந்திருப்பதே பெரிய அறிவுதான்.

'இன்னாநாற்பது' பாடலொன்றில் கபிலர் சொல்கிறார்:

'குறிஅறியான் மாநாகம் ஆட்டுவித்தல் இன்னா,
தறிஅறியான் கீழ்நீர்ப் பாய்ந்துஆடுதல் இன்னா.'

பாம்பாட்டிக்குப் பாம்பைக் கட்டுப்படுத்தத் தெரிந்திருக்க வேண்டும், அந்த அறிவு இல்லாமல் அவன் அந்த வேலைக்கு வரக்கூடாது.

நீரில் பாய்கிறவனுக்கு ஆழம் தெரிந்திருக்கவேண்டும், இல்லாவிட்டால் அவன் உயிருக்குதான் பிரச்னை.

'இன்னா' சரி, 'இனியவை'?

பூதஞ்சேந்தனார் எழுதிய 'இனியவைநாற்பது' பாடலொன்று, அறிவுள்ளவர்கள் எப்படிப் பேசவேண்டும் என்று சொல்கிறது:

> 'சிறந்துஅமைந்த கேள்வியர்ஆயினும், ஆராய்ந்து
> அறிந்துஉரைத்தல் ஆற்ற இனிது.'

என்னதான் ஒருவர் நன்கு படித்திருந்தாலும், பல விஷயங்களைக் கேட்டுத் தெரிந்துகொண்டிருந்தாலும், அதனை ஆராய்ந்து, உண்மைத்தன்மையை அறிந்துகொண்டு, அதன்பிறகு பேசுவது இனிமையானது.

இந்த ஆராய்ச்சி மனோபாவம் அறிவுக்கு மிகவும் முக்கியமானது. இல்லாவிட்டால் யாரோ எழுதியவற்றைப் படித்து அப்படியே திரும்பச்சொல்லிக்கொண்டிருப்போம், ஒருவேளை அதில் பிழைகள் இருந்தால், அவற்றைச் சரிசெய்யமாட்டோம், காரணம், நாம் அதை ஆராய்ந்து உறுதிசெய்துகொள்வதில்லை, ஆசிரியர் சொன்னார், அந்தத்துறைசார்ந்த ஒரு நிபுணர் சொன்னார் என்பதற்காக அப்படியே ஏற்றுக்கொண்டுவிடுகிறோம்.

மாறாக, அதையே நாம் ஆராய்ந்து புரிந்துகொள்ளும்போது, அதன் உண்மைத்தன்மையை நாம் உறுதிசெய்துகொள்கிறோம். அதன்பிறகு, அதில் சந்தேகம் எழ வாய்ப்பில்லை.

வள்ளுவர் சொல்வதுபோல்:

> 'எப்பொருள் யார்யார்வாய்க் கேட்பினும், அப்பொருள்
> மெய்ப்பொருள் காண்பது அறிவு.'

17

தூய்மை நல்லது!

இங்கே தூய்மை என்பது உடல்தூய்மை அல்ல, உள்ளத் தூய்மையும்.

உடலைத் தூய்மையாக வைத்துக்கொள்வது ஒரு நல்லொழுக்கம்தான். அதன்மூலம் நோய்கள் வராமல் காக்கலாம், நீண்டநாள் மகிழ்ச்சியாக வாழலாம்.

அதேசமயம், உள்ளத்தூய்மை அதைவிட முக்கியமானது. உடலைத் தூய்மையாக வைத்துக்கொண்டு உள்ளத்தில் அழுக்கைச் சேர்த்துவைத்தால் அதனால் அவருக்கும் தீமை, மற்றவர்களுக்கும் தீமைதான்.

உடல் தூய்மையைப்போலவே, உள்ளத் தூய்மையும் ஆரோக்கியத்துக்கு முக்கியம். நல்ல மனம்தான் நல்ல உடலைப் பேணும். நாலடியார் சொல்கிறது:

> 'இனநன்மை, இன்சொல், ஒன்றுஈதல், மற்றுஏனை
> மனநன்மை என்றுஇவைஎல்லாம் கனமணி
> முத்தோடுஇமைக்கும் முழங்குவரித் தண்சேர்ப்ப,
> இல்பிறந்தார்கண்ணே உள.'

நல்ல குடும்பத்தில் பிறந்தவர்களிடம் உள்ள குணங்கள் எவை?

தன்னைச் சேர்ந்திருக்கிற எல்லாரும் நன்றாக இருக்கவேண்டும் என்று நினைப்பார்கள், இனிய சொற்களைப் பேசுவார்கள், யாரேனும் உதவிகேட்டுவந்தால் அவர்களுக்குத் தங்களால் இயன்ற பொருளைத் தருவார்கள், முக்கியமாக, மனநன்மையோடு இருப்பார்கள்.

அதென்ன மனநன்மை?

மனம் சுத்தமாக இருக்கும், சிந்தனையாலும் பிறருக்குக் கேடு நினைக்கமாட்டார்கள், எல்லாரும் நன்றாக வாழவேண்டும் என்றே நினைப்பார்கள், அதன்மூலம் அவர்கள் நல்லபடியாக வாழ்வார்கள்.

'கெடுவான் கேடு நினைப்பான்' என்பார்கள். பிறருக்குக் கெடுதலை நினைத்தாலே போதும், நமக்குக் கேடு வந்துவிடும். அவ்வாறின்றி, நன்மை நினைப்பவன் வாழ்வான்.

தூய்மைபற்றிய பாரதிதாசனின் அழகிய பாடலொன்று:

'தூய்மைசேரடா, தம்பி, என்
சொல்லை நீ பெரிதும்நம்பித்
தூய்மைசேரடா!
வாய்மையாலும் ஒழுக்கத்தினாலும் அகத்
தூய்மை உண்டாகும்! மேலும் மேலும்
தூய்மைசேரடா!'

பாரதிதாசன் சொல்லும் 'அகத்தூய்மை', வள்ளுவர் வரையறுத்த ஒழுக்கம்தான்:

'புறத்தூய்மை நீரால்அமையும், அகத்தூய்மை
வாய்மையாற் காணப் படும்.'

உடலைச் சுத்தப்படுத்தத் தண்ணீர் போதும். ஆனால், உள்ளத்தைச் சுத்தப்படுத்த உண்மை பேசவேண்டும், ஒழுக்கத்தோடு நடந்துகொள்ளவேண்டும்.

இப்படி நடக்கிறவர்களுக்கு, தவறு செய்கிறோம் என்கிற குற்றவுணர்ச்சி இருக்காது. ஆகவே, அவர்கள் மகிழ்ச்சியோடு வாழ்வார்கள், அவர்களால் சமுதாயத்துக்கு நன்மையே.

தூய்மையை மேலும் விரிவுபடுத்திச் சொல்கிறார் பாரதிதாசன்:

]உடையினில் தூய்மை, உண்ணும்
உணவினில் தூய்மை, வாழ்வின்
நடையினில் தூய்மை, உன்றன்
நல்உடல் தூய்மை சேர்ப்பின்
தடையில்லை, வாழ்நாள் ஒவ்வொன்றும் இன்பம்
தரும்நாள் ஆகும்.'

உடை, உணவு, உடல் போன்ற புறத்தூய்மைகளுடன், 'வாழ்வின் நடை' என்கிற நல்லொழுக்கத்தையும் குறிப்பிட்டு, வாழ்க்கைக்கு அதுவே இன்பம் தரும் விஷயம் என்று வலியுறுத்துகிறார். குறிப்பாக, சாதி, இனம் போன்ற பாகுபாடுகளைப் பார்த்து மனிதர்கள்மீது அன்புசெலுத்துவதும் வெறுப்பதும் ஆகாது என்கிறார்:

'துகள்இலா நெஞ்சில் சாதி
துளிப்பதும் இல்லை, சமயப்
புகைச்சலும் இல்லை, மற்றும்
புன்செயல் இல்லை,
அகத்திலே அன்பின் வெள்ளம் மூளும்; தீய
அச்சம் போகும்!'

இழிவான செயல்களைச் செய்யாவிட்டால், மனத்தில் எல்லார்மீதும் அன்புமட்டுமே இருக்கும், அதனால், அச்சம் போகும் என்கிறார். இந்த இரண்டுக்கும் என்ன சம்பந்தம்?

இதைவிளக்க விவேகானந்தர் ஒரு கதை சொல்கிறார்.

ஒரு பெண் தெருவில் நடந்துசென்றுகொண்டிருக்கிறாள், ஒரு நாய் அவளைக் கடிக்கப் பாய்கிறது. அவள் பயந்துபோய் எங்கோ ஒளிந்துகொள்கிறாள்.

மறுநாள், அதே பெண் அதே தெருவில் தன் குழந்தையுடன் வருகிறாள். இப்போது, ஒரு சிங்கம் அவர்களைக் கடிக்கப் பாய்கிறது. அவள் என்ன செய்வாள்?

நேற்றைக்கு நாயிடம் பயந்த அந்தப் பெண், இன்றைக்குச் சிங்கத்துடன் சண்டையிடத் தயாராகிவிடுகிறாள். காரணம், குழந்தைமீது அவள் வைத்திருக்கும் அன்பு.

இந்தக் கதையைச் சொல்லி, ‘அன்பு பயத்தை விரட்டும்’ என்கிறார் விவேகானந்தர். அன்பில்லாத இடத்தில் சுயநலம் இருக்கும், ஆகவே, தனக்கு ஏதாவது ஆகிவிடுமோ என்ற அச்சம் வரும், எல்லார்மீதும் அன்பைச் செலுத்தும்போது, எல்லைகள் விரியும், சிறுபயங்களுக்கு மயங்காமல் துணிவோடு செயல்படுவோம்.

அதேபோல், அன்பு தீய எண்ணங்களையும் விரட்டும். ‘வெள்ளைக்கில்லை கள்ளச்சிந்தை’ என்று ஒரு பழமொழி சொல்வார்கள்.

அதாவது, மனம் வெள்ளையாக இருக்கும்போது, அதில் கள்ளம் தோன்றாது. தவறாக எதையேனும் செய்யலாமோ என்கிற எண்ணம்கூட வராது. அத்தகைய மனம்தான் உயிருக்கு நன்மை என்கிறது திருக்குறள்:

‘மனநலம் மன்உயிர்க்கு ஆக்கம்.’

திருமந்திரப் பாடலொன்றில் திருமூலர் நல்ல பண்புகளைப் பட்டியலிடுகிறார், அதில் முதலாவதாக வருவது, ’தூய்மை’தான்!

‘தூய்மை, அருள், ஊண்சுருக்கம், பொறை,செவ்வை,
வாய்மை, நிலைமைவளர்த்தலே மற்றுஇவை
காமம்,களவு,கொலைஎனக் காண்பவை
நேமி ஈரைந்து நியமத்தனாமே.’

உள்ளத்திலும் உடலிலும் தூய்மை வேண்டும், பிறர்மீது கருணை காட்டவேண்டும், அதிகம் உண்ணக்கூடாது(அதாவது, எதையும் அளவுக்கதிகமாக அனுபவித்து ஆடம்பரமாக வாழக்கூடாது),

பொறுமை வேண்டும், எதையும் செம்மையாகச் செய்யவேண்டும், உண்மை பேசவேண்டும், தன்னிலையிலிருந்து தடுமாறக்கூடாது, காமம், திருடுதல், கொலை போன்றவற்றைச் செய்யக்கூடாது.

இங்கே கவனிக்கவேண்டிய விஷயம், 'தூய்மை' என்று தொடங்கி வருகிற பல விஷயங்கள், அந்தத் தூய்மைக்கே வழிவகுக்கின்றன, கருணையோடும் பொறுமையோடும் செய்வனவற்றைச் சிறப்பாகச் செய்து உண்மை பேசி ஒழுக்கத்துடன் பிறர் பொருளுக்கு ஆசைப்படாமல் வாழ்வதுதானே மனத்தூய்மை!

உடலுறுப்புகள் ஒவ்வொன்றுக்கும் தூய்மை இருவிதமாக அமையும். உதாரணமாக, காதில் அழுக்குமண்டியிருந்தால் அதைச் சுத்தப்படுத்துவதற்குச் சோப்பைப் பயன்படுத்தலாம், பஞ்சுவைத்த குச்சியால் மெல்ல அழுக்கை அகற்றலாம். அதேசமயம், அந்தக் காதின்வழியே தீயவற்றைக் கேட்காமலிருப்பதுதான் முழுமையான சுத்தம்.

இவ்வாறு புறத்தூய்மையோடு அகத்தூய்மையைச் சேர்த்தே பேசும் பாடலொன்று 'அறநெறிச்சாரம்' நூலில் உள்ளது. எழுதியவர், முனைப்பாடியார்:

'அறம்கூறு நாஎன்ப நாவும், செவியும்
புறம்கூற்றுக் கேளாத என்பர், பிறன்தாரத்(து)
அற்றத்தை நோக்காத கண்என்ப யார்மாட்டும்
செற்றத்தைத் தீர்ந்ததாம் நெஞ்சு.'

நல்லதைச் சொல்லும் நாக்குதான் சுத்தமானது, பிறர் தீய விஷயங்களைப் பேசினாலும், அவற்றைக் கேட்காத காதுதான் சுத்தமானது, பிறருடைய மனைவிமீது(அதாவது, பிறருக்குச் சொந்தமான பொருள்களின்மீது) ஆசைப்படாத கண்தான் சுத்தமானது, யார்மீதும் பகைமை பாராட்டாத நெஞ்சுதான் சுத்தமானது.

காந்தியின் மூன்று குரங்குகளை இந்தப்பாடல் நினைவுபடுத்தலாம், நான்காவதாக, பகையில்லாத நெஞ்சையும் சேர்த்துக்கொள்ளவேண்டும்!

இதைப் பாரதியார் பாடுகிறார்:

'பகைவனுக்குஅருள்வாய் நல்நெஞ்சே!'

நல்ல நெஞ்சு என்றால், அது யாரையும் பகையாக நினைக்காது, அவர்களுக்கும் நன்மையையே விரும்பும்.

ஆனால், இது சாத்தியமா? நாம் ஏன் பகைவனுக்கு அருளவேண்டும்?

அவனுக்காக இல்லை, நமக்காக அருளவேண்டும். அதாவது, பகைவனுக்கு அருள்வதால், நமக்கு நாமே நன்மை செய்துகொள்கிறோம் என்கிறார் பாரதியார்:

'உள்ளநிறைவில் ஓர் கள்ளம்புகுந்திடில்
உள்ளம்நிறைவாமோ?
தெள்ளியதேனில்ஓர் சிறிதுநஞ்சையும்
சேர்த்தபின் தேனாமோ?'

பகைவர்கள்மீது கோபத்தைக் காட்டினால், பாதிக்கப்படப் போவது நம் உள்ளம்தான். என்னதான் சிறந்த தேனாக இருந்தாலும், அதில் நஞ்சைச் சேர்த்தபிறகு, அது தேனாக இருக்காது.

நஞ்சின் குணம் மாறப்போவதில்லை, அதைச் சேர்த்து நம் உள்ளம் என்கிற தேனை ஏன் கெடுக்கவேண்டும்? பிறருக்குக் கெடுதல் எண்ணினால் நாமே கெடுவோம் என்பதல்லவா உண்மை என்கிறார் பாரதியார்:

'தாழ்வு பிறர்க்குஎண்ணத்
தான்அழிவான்.'

அப்படியானால், பகையை என்னதான் செய்வது?

நட்பாக மாற்றிவிடச்சொல்கிறது திருக்குறள்:

'பகைநட்பாக் கொண்டுஒழுகும் பண்புஉடையாளன்
தகைமைக்கண் தங்கிற்று உலகு.'

ஒருவன் பகைமையை நட்பாக மாற்றத் தெரிந்துகொண்டான் என்றால், அவனுடைய பண்பை மதித்து உலகம் நடக்கும்.

யாரால் பகையை நட்பாக மாற்ற இயலும் என்றால், பகைவன் செய்த குற்றங்களை மனத்தில் வைத்துக்கொள்ளாமல், அவன் செய்த நல்லவற்றையே நினைவில் வைத்துக்கொள்கிறவனால்தான். இல்லாவிட்டால், எப்போதும் ஒருவரைப்பற்றிய குறைகள்தான் நமக்குத் தோன்றும், நல்ல விஷயங்கள் தெரியாது.

திருக்குறள் சொல்வது:

> 'மனத்துக்கண் மாசுஇலன் ஆதல் அனைத்து அறன்.'

மனத்தில் குற்றமில்லாதவனாக இருக்கவேண்டும், அதுதான் முறை!

எண்ணத்தில் தூய்மை இருந்தால், எல்லாம் நன்றாகவே நடக்கும் என்கிறார் நாமக்கல்கவிஞர்:

> 'எண்ணம்தூயது என்றானால்
> எதுசெய்தாலும் நன்றாகும்.'

நாமக்கல்கவிஞர் தூய்மையின் இலக்கணமாகச்சொல்வது காந்தியை. அவர் தூய்மையால் துணிவை உண்டாக்கினார், அந்தத் துணிவையே தூய்மையாக்கினார் என்கிறார்:

> 'தூய்மையின் துணிவுஉண்டாக்கித்
> துணிவினைத் தூய்மையாக்கி
> வாய்மையின் வறுமைபோக்கி
> வறுமையும் வாய்மைகாக்க,
> தாய்மையே செய்த காந்தி!'

வறுமைநிலையில் இருக்கும்போதும், உண்மையைப் பேசவேண்டும் என்பது மனத்தூய்மை. அதனை வலியுறுத்தியவர் காந்தி.

இங்கே வறுமை என்பது, பணம் இல்லாத நிலை அல்ல. ஏதோ ஒருவிதத்தில் குறைபட்டிருக்கும் நிலை, அப்போது

பொய்சொன்னால், அல்லது, ஒழுக்கத்தை மீறினால் நமக்கு ஒரு நன்மை கிடைக்கக்கூடும், வறுமை சென்று நன்மை கிடைக்கக்கூடும்.

அந்தச் சூழ்நிலையிலும், தூய்மை அவசியம். சொல்லப்போனால், அந்தச் சூழ்நிலையில்தான் தூய்மை மிக அவசியம். மற்ற நேரங்களில் தூய்மையுடன் இருப்பது எல்லாராலும் இயலும். இதுபோன்ற நேரங்களில் அழுக்கைச் சேர்த்துக்கொள்ளாமல் வாழ்வது பெரிய சவால், அதில் வென்றுவிட்டால், எப்போதும் தூய்மையாக இருந்துவிடலாம்!

தினமும் குளிப்பதுபோல், மனத்தையும் சுத்தப்படுத்தவேண்டும் என்கிறார் வாலி, ஒரு திரைப்பாடலில்:

> 'சோகங்கள் பொய்யடா,
> சுமைநீக்கி வையடா,
> மனம் என்ற வீட்டைநீ
> தினம்சுத்தம் செய்யடா!'

இன்னொரு திரைப்பாடலில் கண்ணதாசன் இதை விரிவாகப் பேசுகிறார்:

> 'நல்லவன், எனக்கு நானே
> நல்லவன்!'

இந்தத் தொடக்கமே திகைப்பூட்டும் ஒன்று. நல்லவன் என்று பிறர் சொல்லவேண்டுமல்லவா? எனக்கு நானே நல்லவன் என்பது சரியா?

அதுதான் இருப்பதிலேயே கஷ்டம். யாரை வேண்டுமானாலும் ஏமாற்றிவிடலாம், நம்மைநாமே ஏமாற்றிக்கொள்ள இயலாது.

ஊருக்குமுன் வேஷம் போட்டு நல்லவன் என்று பெயர் வாங்கிவிடலாம். ஆனால் உள்மனம், 'நீ நல்லவன் இல்லை' என்று சொல்லிக்கொண்டே இருக்கும். ஆகவே, 'எனக்கு நானே நல்லவன்' என்று ஒருவன் சொல்கிறான் என்றால், அவன் உண்மையிலேயே நல்லவனாகதான் இருக்கவேண்டும்,

அவனுடைய மனம் என்கிற கடினமான அளவுகோலில், அவன் நல்லவனாகத் திகழ்கிறான்!

'சொல்லிலும் செயலிலும் நல்லவன்!'

இதுவும் மிக முக்கியமான ஒரு பண்பு. தூய்மை என்பது பேச்சில் இருந்தால் போதாது, செயலிலும் தெரியவேண்டும். நல்லதைச் சொல்லி நல்லதைச் செய்யவேண்டும்.

'உள்ளம் சொன்னதை மறைத்தவன்இல்லை,
ஊருக்குத் தீமை செய்தவன்இல்லை,
வல்லவன், ஆயினும் நல்லவன்!'

மனத்தில் நினைப்பதைப் பூசி மெழுகாமல் நேரடியாகப் பேசிவிடுகிறவர்கள் மக்கள்மத்தியில் அத்துணை பிரபலமாக இருப்பதில்லை. கொஞ்சம் பாலிஷ் போட்டுச் சொல்கிறவர்களுக்கு நல்ல பெயர் கிடைக்கும்.

ஆனால், அப்படி ஒளித்துச்சொல்வதைவிட, கருத்துகளை வெளிப்படையாகச் சொல்வதுதான் நியாயம், தூய்மை. அதைக்கொண்டு பிறர் மனத்தை வருத்தப்படுத்துவது நோக்கமல்ல, அவர்களிடம் நிஜமான மாற்றம் வரவேண்டும் என்பதுதான் நோக்கம், அதனால் தீமை வராது, நன்மைதான் வரும்!

பொதுவாக நல்லவர்கள் பலவீனமானவர்கள் என்கிற கருத்து உண்டு. அதுவும் உண்மையல்ல, நல்லவனாக, தூய்மையானவனாக இருக்க மிகுந்த தைரியம் தேவை, அதுவே பெரிய பலம்:

'தூயஉள்ளம் வேண்டும், என்றும்
சேவைசெய்யவேண்டும்!'

தூயஉள்ளம் என்பது, கஷ்டம் வரும்போது மாறிவிடாது. என்றைக்கும் நன்மைதருவதாகவே இருக்கும். 'மூதுரை'யில் ஔவையார் பாடலொன்று:

'சந்தன மென்குறடு தான்தேய்ந்தகாலத்தும்
கந்தம் குறைபடாதுஆதலால், தம்தம்
தனம்சிறியர்ஆயினும் தார்வேந்தர் கேட்டால்
மனம்சிறியர் ஆவரோ மற்று.'

சந்தனக்கட்டை நன்கு மணம்வீசும். பெரிய கட்டை என்றல்ல, அதைத் தேய்த்துத்தேய்த்துச் சிறியதாக்கியபிறகும் அதேபோல் மணம்வீசும். அதுபோல, நல்லமனம் கொண்டவர்களுக்கு ஏதேனும் ஒரு குறைபாடு வந்தாலும், அவர்களுடைய குணம்மாறாது.

ஒருவேளை கெட்டவர்களோடு அவர்கள் பழகநேர்ந்தால்?

அப்போதும், குணம்மாறக்கூடாது. அப்போதுதான் அவர்கள் ஆரம்பத்தில் தூய்மையாக இருந்தார்கள் என்று பொருள். சான்ஸ் கிடைத்தவுடன் கட்சிமாறிவிடுகிறவன் நல்லவனாக இருந்தானா, அல்லது வாய்ப்புக்காகக் காத்திருந்தானா?

'நீதிநூல் உரை'யில் வேதநாயகம்பிள்ளை சொல்கிறார்:

'பரிதியின் கிரணம் அங்கணம்அதில் படியினும்
அரிதின் மாசுஅணுகுறாது அகலல்போல் இனியநல்
சரிதம்இல்லவர் குழாம் சார்ந்துபோதிக்கினும்
துரித வெம்பவம்உறார் தொல்மறைக்கிழவரே.'

சூரியனின் கதிர்கள் அழுக்கான ஓர் இடத்தில் விழுந்தால்கூட, அவை அழுக்காகிவிடாது. அதுபோல, நல்லவர்கள் கெட்டவர்களிடம் பழகநேர்ந்தால், தங்களுடைய நற்குணங்களை மாற்றிக்கொள்ளமாட்டார்கள்.

வள்ளலார் ஒருபாடலில் சொல்கிறார்:

'மனக்கேதம் மாற்றி, வெம்மாயையை
நீக்கி, மலிந்தவினை
தனக்கே விடைகொடுத்து, ஆணவம்
தீர்த்துஅருள்.'

இங்கே ‘மனக்கேதம்’ என்பது, மனத்தின்மீது பல்வேறு சிந்தனைகளால் ஏற்படுகிற அழுக்கு. தொடர்ந்து எதையெதையோ நினைப்பதால் ஏற்படுகிற குழப்பங்களும் தீய நினைவுகளும் செல்லவேண்டும், இப்படி நடந்துவிடுமோ, அப்படி நடந்துவிடுமோ, இதுதான் உண்மையோ, அதுதான் உண்மையோ என்கிற மயக்கம் தீரவேண்டும், தீயசெய்கைகளைச் செய்வதால் ஏற்படும் தீயவிளைவுகள் தீரவேண்டும், ஆணவம் தீரவேண்டும்.

இவை எல்லாமே தூய்மையானமனத்தின் அடையாளங்கள். உடையைத் தினமும் துவைப்பதுபோல, மனத்தையும் சுத்தப்படுத்தவேண்டும், அதில் அழுக்கு சேர்ந்திருந்தால் அதனை அகற்றவேண்டும், இந்த உணர்வே சுத்தமான மனத்தின் ஓர் அடையாளம்தான், அசுத்தமனம் தன்னைச் சுத்தப்படுத்திக்கொள்ளவேண்டும் என்றே நினைக்காது.

குறிப்பாக, மனம் கர்வம்கொள்வது அசுத்தத்தின் அடையாளம். அதனை நீக்கப் பெரும் முயற்சி தேவை. இன்னொருபாடலில் வள்ளலாரே சொல்கிறார்:

> ‘கயவுசெய் மதகரிஎனச் செருக்கும்
> கருத்தினேன், மனக்கரிசினால்அடைந்த
> மயர்வு நீக்கிட வந்துநிற்கின்றேன்.’

ஒரு பெரிய, மதம்பிடித்த யானையைப்போல் என் மனத்தில் கர்வம் ஏற்பட்டிருக்கிறது. அதனால், மனம் மாசுபட்டிருக்கிறது, நான் மயங்கிநிற்கிறேன்.

கர்வம் எப்போது ஏற்படும்?

ஒருவர் எல்லாவற்றையும் கற்றுக்கொண்டுவிட்டதாக நினைக்கும்போதுதான் கர்வம் உண்டாகும். ‘கற்றது கொஞ்சம், கல்லாதது நிறைய’ என்றெண்ணும்போது, இன்னும் படிக்கலாம் என்றுதான் தோன்றும், கர்வப்படத்தோன்றாது.

ஆனால், கர்வம் ஒருமுறை ஏற்பட்டுவிட்டால், ‘கல்லாதது நிறைய’ என்கிற விஷயமே அவருக்குத்தெரியாது. எல்லாவற்றையும்

கற்றுவிட்டோம் என்றே நினைப்பார். திருக்குறள் சொல்கிறது:

'வெண்மைஎனப்படுவது யாதுஎனின் ஒண்மை
உடையம்யாம் என்னும் செருக்கு.'

அற்பமான அறிவு என்பது என்ன தெரியுமா? நான் எல்லாவற்றையும் தெரிந்துகொண்டுவிட்டேன், எனக்கு எல்லாம் விளங்கிவிட்டது என்றுஒருவர் நினைப்பதுதான்!

'நிறைகுடம் தளும்பாது' என்கிற பழமொழியும் இதையே சொல்கிறது. அரைகுறையாக விஷயம் தெரிந்தவர்கள்தான் ஆணவத்தில் கூத்தாடுவார்கள், நன்கு விஷயமறிந்தவர்கள் அமைதியாக இருப்பார்கள், அவர்கள் மனத்தில் கர்வம் சேராது.

இதையே 'ஆத்திசூடி'யில் ஔவையார் எளிமையாகச் சொல்கிறார்:

'வல்லமை பேசேல்!'

அதாவது, நம்முடைய வல்லமையை நாமே பேசக்கூடாது. அதற்குப் பதிலாக:

'வித்தை விரும்பு!'

நம்முடைய புகழை நாமே பேசுவதற்குப்பதிலாக, அந்த நேரத்தில் ஒரு புது விஷயத்தைக் கற்றுக்கொள்ளலாம். இப்படி எண்ணினால், கர்வப்பட நேரமிருக்காது, அழுக்கில்லாத தூயமனம் கிடைக்கும்!

18

யார் பணக்காரர்கள்?

இதிலென்ன குழப்பம்? பணம் வைத்திருக்கிறவர்கள் பணக்காரர்கள். பணம் இல்லாதவர்கள் ஏழைகள். வங்கிக்கணக்கையும் வீட்டிலுள்ள வசதிகளையும் பார்த்தால் தெரிந்துவிடுமே!

ஒருவரிடம் எவ்வளவு பணம் இருக்கிறது என்பதைவைத்து அவரைப் பணக்காரர், ஏழை என்று சொல்லிவிட இயலாது என்கிறது நாலடியார் பாடலொன்று:

> ‘மல்லல்மாஞாலத்து வாழ்பவருள்எல்லாம்
> செல்வர்எனினும் கொடாதவர் நல்கூர்ந்தார்,
> நல்கூர்ந்தக்கண்ணும் பெருமுத்தரையரே
> செல்வரைச்சென்று இரவாதார்.’

இந்தப் பெரிய, வளமான பூமியில், ஒருவர் கையில் நிறையப் பணம் இருக்கலாம், அவரை எல்லாரும் பணக்காரர் என்று சொல்லலாம். ஆனால், அவர் அந்தப் பணத்தை யாருக்கும் தராமல், அதாவது நல்ல செயல்களுக்குச் செலவழிக்காமல், தானே ஒளித்துவைத்துக்கொண்டிருக்கிறார் என்றால், அவர் ஏழைதான்.

இன்னொருபக்கம், ஒருவரிடம் பணமே இல்லாமல் இருக்கலாம். அதற்காக, பணம் உள்ளவர்களிடம் சென்று கையேந்தி நிற்போம் என்று அவர்கள் நினைக்காமல், தாங்களே தன்னம்பிக்கையுடன் உழைத்துச் சம்பாதித்தால், அவர்கள்தான் நிஜமான பணக்காரர்கள்.

கிட்டத்தட்ட இதையேதான் திருவள்ளுவரும் சொல்கிறார்:

> 'நல்ஆறுஎனினும் கொளல்தீது; மேல்உலகம்
> இல்எனினும் ஈதலே நன்று.'

ஒருவரிடம் ஒரு பொருளை வாங்குவதன்மூலம் நமக்கு எத்தனை நன்மைகள் வந்தாலும் சரி, அப்படி வாங்கும் பழக்கம் தீமையானதுதான்.

அதேபோல், ஒருவருக்கு ஒரு பொருளைத் தருவதன்மூலம் நமக்கு மேல்உலகமாகிய மோட்சமே இல்லாவிட்டாலும் சரி, அப்படிக் கொடுக்கும் பழக்கம் நல்லதுதான்.

ஒருவேளை, வறுமையில் உள்ள ஒருவருக்கு எந்த உதவியும் கிடைக்காவிட்டால்? அவர் மற்றவர்களிடம் எதையாவது கேட்கவேண்டிய நிலைமை ஏற்பட்டுவிட்டால்? யாரிடம் கேட்கலாம்?

கொடுக்கக்கூடியவர்கள் யார் என்று பார்த்து, அவர்களிடம் கேட்கலாம், அதுவும் ஈகையைப்போல் புகழ்மிக்கதுதான் என்கிறார் வள்ளலார்:

> 'இரக்கின்றோர்களுக்கு இல்லை என்னார்பால்
> இரத்தல் ஈதலாம்.'

கேட்கிறவர்களுக்கு 'இல்லை' என்று மறுக்காதவர்களிடம் கேட்கலாம், அதுவும் ஈகைக்குச் சமம்தான்.

அதேபோல், யாரிடம் கேட்கக்கூடாதென்றும் வள்ளலாரே சொல்கிறார்:

'கரக்கின்றோர்களைக் கனவிலும் நினையேல்.'

தன்னிடம் இருப்பதைப் பிறருக்குத் தரக்கூடாது என்று மறைக்கிறவர்களைக் கனவிலும் நினைக்காதீர்கள், எந்த நிலையிலும் அவர்களிடம் எந்த உதவியும் கேட்காதீர்கள்.

ஆனால், தேவையுள்ளவர்கள் இப்படி யாரிடம் கேட்பது, யார் தருவார்கள் என்று சிந்திப்பதே இழிவுதான். ஒரு லட்சியவாதச் சமூகத்தில், எல்லாரும் தரவேண்டும், ஆனால், யாரும் கேட்கக்கூடாது. ஒருவருடைய தேவையை அறிந்து உதவுகின்ற பழக்கம் இயல்பாக வரவேண்டும்.

இதன்மூலம் பல நன்மைகள். குறிப்பாக, அடுத்தவர்களிடம் சென்று கேட்கும் பழக்கம் வந்துவிட்டால், அதன்பிறகு உழைக்கும் ஆர்வம் தானே குறையும். நியாயமான தேவை உள்ளபோது, அதை உணர்ந்து பிறர் தானாகக்கொடுத்தால், வாங்குகிறவருடைய தன்மானத்துக்கும் குறைவு ஏற்படாது, கொடுக்கிறவருக்கும் அதனால் மகிழ்ச்சி.

இதற்கு இன்னொரு காரணமும் உண்டு. செல்வம் என்பது ஒருவரிடம் தங்கியிருக்கிற விஷயமல்ல, அது சென்றுகொண்டே இருக்கும். ஆகவே, இன்றைக்குச் செல்வராக இருக்கிறவர் நாளைக்கு வறுமையில் வாடலாம், இன்றைக்கு வறியவரானவர் நாளைக்குச் செல்வராகலாம். அது இயல்புதான்.

ஆகவே, செல்வத்தின் கர்வம் புத்தியில் ஏறாமல் தடுக்க ஒரு நல்ல வழி, பிறருக்குத் தருவது. அதன்மூலம் செல்வம் குறைவதுபோல் தோன்றினாலும், மனம் நிறையும், அதுவே பெருஞ்செல்வம்.

இன்னொரு நாலடியார் பாடல்:

'துகள்தீர் பெரும்செல்வம் தோன்றியக்கால்தொட்டு
பகடு நடந்தகூழ் பல்லாரோடு உண்க,
அகடுஉற யார்மாட்டும் நில்லாது, செல்வம்
சகடக்கால்போல வரும்.'

செல்வம் என்பது, வண்டிச்சக்கரம்போல, மேலும் கீழுமாகச் சுழலும், அதாவது, இவரிடமிருந்து அவருக்குச் செல்லும், அவரிடமிருந்து இவருக்கு வரும், ஒருவரிடம் நிரந்தரமாக இருக்காது.

ஆகவே, குற்றமற்றமுறையில் பணத்தைச் சம்பாதியுங்கள், அப்படிக் கிடைத்த செல்வத்தை, அதனால் கிடைத்த சோற்றைப் பலருடன் கலந்து உண்ணுங்கள், பகிர்ந்துகொள்ளுங்கள், அதுதான் உங்களுக்கும் நல்லது, சமூகத்துக்கும் நல்லது.

திருக்குறளிலும் இதே கருத்தைப் பார்க்கிறோம்:

> 'பகுத்துஉண்டு பல்உயிர் ஓம்புதல் நூலோர்
> தொகுத்தவற்றுள்எல்லாம் தலை.'

நல்ல நூல்களில் சிறந்த பண்புகள் என்று பட்டியலிடப்பட்டிருக்கிற அத்தனை விஷயங்களையும்விடச் சிறந்தது, நம்மிடம் உள்ளவற்றைப் பிறருடன் பகிர்ந்துகொள்ளுதல், அதன்பிறகு சாப்பிடுதல், அதன்மூலம் பல உயிர்களையும் பாதுகாத்தல்.

ஒருவேளை, இப்படிக் கொடுத்துக்கொடுத்து அதனால் ஒருவர் வறியவராகிவிட்டால்?

எல்லாரும் ஈகைக்குணத்துடன் இருக்கும் உலகில் அது நிகழாது. சிலர்மட்டும் ஏமாற்றுகிறவர்களாக இருந்தால், அவ்வாறு நிகழலாம். ஒருவேளை அப்படி நிகழ்ந்தாலும், அதனால் ஈகைக்குணத்தை விட்டுவிடக்கூடாது என்கிறார் சிவப்பிரகாசசுவாமிகள். அவரது 'நன்னெறி'ப் பாடல்:

> 'எந்தை நல்கூர்ந்தான் இரப்பார்க்கு ஈந்துஎன்று அவன்
> மைந்தர் தம்ஈகை மறுப்பரோ, பைந்தொடீ,
> நின்று பயன்உதவி நில்லா அரம்பையின்கீழ்க்
> கன்றும் உதவும் கனி.'

ஒருவர் பணக்காரராக இருக்கிறார், எனக்கு உதவி தேவை என்று வந்தவர்களுக்கெல்லாம் வேண்டியதைத் தருகிறார். அதனால், அவர் வறியவராகிவிடுகிறார்.

அவருடைய மகன்கள் இதைப் பார்த்துக்கொண்டே இருக்கிறார்கள். அவர்களுக்கு என்ன தோன்றும்? 'இந்த ஈகைக்குணத்தால்தானே என் தந்தை வறியவரானார்? இனிமேல் நான் யாருக்கும் எதுவும் தரமாட்டேன்' என்று நினைப்பார்களா, அல்லது, 'ஈகைக்குணத்தை அவரிடமிருந்து நான் கற்றுக்கொண்டேன், என்னால் இயன்றதைப் பிறருக்குத் தருவேன்' என்று நினைப்பார்களா?

இதற்கு வாழைக்கன்றை உதாரணமாகக் காட்டுகிறார் சிவப்பிரகாசசுவாமிகள். வாழைமரம் வாழும்வரை எல்லாவிதத்திலும் மக்களுக்குப் பலன்தந்தது. அதனடியில் தோன்றிய கன்று, அதைப்பார்த்துக்கொண்டே ஈகையைப் பழகியது, அதுவும் பிறருக்கு உதவுகிறது.

அதுபோல, ஈகைக்குணத்தோடுள்ள பெற்றோரைப் பார்த்த மகன்களுக்கும் ஈகைக்குணம் தானாக வரும், அதனை அவர்கள் ஒரு சுமையாக நினைக்கமாட்டார்கள், தம்மளவில் தங்களால் இயன்றதைச் செய்வார்கள்.

இதே வாழையைக் கண்ணதாசனும் உவமையாகச்சொல்கிறார்:

> 'மனிதன்என்பவன் தெய்வம்ஆகலாம்,
> வாரிவாரி வழங்கும்போது வள்ளல் ஆகலாம்,
> வாழைபோல தன்னைத்தந்து தியாகி ஆகலாம்.'

மனிதநிலையிலிருப்பவன் தெய்வமாகவேண்டுமென்றால், வள்ளல்போல் வழங்கவேண்டும், வாழைபோல் தன்னையே கொடுக்கவேண்டும்.

ஆனால், எதற்காகக் கொடுக்கவேண்டும்? அதனால் நமக்கு என்ன பயன்?

இந்தக் கேள்விக்கு ஔவையாரின் பதில்:

> 'ஈயார் தேட்டைத் தீயார்கொள்வர்.'

கொடுத்து மகிழவேண்டும், அப்படிக் கொடுக்கமாட்டேன்

என்று பிடிவாதம்பிடித்தால், அந்தச் செல்வத்தைத் திருடர்கள் பறித்துக்கொள்வார்கள்.

அதற்குப் பயந்துதான் கொடுக்கவேண்டும் என்பதில்லை. கொடுப்பதால் வரும் மகிழ்ச்சிக்காகவே கொடுக்கலாம். அதற்குமேல் ஒரு நன்மை, சின்னமீனைப்போட்டுப் பெரியமீனைப் பிடிக்கலாம்!

சின்னமீன் என்பது, இப்போது கையில் உள்ள செல்வம். அதைக் கொடுத்தால், பெரியமீன், அதாவது, இதைவிடப் பெரியசெல்வம் கிடைக்கும்.

அப்படியானால், நூறு ரூபாய் கொடுத்தால் நமக்கு ஆயிரம் ரூபாய் கிடைக்குமா?

அதைவிடப் பெரிய செல்வமே கிடைக்கும் என்கிறது 'பழமொழிநானூறு'. முன்றுறையரையனாரின் அந்தப் பாடல்:

'சிறியபொருள் கொடுத்துச் செய்த வினையால்
பெரியபொருள் கருதுவாரே, விரிபூ
விராஅம் புனல்ஊர, வேண்டுஅயிரை விட்டு
வராஅல் வாங்குபவர்.'

அயிரைமீன் என்கிற சிறியமீனைத் தூண்டிலில்போட்டு, வரால் என்கிற பெரியமீனைப் பிடிக்கிறவர்கள் உண்டு. அதுபோல, கையில் உள்ள சிறியபொருளைப் பிறருக்குக் கொடுங்கள், அதன்மூலம் அவர்களுக்கு உடனே நன்மை, உங்களுக்கு மகிழ்ச்சி, அதைவிடப் பெரியபொருள், அதாவது மோட்சம் உங்களுக்குக் கிடைக்கும்.

ஆனால் அதற்காக, இந்த வாழ்க்கையில் சுகங்களை விட்டுவிட்டு வறுமையில் வாழவேண்டுமா?

என்ன பெரிய சுகங்கள்? யோசித்துப்பார்த்தால் மனிதனின் அடிப்படைத்தேவைகள் மிகக்குறைவல்லவா என்கிறார் மதுரைக்கணக்காயனார்மகனார் நக்கீரனார். அவருடைய 'புறநானூறு' பாடல்:

'உண்பது நாழி, உடுப்பவை இரண்டே,
பிறவும் எல்லாம் ஓர்ஒக்குமே,
செல்வத்துப்பயனே ஈதல்,
துய்ப்பேம் எனினே, தப்புந பலவே.'

நீ எப்பேர்ப்பட்ட ஆளாக இருந்தாலும், அவர்கள் சாப்பிடப்போவது ஒரு குறிப்பிட்ட அளவு உணவுதான், உடுத்தப்போவது மேலாடை, கீழாடைதான். மற்ற எல்லாத்தேவைகளும் எல்லாருக்கும் ஒன்றுதான்.

ஆகவே, கையில் செல்வம் இருந்தால், அதைப் பிறருக்குத் தந்து மகிழவேண்டும். சொல்லப்போனால், அந்தச் செல்வத்தின் பயனே அதுதான்.

மாறாக, அந்தச் செல்வத்தைத் தானே அனுபவிக்கவேண்டும் என்று ஒருவர்நினைத்தால், அவர் அதன் பயனைப் பெறாதவராகிறார். அதாவது, தானே அனுபவிக்கும் செல்வத்தால் அவருக்கு எந்தப் பயனும் கிடைக்கப்போவதில்லை.

ஒரு திரைப்பாடலில் வாலி எழுதுகிறார்:

'கொடுத்ததெல்லாம் கொடுத்தான், அவன்
யாருக்காகக் கொடுத்தான்?
ஒருத்தனுக்கா கொடுத்தான், இல்லை
ஊருக்காகக் கொடுத்தான்!'

ஆண்டவன் ஒருவனுக்குச் செல்வங்களைத் தருகிறான் என்றால், அது அவனுக்காகமட்டுமல்ல, ஊருக்காகத் தருகிறான், அதை ஒருவனிடம் தருகிறான், அவனுடைய கடமை, அதனை எல்லாரிடமும் பகிர்ந்துகொள்ளுதல். இதைப் புரிந்துகொள்ளாமல் அதைத் தானே அனுபவிக்கக்கூடாது.

'உனக்காக ஒன்று,
எனக்காக ஒன்று,
ஒருபோதும் தெய்வம் கொடுத்ததில்லை,
பலர் வாட,
சிலர் வாழ,
ஒருபோதும் தெய்வம் கொடுத்ததில்லை.'

தெய்வத்திடம் பாரபட்சம் கிடையாது. இவனுக்கு அதிகம் தருவோம், அவனுக்குக் குறைவாகத் தருவோம் என்று அவர் நினைப்பதில்லை. பொதுப்பயன்பாட்டுக்காக ஒருவரிடம் தருகிறார், அதைப் பகிர்ந்துதராவிட்டால் அது மனிதனின் குற்றம்.

> ‘இல்லைஎன்போர் இருக்கையிலே,
> இருப்பவர்கள் இல்லைஎன்பார்,
> மடிநிறைய பொருள்இருக்கும்,
> மனம்நிறைய இருள்இருக்கும்,
> எதுவந்தபோதும் பொதுவென்று வைத்து
> வாழ்கின்றபேரை வாழ்த்திடுவோம்.’

சமூகத்தில் பலரும் வறுமையினால் வாடி ‘எங்களுக்கு அடிப்படை வசதிகளே இல்லை’ என்று சொல்லும்போது, அவற்றைக் கையில் வைத்திருப்பவர்கள், ‘தரமாட்டோம்’ என்பார்கள். அவர்களிடம் நிறையப் பொருள் இருந்து என்ன? மனத்தில் இருளல்லவா இருக்கிறது!

ஆகவே, தனக்கு எது கிடைத்தாலும் அதைப் பொதுவாக எல்லாருக்கும் தந்து வாழ்கிறவர்களை வாழ்த்துவோம்.

சிலர் நிறைய சம்பாதிப்பார்கள், அவர்களிடம் செல்வம் இருக்கும், ஆனால், கொடுக்க மனம் வராது. யாராவது ஏதாவது கேட்டாலும் அவர்களைக் கவனிக்காததுபோல் முகத்தைத் திருப்பிக்கொண்டுவிடுவார்கள்.

அப்படிப்பட்டவர்கள் நிமிர்ந்து கொஞ்சம் எதிரிலுள்ளவரின் முகத்தைப் பார்க்கவேண்டும். அங்கே இருக்கும் எதிர்பார்ப்பைப் புரிந்துகொள்ளவேண்டும்.

காரணம், இல்லாதவர்களுக்கு இருப்பவர்கள்தான் அடைக்கலம். அவர்கள் தருவார்கள் என்ற நம்பிக்கையில்தான் வருகிறார்கள், தன்னிடம் இருப்பதை மறைத்து அவர்களை விரட்டுவது துரோகம்.

நான்மணிக்கடிகைப் பாடலொன்றில் விளம்பிநாகனார் சொல்வது:

> 'கரப்பவர்க்குச் செல்சார் கவிழ்தல், எஞ்ஞான்றும்
> இரப்பவர்க்குச் செல்சார் ஒன்று ஈவோர்.'

தன்னிடம் இருக்கும் பொருளை இல்லை என்று மறைத்துவைக்கிறவர்கள், அதைக்கேட்டு யாராவது வந்தால் தலையைக் கவிழ்த்துக்கொள்வார்கள். ஆனால், அப்படிக் கேட்டுவருகிறவர்களுக்கு இவர்கள்தான் ஒரே நம்பிக்கை. அதை அவர்கள் நினைப்பதில்லை.

அந்த நம்பிக்கையைப் பூர்த்திசெய்தால், அவர்கள்முகத்தில் தோன்றும் இன்பமும் நன்றியுணர்வும் அலாதியானது. அதைத் தருபவர்களால்தான் அனுபவிக்க இயலும், தயங்கிநிற்பவர்களுக்கு அந்த மகிழ்ச்சி கிடைக்காது. ஒரு திரைப்பாடலில் புலமைப்பித்தன் எழுதுகிறார்:

'பாடுபட்டுச் சேர்த்தபொருளைக் கொடுக்கும்போதும் இன்பம்,

வாடும்ஏழை மலர்ந்தமுகத்தைப் பார்க்கும்போதும் இன்பம்.'

இந்தச் சிந்தனைதான் 'ஏழையின் சிரிப்பில் இறைவனைக் காண்போம்' என வெளிப்படுகிறது. ஏழையின் சிரிப்பே இறைவன் என்றால், அந்தச் சிரிப்பை உண்டாக்கக் காரணமாக இருக்கிறவர்களுக்கு, இறைவனை நேரில் காட்டக்கூடிய வல்லமை வந்துவிடுகிறதல்லவா?

வாலியும் இன்னொரு திரைப்பாடலில் இதைச் சொல்கிறார்:

> 'பொருள்கொண்ட பேர்கள் மனம் வந்ததில்லை,
> தரும் கைகள் தேடிப் பொருள்வந்ததில்லை,
> மனம்என்ற கோவில் திறக்கின்ற நேரம்,
> அழைக்காமல் அங்கே தெய்வம் வந்துசேரும்.'

கையில் செல்வம் இருக்கிறவனிடம் அதைக் கொடுக்கிற மனம் இருப்பதில்லை, கொடுக்கத் தயாராக இருக்கிறவர்களிடம் அதிகச் செல்வம் சேர்வதில்லை. ஒருவரிடம் செல்வமும்

இருந்து, அதைத் தருகிற மனமும் திறந்திருந்தால், அங்கே, அதாவது, அப்படி ஒருவர் ஏழைக்குத் தருகிற இடத்தில் தெய்வம் குடியேறும்.

அப்படியில்லாமல், எல்லாம் எனக்கே வேண்டும் என்று வைத்துக்கொண்டால் என்ன ஆகும்? அதைப் புலமைப்பித்தனே சொல்கிறார்:

'பேராசையாலேவந்த துன்பம் சுயநலத்தின் பிள்ளை,
சுயநலமே இருக்கும்நெஞ்சில் அமைதிஎன்றும் இல்லை.'

இந்தப் பாடத்தை இயற்கை நமக்கு ஒவ்வொருநாளும் சொல்கிறது:

'நதியைப்போல நாமும் நடந்து பயன்தரவேண்டும்,
கடலைப்போலே விரிந்த இதயம் இருந்திடவேண்டும்,
வானம்போலப் பிறருக்காக அழுதிடவேண்டும்.'

இருப்பவர்கள் கொடுக்கத் தயாராக இருந்தால், எடுக்கிறவர்கள் இருக்கமாட்டார்கள் என்கிறார் பட்டுக்கோட்டை கல்யாணசுந்தரம்:

'கொடுக்கிறகாலம் நெருங்குவதால்,இனி
எடுக்கிற அவசியம் இருக்காது,
இருக்கிறதுஎல்லாம் பொதுவாய்ப்போனால்
பதுக்குறவேலையும் இருக்காது.'

சிலர், கொடுப்பார்கள். ஆனால், செய்த உதவியைச் சொல்லிக்காட்டுவார்கள்.

வெறுமனே சொல்லிக்காட்டினால்கூடப் பரவாயில்லை, உதவி பெற்றவரை இழிவுபடுத்துவார்கள், 'நாலுநாள் பட்டினின்னு கெஞ்சினான், ரெண்டு இட்லி வாங்கிக்கொடுத்தேன்' என்பார்கள்.

உதவிகோரும் நிலை யாருக்கும் வரலாம். இன்றைக்கு ஒருவர் வாங்கும்நிலையில் உள்ளார் என்பதற்காக அவரை

இழிவுபடுத்துவது சரியா? அவருக்கு உதவிய காரணத்தால் இந்த இழிவை உண்டாக்கும் உரிமை வந்துவிடுகிறதா?

'இலன்என்னும் எவ்வம் உரையாமை, ஈதல்
குலன்உடையான்கண்ணே உள.'

என்கிறார் திருவள்ளுவர். நல்ல குலத்தில் பிறந்தவர்களுடைய குணங்களைச் சொல்லும்போது, 'ஒருவன் என்னிடம் வந்து தன்னுடைய வறுமையைச் சொல்லி உதவி கேட்டான்' என்று அடுத்தவர்களிடம் சொல்லக்கூடாது என்று முதலில் குறிப்பிடுகிறார், அதன்பிறகுதான் ஈதல்.

அதாவது, உதவிசெய்வதுகூட இரண்டாம்பட்சம்தான். ஒருவன் தன் வறுமையைச் சொன்னால், அதைத் தனக்குள் வைத்துக்கொள்ளவேண்டும், ஊர்முழுக்கச் சொல்லக்கூடாது, அதன்மூலம் தன்னுடைய செழிப்பைச்சொல்லிப் பெருமைப்படக்கூடாது.

காரணம், ஏழை என்று ஒருவன் வெளிப்படையாகச் சொல்லிக்கொள்கிறான் என்றால், அவன் தனது ஒரே நம்பிக்கையாக அவரைத் தேடி வந்திருக்கிறான் என்று பொருள். அப்படிக் கேட்க யாரும் தயங்குவார்கள், மற்ற எல்லா முயற்சிகளையும் செய்துபார்த்துவிட்டு, அவை பயன்படாத நேரத்தில்தான் இப்படி அடுத்தவர்களிடம் கேட்பார்கள்.

அப்போது, அவர்கள் மனத்தில் இவர் நமக்கு உதவுவார் என்ற நம்பிக்கையும் இருக்கும், அந்த உதவியை ரகசியமாகச் செய்வார், தன்னுடைய கண்ணியம் கெடாதபடி பார்த்துக்கொள்வார் என்ற எண்ணமும் இருக்கும். இதில் முதல் நம்பிக்கையைக் காப்பாற்றாவிட்டால்கூட, இரண்டாவது நம்பிக்கையைக் கெடுத்துவிடக்கூடாது, அது அவர்கள் மனத்தில் ஆறாத காயமாகிவிடும்.

தன் பொருளைக் கொடுக்கிறோம் என்கிற கர்வம் மனத்தில் தோன்றிவிட்டால், அந்த உதவி ஒருமாற்றுக் குறைவானதுதான், அதனை ஒரு சமூகக்கடமையாக நினைப்பதே சரி!

19

சிலருக்குக் குறைகண்டுபிடிப்பது என்றால் லட்டு சாப்பிடுவது மாதிரி.

அவர்கள் யாரைப்பற்றிப்பேசினாலும் ஏதாவது ஒரு கெட்டவிஷயத்தைச் சுட்டிக்காட்டிவிடுவார்கள். ஒரு பெரிய சாதனையாளரை யாராவது பாராட்டினால், 'அந்தாளோட கையெழுத்து ரொம்ப மோசம்' என்பார்கள். அதனால் அவருடைய சாதனை மாறிவிடுமா என்று யோசிக்கமாட்டார்கள்.

இப்படிப்பட்டவர்கள் பிறரைக் கேலிசெய்வதாக நினைத்துக் கொண்டு, தங்களுக்கே பிரச்சனையைக் கொண்டுவருகிறார்கள். 'தோசையைத் தின்னச்சொன்னா ஓட்டையை எண்ணுறான்' என்று வேடிக்கையாகச் சொல்வார்கள், ஓட்டைகளை எண்ணுவதால் தோசைக்கு இழப்பில்லை, சாப்பிடாமல் இருப்பவனுக்குதான் இழப்பு.

'பழமொழிநானூறு' பாடலொன்றில் முன்றுறையரையனார் சொல்கிறார்:

'நிலைஇய பண்புஇலார், நேர்அல்லர்என்றுஒன்(று)
உளையஉரையாது உறுதியேகொள்க,
வளைஒலி ஐம்பாலாய், வாங்கிஇருந்து
தொளைஎண்ணார் அப்பம்தின்பார்.'

அப்பம் சாப்பிட எண்ணுகிறவர்கள் அதில் இருக்கும் துளைகளை எண்ணிக்கொண்டிருக்கமாட்டார்கள். அதுபோல, பிறரைப்பார்த்து, 'இவன் நிலையான குணம் இல்லாதவன், நடுநிலை இல்லாதவன்' என்றெல்லாம் வெறுக்கும்படி பேசாதீர்கள், அவர்களிடம் நமக்கு என்ன தேவை என்றூ பார்த்து அதைப் பெற்றுக்கொள்ளுங்கள்.

மற்றவர்களிடம் இருக்கும் நல்லகுணங்களைத் தேடிப் பாராட்டினால், நம்மிடம் தீமைகுறையும் என்கிறார் திருவள்ளுவர்:

'அல்லவைதேய அறம்பெருகும், நல்லவை
நாடி இனியசொலின்.'

அதற்காக ஒருவருடைய குற்றங்களைக் கண்டுகொள்ளக் கூடாது என்பதல்ல, குற்றங்களைமட்டுமே பார்த்துக்கொண்டிருக்கக் கூடாது, நல்லவற்றையும் காணவேண்டும். எல்லாரிடமும் ஏதாவது ஒரு நல்லது இருக்கும் என்ற நம்பிக்கை வேண்டும். அதனால்தான், இந்தக் குறளில் குணம்நாடுதலை முதலாவதாகச் சொல்கிறார்:

'குணம்நாடி, குற்றமுநாடி, அவற்றுள்
மிகைநாடி மிக்கக்கொளல்.'

ஒருவர் நமக்கு நண்பராவாரா என்று தீர்மானிப்பதற்கு, முதலில் குணங்களைப் பார்க்கவேண்டும், பிறகு, குற்றங்களைப் பார்க்கவேண்டும், அந்த இரண்டில் எது சிறந்தது என்று எடைபோட்டுப்பார்த்துத் தீர்மானிக்கவேண்டும்.

இன்னொருகுறளிலும் நன்மைதான் முதலில் வருகிறது:

'நன்மையும் தீமையும் நாடி, நலம்புரிந்த
தன்மையான் ஆளப்படும்.'

நன்மையைப் பார்க்கவேண்டும், பின்னர் தீமையையும் பார்க்கவேண்டும், அதன்பிறகுதான் தீர்மானிக்கவேண்டும்.

ஆனால்ஒன்று, இவையெல்லாம் பிறருடைய குற்றங்களைப்பற்றிப் பேசும்போதுதான், தன்னுடைய குற்றத்துக்கு வள்ளுவர் தரும் வரையறை வேறு:

'தினைத்துணையாம் குற்றம்வரினும், பனைத்துணையாக்
கொள்வர் பழிநாணுவார்.'

தன்னிடம் தினையளவு குற்றம் இருந்தாலும், அதைப் பனையளவு நினைக்கவேண்டும். அதனைப் பெரியவிஷயமாகக் கருதிச் சரிசெய்துகொள்ளவேண்டும். இல்லாவிட்டால், பின்னர் பழிவந்துவிடும் என வெட்கப்படவேண்டும்.

நம்மிடம் குறை இல்லை, அப்படியானால், பிறரிடம் உள்ள குறையை நாம் ஏன் மன்னிக்கவேண்டும்? அதைத் தண்டிப்பதுதானே முறை?

ஒருவருடைய குறை எப்படித் தீர்கிறது? தானாகத் தீருமா? இல்லாவிட்டால், யார் தீர்த்துவைப்பார்கள்?

'நாலடியார்' சொல்கிறது:

'அறியாப்பருவத்து அடங்காரோடுஒன்றி
நெறிஅல்ல செய்துஒழுகியவ்வும், நெறிஅறிந்த
நற்சார்வு சாரக் கெடுமே, வெயின்முறுகப்
புல்பனி பற்றுவிட்டாங்கு.'

காலை நேரத்தில் புல்லில் பனித்துளிகள் இருக்கும். ஆனால், வெயில் அதிகரித்ததும், அந்தப் பனித்துளிகள் தென்படாது.

அதுபோல, தெரியாமல் ஒரு தவறைச் செய்தவர்கள், தவறானவர்களுடன் சேர்ந்து கெட்டுப்போனவர்கள், வாழ்க்கையை எப்படி வாழவேண்டும் என்ற நெறியை அறிந்தவர்களுடன் சேரும்போது, அவர்களுடைய கெட்டகுணங்கள் மாறும், நல்லவர்களாவார்கள்.

அதனால்தான், குறை பார்க்காதீர்கள் என்று திரும்பத்திரும்பச் சொல்கிறார்கள். அடுத்தவருடைய குறையைப் பார்த்து அவரை

விலக்கிவிட்டால், அவர்கள் திருந்துவதற்கான ஒரு வாய்ப்பை நீங்களே தடுத்துவிடுகிறீர்கள். உங்களிடம் குறையில்லை என்றால், மகிழ்ச்சி, அது பிறருடைய குறையைத் தீர்ப்பதற்கு உதவினால், இன்னும் மகிழ்ச்சி.

இதற்காகக் கெட்டவர்களுடன் சேரவேண்டும் என்பது அர்த்தமல்ல. ஒருவரிடம் இருக்கும் குற்றங்களை, போக்கக்கூடிய குறைகளைப் பொருட்படுத்தக்கூடாது, அவர்கள் சரியாவதற்கு வாய்ப்புத் தரவேண்டும்.

சொல்லப்போனால், குற்றம் இல்லாதவர்கள் யார்? 'அறப்பளீசர சதகம்' எழுதிய அம்பலவாணக்கவிராயர் சொல்கிறார்:

'பேரான கங்காநதிக்கும், அதன்மேல்வரும்
பேனமே தோடம்ஆகும்,
பெருகிவளர் வெண்மதிக்குள் உள்களங்கமே
பெரிதுஆன தோடம்ஆகும்,
சீராம் தபோதனர்க்கு ஒருவர்மேல்வருகின்ற
சீற்றமே தோடம்ஆகும்,
தீதுஇல் மன்னவர் விசாரித்திடாதுஒன்று
செய்வதுஅவர்மேல் தோடமாம்,
தாராளமா மிகத் தந்துளோர் தாராமை
தான் இரப்போர் தோடமாம்,
சாரம்உள நல்கருப்பஞ்சாறு கைப்பதுஅவர்
தாலம்செய் தோடம்ஆகும்.'

சிறந்த கங்கை நதிக்கு, அதன்மீதுள்ள நுரை குறைதான், பெருகி வளர்கின்ற வெள்ளைநிலவுக்குள் இருக்கிற களங்கம் குறைதான், சிறந்த, தவம்செய்த முனிவர்களுக்குப் பிறர்மீது வருகிற கோபம் குறைதான், தீமைசெய்யாத மன்னவர்கள் விசாரிக்காமல் எதையாவது செய்தால், அது குறைதான், தாராளமாக வாரிவழங்கியவர், பின்னர் சூழ்நிலை காரணமாகத் தர இயலாவிட்டால், அது குறைதான், சிறந்த கருப்பஞ்சாறு கசந்தால், குடிப்பவர்களுடைய நாக்கின் குறைதான்.

இப்படி எல்லாருக்கும் குறை இருப்பதால்தான், ‘கொன்றை வேந்தன்’ நூலில் ஔவையார் சொல்கிறார்:

> ‘குற்றம்பார்க்கில், சுற்றம் இல்லை.’

‘உலகநீதி’யில் உலகநாதரும் இதையே சொல்கிறார்:

> ‘குற்றம்ஒன்றும் பாராட்டுத் திரியவேண்டாம்.’

பிறருடைய குற்றங்களைமட்டுமே பார்த்துக்கொண்டிருந்தால், உறவு இல்லை, நட்பும் இல்லை. அவற்றைப் பொருட்படுத்தாமல் ஏற்றுக்கொண்டு, சரிசெய்யும்வழியைப் பார்க்கவேண்டும்.

சாலையில் ஒரு கல் கிடக்கிறது என்றால், சிலர் அதைக் குறைசொல்வார்கள், சிலர் அந்தக் கல்லை நகர்த்துவார்கள், இவர்களில் யார் சிறந்தவர்கள்?

‘நீதிநூல் உரை’ எழுதிய வேதநாயகம்பிள்ளை சொல்கிறார்:

> ‘வழுஒழித்துஆளல் மேலோர்வழக்குஎனலால், இந்நூலைத்
> தழுவுமின்என வன்னோரைத் தாழ்ந்திடல் மிகை,கீழோரைத்
> தொழுதுஇரப்பினும் மாசுஒன்றே தூற்றுவர், அவரைவாளா
> அழுதுஇரத்தலில் பேறுஇல்லைஆதலின், மௌனம் நன்றால்.’

நீங்கள் ஒரு புத்தகம் எழுதியிருக்கிறீர்கள், நல்ல சான்றோர்களிடம் சென்று, ‘இந்தப் புத்தகத்தை ஆதரியுங்கள்’ என்று கேட்க வேண்டியதில்லை.

காரணம், அவர்களுடைய இயல்பே நல்ல நூல்களை ஆதரிப்பதுதான். ஒருவேளை அதில் குறைகள் இருந்தாலும், அவற்றைச் சரிசெய்து பாராட்டுவார்கள்.

கீழோர் அப்படியில்லை, அவர்கள் சிறிய குற்றங்களைப் பெரிதுபடுத்திப் பேசுவார்கள், அவர்களிடம் சென்று உங்கள் நூலைக் கொடுப்பதில் பயன் இல்லை, அதற்குச் சும்மா இருந்துவிடலாம்.

‘நீதிநெறி விளக்கம்’ நூலில் குமரகுருபரர் சொல்கிறார்:

'மனத்த கறுப்புஎனின், நல்லசெயினும்
அனைத்துஎவையும் தீயவேஆகும், எனைத்துணையும்
தீயவேசெயினும் நல்லவாக்காண்பவே
மாசுஇல் மனத்தினவர்.'

ஒருவர் மனம் கறுப்பாக இருந்தால், மற்றவர்கள் நல்லது செய்தாலும் தீமையாகவே தோன்றும். அதே மனத்தில் அழுக்கில்லாவிட்டால், பிறர் செய்கிற தீமையிலும் நல்லவை தெரியும். எல்லாம் நம் மனத்தில்தான் இருக்கிறது.

ஆக, குறைகாணாமலிருந்தால் போதாது, அந்தக் குறையைத் தீர்ப்பதற்கும் உதவவேண்டும், ஒருவருக்கொருவர் இப்படி உதவிக்கொள்கிற சமூகம் ஒட்டுமொத்தமாக முன்னேறும்.

அப்படியானால், எல்லாரும் குறைகளோடு இருக்கலாமா? பிறர் அவற்றைத் திருத்திவிடுவார்கள் என்று சும்மா இருந்துவிடலாமா?

குறைகள் இருப்பதில் பிழையில்லை, அதேசமயம், அந்தக் குழைகளைத் திருத்திக்கொள்கிற மனோநிலையும் விருப்பமும் இருக்கவேண்டும், இல்லாவிட்டால், திருவள்ளுவர் சொல்வதுபோல்:

'குணம்இலனாய்க் குற்றம் பலஆயின், மாற்றார்க்(கு)
இனன்இலன்ஆம் ஏமாப்புஉடைத்து.'

ஒருவன் குணமே இல்லாமல் குற்றங்களோடுமட்டும் இருந்தால், அவனுக்கு இனமே இருக்காது, அதாவது, யாரும் அவனோடு சேரமாட்டார்கள்.

பிறருடைய குணங்களைக் கண்டு, குறைகளைத் திருத்துவதுதான் சான்றோருடைய பழக்கம். அப்படிப்பட்ட சான்றோர்கூட, அந்தக் குறைகளைத் திருத்திக்கொள்ளும் விருப்பம் உள்ளவனுக்குதான் உதவுவார்கள், மற்றவர்களைவிட்டு நகர்ந்துவிடுவார்கள்.

இன்னும் சிலர், குற்றங்களையே தங்களுடைய உயர்வாகக்

கருதுவார்கள், அதாவது, குறைகளைப் பெருமையாக நினைப்பார்கள். அவர்களைப்பற்றிப் பாரதியார் சொல்கிறார்:

‘குற்றமே தமது மகுடமாக்கொண்டோர்.’

குற்றங்களைக் கிரீடம்போல் தலையில் சூடிக்கொண்டு திரிகிறவர்கள், அவர்களுக்கு அவற்றைத் திருத்திக்கொள்ளும் விருப்பம் இருக்காது.

அப்படிப்பட்டவர்களை அலட்சியப்படுத்தலாம், மற்ற அனைவரையும் ஆதரிக்கவேண்டும்.

குறிப்பாக, உடல்சார்ந்த குறைகளைப் பெரிதுபடுத்தி ஒருவரை இழிவுபடுத்துவது பண்பாடல்ல. அவரது பிற திறமைகளைதான் பார்க்கவேண்டும். அதனால்தான் ’ஊனமுற்றோர்’ என்ற சொல்லையே மாற்றி, அவர்களை ’மாற்றுத்திறனாளிகள்’ என்று அழைக்கச்சொல்கிறார்கள்.

கண்ணதாசன் ஒரு திரைப்பாடலில் எழுதினார்:

‘தங்கத்திலே ஒருகுறையிருந்தாலும்,
தரத்தினில் குறைவதுஉண்டோ? உங்கள்
அங்கத்திலே ஒருகுறையிருந்தாலும்,
அன்பு குறைவதுஉண்டோ?
சிங்கத்தின் கால்கள் பழுதுபட்டாலும்
சீற்றம் குறைவதுஉண்டோ?
சிந்தையும் செயலும் ஒன்றுபட்டாலே,
மாற்றம் காண்பதுஉண்டோ?’

உடலுறுப்புகளைவிட, சிந்தனையும் செயலும்தான் முக்கியம், அங்கே குறை நேர்ந்தால் குணப்படுத்தவேண்டியது அவசியம், மற்றவை பொருட்படுத்தத்தக்கவை அல்ல.

இதை வைரமுத்துவும் ஒரு திரைப்பாடலில் எழுதினார்:

‘ஊனம் யாருங்கோ?
உடம்பில்உள்ள குறைகள்எல்லாம்

ஊனம் இல்லீங்கோ,
உள்ளம் நல்லாருந்தா ஊனம் ஒருகுறையில்லே,
உள்ளம் ஊனப்பட்டா, உடம்புஇருந்தும் பயனில்லே,
ரெண்டுகாலு உள்ளவனோ கெடுக்குறான், சிலர்
ஒத்தக்காலில் நல்லவழி நடக்குறான்!
ஊனம் என்னடா ஊனம்?
ஞானம்தானே வேனும்?
அந்த ஞானம்வரவேணுமுன்னா
மனசு மாறவேணும்.'

தமிழில் 'ஊனம்' என்ற சொல்லுக்கே 'குறைவு' என்பதுதான் பொருள், அது உடல் ஊனத்தைமட்டும் குறிப்பதல்ல.

நம்மாழ்வார் ஒரு பாடலில் இறைவனை இப்படி அழைக்கிறார்:

'ஊனம்இல் செல்வம் என்கோ!'

குறைவில்லாத செல்வம் இறைவன். அவரைத்தவிர மற்ற எல்லாருக்கும் ஏதாவது ஒரு குறை இருக்கும், அது உடலில் இருக்கலாம், உள்ளத்தில் இருக்கலாம், இந்த விஷயத்தில் எல்லாருமே சமம்.

அதனால், பிறருடைய பிழைகளைப் பார்த்து இழிவாக எண்ணக்கூடாது, நமக்கும் அதேபோன்ற பிழைகள் இருக்கலாம். நாலடியார் பாடலொன்று:

'இலங்குநீர்த் தண்சேர்ப்ப! இன்னாசெயினும்
கலந்து பழிகாணார் சான்றோர், கலந்தபின்
தீமை எடுத்துஉரைக்கும் திண்அறிவுஇல்லாதார்
தாமும் அவரில் கடை.'

சான்றோர்களுக்கு யாராவது ஒரு குற்றம் செய்தால், அவர்கள் தங்களுடைய சிநேகிதர்கள் என்ற காரணத்தால், அதை ஒரு பெரிய விஷயமாக எடுத்துக்கொள்ளமாட்டார்கள்.

ஆனால், அப்படிப் பிழையைப் பொறுத்துக்கொள்வதோடு நிறுத்தக்கூடாது. 'நீ செய்வது தவறு' என்று எடுத்துச்சொல்ல

வேண்டும். அந்தத் திடமான அறிவு இல்லாதவர்கள், தீமை செய்கிறவர்களைவிட இழிவானவர்கள்.

காரணம், தவறு செய்கிறவன் அது தவறு என்று உணராமல் செய்கிறான். ஆனால் இவனோ, அது தவறு என்று தெரிந்தும்கூட, அதைச் சொல்லித் திருத்தாமல் இருக்கிறான். அது மிகப்பெரிய பிழை.

ஒருவர் கடலோரத்தில் கல்லொன்றை எடுக்கிறார். அது பளபளவென்று மின்னுகிறது. அவருக்கு அதன் மதிப்பு தெரியவில்லை, பக்கத்திலிருக்கும் ஒரு வியாபாரியைச் சந்தித்துக் கேட்கிறார்.

அந்த வியாபாரிக்கு அது ஒரு வைரம் என்று தெரிகிறது. அதன் மதிப்பு ஒரு லட்ச ரூபாய் என்று கணக்கிடுகிறார்.

ஆனால், அவ்வளவு பணம் தந்து அந்த வைரத்தை வாங்க அவருக்கு மனம் இல்லை. எதிரில் நிற்பவனை ஏமாற்றிவிடலாம் என்று தீர்மானிக்கிறார், 'இந்தக் கல்லுக்கு ஒரு ரூபாய் தருகிறேன்' என்கிறார்.

'ஒரு ரூபாய்தானா?' என்று அவர் முகம் சுளிக்கிறார், 'பரவாயில்லை, இந்தக் கல் என்னிடமே இருக்கட்டும்!'

இதைப் பார்த்துக்கொண்டிருந்த இன்னொரு வியாபாரி, அவரைச் சந்தித்து, 'ஆயிரம் ரூபாய் தருகிறேன், அந்தக் கல்லை எனக்குக்கொடு' என்கிறார். இவரும் ஆயிரம் ரூபாய் பெற்றுக்கொண்டு அதை விற்றுவிடுகிறார்.

முதல் வியாபாரி பதறுகிறார், 'அடேய், லட்ச ரூபாய்க் கல்லை ஆயிரம் ரூபாய்க்கு விற்றுவிட்டாயே, நீ ஒரு முட்டாள்' என்கிறார்.

அவர் சிரிக்கிறார், 'எனக்கு அந்தக் கல்லின் மதிப்பு தெரியாது, ஆகவே, ஆயிரம் ரூபாய்க்கு விற்றேன். ஆனால் நீயோ, அதன் மதிப்பு தெரிந்திருந்தும், ஒரு ரூபாய்க்கு விலைபேசி, அதை இழந்துவிட்டாய், யார் முட்டாள்?'

இதே விஷயம் குறைகளுக்கும் பொருந்தும். ஒரு குழந்தை அறியாமல் பிழையாக எழுதுகிறது என்றால், விஷயம் தெரிந்த ஆசிரியர் அதைத் திருத்தவேண்டும், அப்படிச் செய்யாவிட்டால், அவர் அந்தக் குழந்தையைவிடப் பெரிய பிழை செய்தவராவார்.

அதேபோல், நட்பின் குணம், பிழைபொறுத்தலும், அந்தப் பிழையைச் சுட்டிக்காட்டித் திருத்துவதும். அதனால் அவர் திருந்துகிறாரா, இல்லையா என்பது வேறு பிரச்னை, அதற்காகச் சுட்டிக்காட்டாமல் இருக்கக்கூடாது.

குறிப்பாக, இளைஞர்கள் பிழைசெய்வது இயல்புதான். 'திரிகடுகம்' பாடலொன்றில் நல்லாதனார் சொல்கிறார்:

'இழுக்கல் இயல்பிற்று இளமை.'

இளைஞர்கள் ஏதாவது தவறுசெய்வார்கள், அது அவர்களுடைய இளமைப்பருவத்தால் ஏற்படுவது.

ஆனால், இதை ஒரு சாக்காகச் சொல்லி இளைஞர்கள் தவறுசெய்யத் தொடங்கிவிடக்கூடாது. காரணம், நல்லாதனார் இதனைக் குறிப்பிட்டு, 'குறுகார் அறிவுஉடையார்' என்கிறார். அதாவது, அறிவுடையவர்கள் இதைச் செய்யமாட்டார்கள், இளமைப்பருவத்திலும் தவறு செய்யமாட்டார்கள்.

ஒருவேளை செய்தால்?

இளைஞர்களின் சிறுபிழைகளைப் பெரியவர்கள் பொறுத்துக் கொள்ளவேண்டும் என்கிறார் அதிவீரராமபாண்டியன். அவரது 'வெற்றிவேற்கை'ப் பாடல்:

"சிறியோர்செய்த சிறுபிழைஎல்லாம்,
பெரியோர்ஆயின் பொறுப்பது கடனே.'

அதே பெரியோரால், பெரியபிழைகளைப் பொறுத்துக்கொள்ள இயலாது, இதையும் அதிவீரராமபாண்டியனேதான் சொல்கிறார்:

'சிறியோர் பெரும்பிழை செய்தனர்ஆயின்
பெரியோர் அப்பிழை பொறுத்தலும்அரிதே!'

இதைப்பற்றிக் கவிமணி தேசிகவிநாயகம்பிள்ளையும் ஒரு முக்கியமான குறிப்பை எழுதியிருக்கிறார். சிறியபிழை, பெரியபிழை என்பதெல்லாம், தனிப்பட்ட நபர்களைப்பொறுத்தே அமைகிறது என்கிறார் அவர்:

'பெரியோர்செய்த பெரும்பிழைஅதனைச்
சிறுபிழைஎன்று தேய்த்துவிடுவர்,
சிறியோர்செய்தது சிறுபிழைஎனினும்,
பெரும்பிழைஎன்று பேரிகைகொட்டுவர்,
உள்ளதை உள்ளவாறுஉரைப்பவர்
அரியர்!'

பெரியவர்கள் ஏதாவது ஒரு பெரிய பிழை செய்துவிட்டால்கூட, அவர்களுடைய பதவி, மரியாதை, பணம் போன்றவற்றைக் கருதி, 'அதுவொண்ணும் பெரிய விஷயமில்லை, சின்னத் தவறுதான்' என்று சொல்லிவிடுவார்கள். ஆனால், சிறியவர்கள் ஒரு சிறிய பிழை செய்துவிட்டால்கூட, அது பெரிய பிழை என்று ஊர்முழுக்க முரசுகொட்டுவார்கள். இந்த இரண்டையும் செய்யாமல், உள்ளதை உள்ளபடி சொல்பவர்கள் குறைவுதான்!

நாமக்கல்கவிஞர் இளந்தமிழனுக்குச் சொன்ன அறிவுரைகளில் ஒன்று:

'குற்றமுள்ளோர் யார்என்றாலும்
இடித்துக்கூறும் தீரமும்...'

இங்கே இடித்துக்கூறுதல் என்பது தண்டனையளித்தல் அல்ல. அவர்கள் செய்தது பிழை என்று தைரியமாகச் சொல்லுதல், அதுதான் அவர்களுடைய பிழையைச் சரிசெய்வதன் முதல் நிலை. அதற்குத் தயங்கினால், அவர்கள் என்றைக்கும் தங்களைத் திருத்திக்கொள்ளமாட்டார்கள்.

குற்றத்தை எப்படிச் சுட்டிக்காட்டுவது?

தமிழின் பெருமையைச் சொல்லும் நாமக்கல் கவிஞர், இவ்வாறு குறிப்பிடுகிறார்:

'குற்றம்கடிந்திடக் கூசாது,
கொச்சைமொழிகளில் ஏசாது.'

தமிழுக்கு இவை இரண்டும் தனித்தனிப் பெருமைகள், ஆனால் அம்மொழியைப் பயன்படுத்துகிற நாம் இவற்றை இணைத்தும் பார்க்கலாம். பிறரிடம் உள்ள குற்றங்களைச் சுட்டிக்காட்டக் கூசக்கூடாது, அதேசமயம், அவற்றைக் கொச்சைமொழிகளில் சொல்லக்கூடாது, அவர்களுக்கு வலிக்காதபடி சொல்லவேண்டும்.

இனியசொற்கள் இருக்கும்போது, கடுமையான சொற்களை ஏன் பயன்படுத்தவேண்டும் என்கிறார் வள்ளுவர்:

'இனிய உளஆக, இன்னாத கூறல்,
கனிஇருப்பக் காய்கவர்ந் தற்று.'

பழம் இருக்கும்போது யாராவது காயைச் சாப்பிடுவார்களா? இனியசொற்களைமட்டுமே பேசுங்கள்!

'ஆத்திசூடி'யில் ஔவையாரும் சொல்வது இதையேதான்:

'கடிவது மற.'

கடிந்துபேசவேண்டாம், அதேசமயம் குறையைச் சுட்டிக்காட்டி விடவேண்டும், இது ஒரு தனி வேலையல்ல, ஒவ்வொருவரின் கடமை, நம் சுற்றுப்புறத்தைத் தூய்மையாக வைத்திருப்பதுபோல, நம்மைச் சார்ந்துள்ள அனைவரையும் தூயவர்களாக்கி உலகைச் சிறிது மேம்படுத்துவது!

20

ஒருவருக்கு வாழ்நாள்முழுக்க வழிகாட்டுபவை எவை?

நீதிநெறிகள்தான். அவை மனத்தில் பதிந்துவிட்டால், அதன்பிறகு எந்த ஒரு செயலைச் செய்வதற்குமுன்பும் எது சரி, எது தவறு என்று ஆலோசித்து, சரியானதைமட்டுமே செய்கிற ஒழுக்கம் சாத்தியப்படும். ஒருவேளை தவறு செய்துவிட்டாலும், அதை உடனே அறிந்து வருந்துதலும் திருந்துதலும் சாத்தியப்படும்.

இந்த நீதிநெறிகளை எப்படி அறிவது?

பெற்றோரிடம் கேட்கலாம், பள்ளியில் ஆசிரியரிடம் கேட்கலாம், சந்திக்கும் பெரியவர்களிடம் கேட்கலாம்.

இங்கே 'பெரியவர்கள்' என்பது, வயதில் பெரியவர்கள், மூத்தவர்களைக் குறிப்பிடுவது அல்ல, எந்த ஒரு விஷயத்தையும் நம்மைவிட அதிகம் கற்றவர்கள் பெரியவர்கள்தான், அப்படிப் பார்க்கப்போனால், நம்மைச்சுற்றிலும் பெரியவர்கள் ஏராளமாக இருக்கிறார்கள். அவர்களுடைய சொற்களைக் கேட்கும் குணம் நமக்கு வந்தால், ஒவ்வொரு விநாடியும் பள்ளிக்கூடம்தான், வாழ்க்கையே பெரிய கல்விதான்.

'நாலடியார்' சொல்கிறது:

'அறிமின் அறநெறி, அஞ்சுமின் கூற்றம்,
பொறுமின் பிறர்கடும்சொல், போற்றுமின் வஞ்சம்,
வெறுமின் வினைதீயார் கேண்மை, எஞ்ஞான்றும்
பெறுமின் பெரியார்வாய்ச்சொல்.'

அறநெறிகளை அறிந்துகொள்ளுங்கள், அந்த நெறிகளைப் பின்பற்றாவிட்டால், அதற்குத் தண்டனையாக உயிரையே எடுக்கக்கூடிய கூற்றத்தை எண்ணி அஞ்சுங்கள். பிறர் உங்களிடம் கடுமையாகப் பேசினாலும், அதைப் பொறுத்துக்கொள்ளுங்கள், பிறர்மீது வஞ்சகம்காட்டும் குணம் உங்களிடம் சேர்ந்துவிடாதபடி உங்களைப் பாதுகாத்துக்கொள்ளுங்கள், தீயசெயல்களைச் செய்கிறவர்கள் உங்களை நெருங்கிவந்தால், அதை வெறுத்து விலகிவிடுங்கள், எப்போதும் பெரியவர்களுடைய சொற்களை ஏற்றுக்கொள்ளுங்கள்.

பட்டுக்கோட்டைகல்யாணசுந்தரம் எழுதுகிறார்:

'நாட்டின் நெறிதவறி
நடந்துவிடாதே, நம்
நல்லவர்கள் தூற்றும்படி
வளர்ந்துவிடாதே,
மூத்தோர் சொல்வார்த்தைகளை
மீறக்கூடாது, பண்பு
முறைகளிலும் மொழிதனிலும்
மாறக்கூடாது.'
இதனைப் பழமொழிகளும் சொல்லும்:
'மூத்தோர் சொல்வார்த்தை அமிர்தம்!'

ஆனால், எதார்த்தமாகப் பார்த்தால், அவர்களுடைய சொற்கள் எப்போதும் அமிர்தமாகவா இருக்கின்றன? கசப்பும் உண்டே!

ஆமாம், பிழைசெய்தால் அதைச் சுட்டிக்காட்டும் சொற்கள் கசக்கும்தான். ஆனால், அவர்களுடைய நோக்கம் நம்மை அவமானப்படுத்துவது அல்ல, திருத்துவது. குலசேகராழ்வார் பாடுவார்:

‘வாளால் அறுத்துச்சுடினும் மருத்துவன்பால்
மாளாத காதல் நோயாளன்.’

நோய்வந்த ஒருவனை மருத்துவன் அறுக்கிறான், சுடுகிறான், ஆனால், அவன்மீது அந்த நோயாளிக்குக் கோபம் வருவதில்லை, அன்புதான் வருகிறது. காரணம், அவன் அறுப்பதும் சுடுவதும் நோயைக் குணப்படுத்துவதற்குதானே, அதைப் பொறுத்துக்கொண்டால் நன்கு வாழலாமே என்கிற எண்ணம்.

அதுபோலதான் மூத்தவர்களின் சொல்லும், அது மேல்பார்வைக்கு அமுதம்போல் தெரியாமலிருக்கலாம், ஆனால், கசந்தாலும் அச்சொற்கள் அமுதம்தான், அவற்றின் நோக்கம் நம்மை நன்கு வாழவைப்பதுதான். ‘பழமொழிநானூறு’ பாடலொன்றில் முன்றுறையரையனார் சொல்வது:

‘செயல்வேண்டா நல்லன செய்விக்கும், தீய
செயல்வேண்டி நிற்பின் விலக்கும், இகல்வேந்தன்
தன்னை நலிந்து தனக்குஉறுதி கூறலால்
முன்இன்னா மூத்தார்வாய்ச்சொல்.’

மூத்தவர்களுடைய சொல், ஆரம்பத்தில் தீமைபோல் தோன்றலாம். ஆனால், உண்மையில் அவற்றால் பல நன்மைகள் உண்டு. மற்ற எதனாலும் கிடைக்காத நல்லன அவர்களுடைய சொற்களைக் கேட்பதால் கிடைக்கும், தீய செயல்களைச் செய்யாமல் தடுத்துநிறுத்தும், நமக்கு நல்ல பலன் தரக்கூடியவற்றைதான் அவர்கள் சொல்வார்கள்.

இதையே திருவள்ளுவரும் சொல்கிறார்:

‘இடிக்கும் துணையாரை ஆள்வாரை யாரே
கெடுக்கும் தகைமையவர்?’

தன்னை இடித்துச்சொல்கிறவர்கள், அதாவது, பிழையைச் சுட்டிக்காட்டி ‘இதைத் திருத்திக்கொள்’ என்று சொல்லக் கூடியவர்களைப் பக்கத்தில் வைத்துக் கொண்டிருப்பவர்களை யாரால் வெல்லமுடியும்?

அப்படியில்லாமல், தான் எது சொன்னாலும் 'இதுதான் சரி' என்று பேசுகிறவர்களைப் பக்கத்தில் வைத்துக்கொண்டால், பிழைகளும் தெரியாது, அவற்றைத் திருத்திக்கொள்ளவும் இயலாது.

ஆக, பெரியோர் சரியானதைச் சொல்லவேண்டும், கேட்பவர்கள் என்ன நினைப்பார்களோ என்று யோசிக்கக்கூடாது, அப்படிச் சொல்கிறவர்களைப் பெரிய துணையாக எண்ணவேண்டும்.

இந்த உண்மையைப் பலரும் உணர்வதில்லை, பெரியோர்சொற்களை இடைஞ்சலாகக் கருதுகிறார்கள்.

இதனால், அந்தப் பெரியோர் பேசாமல் இருந்துவிடுவதில்லை, தங்கள் மனத்தில் உள்ளதைத் தொடர்ந்து சொல்லிக்கொண்டுதான் இருக்கிறார்கள். பல நேரங்களில் அது கடலில் கரைத்த பெருங்காயத்தைப்போல் யாருக்கும் பயனின்றிப்போய்விடுகிறது.

வைரமுத்து ஒரு திரைப்பாடலில் இதனை அழகாகச்சொல்வார்:

> 'வாழ்க்கை இங்க அநியாயம்,
> பெரியார் சொன்ன வெங்காயம்,
> மூத்தோர் சொன்னவார்த்தை, அது
> கடலில் விட்ட பெருங்காயம்.'

இப்படிப் பிறர் தன் சொற்களைக் கேட்பதில்லை என்று தெரிந்தும்கூட, அதைத் தொடர்ந்து சொல்வதற்குப் பெரியோரைத் தூண்டுவது எது?

நிஜமான அக்கறைதான். அவர்கள் விரும்புவது, 'என்னால் இந்த மாற்றம் வந்தது' என்கிற பெருமையையோ, பிறர் சொல்கிற நன்றியையோ அல்ல, தாங்கள் காணும் பிழைகளைச் சரி செய்வதை அவர்கள் தங்களது கடமையாகக் கருதுகிறார்கள், கற்றுக்கொண்ட நெறிகளைப் பிறருடன் பகிர்ந்துகொள்கிறார்கள்.

'நன்னெறி'யில் சிவப்பிரகாசசுவாமிகள் சொல்கிறார்:

'என்றும் முகமன் இயம்பாதவர்கண்ணும்
சென்று பொருள்கொடுப்பர் தீதுஅற்றோர், துன்றுசுவை
பூவின் பொலிகுழலாய்! பூங்கை புகழவோ
நாவிற்கு உதவும் நயந்து!'

தன்னைப் பாராட்டிப்பேசாதவர்களிடமும் பெரியவர்கள் பழகுவார்கள், அவர்களுக்கு வேண்டியதைக் கொடுப்பார்கள். காரணம், அவர்கள் அந்தப் பாராட்டை எதிர்பார்ப்பதில்லை.

கைதான் சுவையான பொருள்களை எடுத்துத்தருகிறது, நாக்கு அதை உண்டு மகிழ்கிறது. அதற்காக நாக்கு தனக்கு நன்றி சொல்லவேண்டும் என்று கை எதிர்பார்ப்பதில்லை, அதுபோல, பெரியவர்களும் பலனை எதிர்பார்க்காது நல்லதைச் சொல்வார்கள்.

பாரதியார் பாடுவார்:

'ஊருக்கு நல்லது சொல்வேன், எனக்கு
உண்மை தெரிந்தது சொல்வேன்.'

இதுதான் பெரியோரின் மனப்பாங்கு. தங்களுக்குத் தெரிந்த உண்மைகளைப் பகிர்ந்துகொள்கிறார்கள், அவை ஊருக்கு நல்லன என்று அவர்கள் கருதுகிறார்கள், அதனால்தான் பகிர்ந்துகொள்கிறார்கள்.

அவர்கள் சொல்பவற்றைக் கேட்காமலிருப்பவர்களின் நிலைமை என்னவாகும்?

'பழமொழிநானூறு' பாடலொன்றில் முன்றுறையரையனார் சொல்கிறார்:

'தெரியாதார்சொல்லும் திறன்இன்மை தீதாப்
பரியார் பயன்இன்மை செய்து, பெரியார்சொல்
கொள்ளாது, தாம்தம்மைக் காவாதவர், பிறரைக்
கள்ளராச் செய்குறுவார்.'

நன்மை எது, தீமை எது என்று தெரியாத நண்பர்களைப்

பக்கத்தில் வைத்துக்கொள்வார்கள், அவர்கள் சொல்லும் சொற்கள் பயனற்றவை என்பதை உணரமாட்டார்கள், அதனை வெறுத்து ஒதுக்கமாட்டார்கள், அவர்களுடைய அறிவுரைப்படி நடப்பார்கள், பெரியவர்களுடைய சொற்களைக் கேட்கமாட்டார்கள், தம்மைத்தாமே காத்துக்கொள்ளமாட்டார்கள்... இப்படிப்பட்டவர்களுடைய குற்றங்களைச் சுட்டிக்காட்டுவது வீண், அப்படியே சுட்டிக்காட்டினாலும், அவர்கள் குற்றம் சொன்னவர்களைக் குற்றவாளிகளாக்கிவிடுவார்கள்.

அதாவது, 'நீ செய்வது தவறு' என்று ஒரு பெரியவர் சொல்வது நம் நன்மைக்குதான் என்று இவர்கள் உணரமாட்டார்கள், 'நீங்க சொல்றது சரின்னு எப்படி நம்பறது? ஒருவேளை நீங்க சொல்றது தப்பா இருக்கலாமில்லையா?' என்பார்கள், 'உங்களைத்தவிர மத்த எல்லாரும் நான் செய்யறதை ஏத்துக்கறாங்க, நீங்கமட்டும் ஏன் குத்தம் சொல்றீங்க?' என்பார்கள்... இதனால், நல்லது நினைத்துப் பேசியவர் தான் செய்ததுதான் குற்றமோ என்று உணரத்தொடங்கிவிடுவார்.

சில நேரங்களில், பெரியோர் சொல்லும் சொற்கள் நமக்குச் சரியாகத் தோன்றாமலிருக்கக் காரணம், அந்தச் சொல்லின் பிழை அல்ல, நாம் புரிந்துகொள்வதன் பிழை.

உதாரணமாக, ஓர் ஓவியத்தில் மலை இருக்கிறது. அதுவரை மலையையே பார்த்திராத ஒரு குழந்தை அது என்ன என்று யோசித்துக் குழம்பக்கூடும். அது மலை என்று நினைவில் வைத்துக்கொண்டால், பின்னர் அது மலையைப் பார்க்கும்போது அந்தச் சொல் நினைவுக்கு வரும்.

அதுபோல, இதைச் செய்தால் இந்தப் பிரச்னை வரும் என்று ஒருவர் சொல்லும்போது, அவர் தனது அனுபவத்திலிருந்து சொல்கிறார், அந்த அனுபவம் இல்லாத ஒருவருக்கு 'இதெல்லாம் நடக்குமா என்ன?' என்றுதான் தோன்றும். 'எதற்கும் கேட்டுக்கொள்வோம், பின்னர் இது நமக்குப் பயன்படும்' என்று நினைத்தால் நல்லது.

'பின்பயக்கும் எம்சொல்என
முற்படர்ந்த மொழிமிகுந்தன்று'

என இதனைச் சொல்வார்கள். அதாவது, 'பின்னர் எங்கள் சொல் பயன்படும்' என்று சொல்லும் சான்றோரைச் சிறப்பிக்கவேண்டும். அந்தப் 'பின்னர்'பற்றி நமக்கு இப்போது புரியாவிட்டாலும், நம்முடைய இப்போதைய ஞானத்தின்படி அந்தச் சொற்கள் எப்படிப் பயன்படும் என்று நமக்குத் தெரியாவிட்டாலும், அவர்களுடைய அனுபவத்தை மதிக்கவேண்டும்.

ஒருவேளை, அறியாமையால் சிலர் இதனை மதித்து நடக்காவிட்டாலும், பெரியவர்கள் அதைப்பற்றிக் கோபப்படக்கூடாது. அவர்கள் மேகத்தைப்போல் நடந்துகொள்ளவேண்டும் என்கிறது 'இன்னிலை'ப் பாடலொன்று:

'கடல்முகந்து தீம்பெயலை ஊழ்க்கும் எழிலி
மடன்உடையார் கோதுஅகற்றி மாண்புறுத்தல் ஏமம்
படைத்துஆக்கல் பண்புஅறிந்தோர் சால்பு.'

மேகம் என்ன செய்கிறது? உப்புக்கடல்நீரை உறிஞ்சி, அதனைக் குடிக்கவல்ல நீராக மாற்றி மழையாகப் பொழிகிறது. அதாவது, நீரிலிருக்கும் உப்பை நீக்கி, அதை மேம்படுத்துகிறது. 'உப்புநீர் கொண்ட கடலை நான் தீண்டமாட்டேன்' என்று அது சொல்வதில்லை.

அதுபோல, பெரியவர்களின் குணம், அறியாமையில் இருப்பவர்களைக்கண்டு ஒதுங்காமல், அவர்களிடமிருக்கும் அறியாமையை நீக்குவது, அவர்களை மேம்படச்செய்வது.

திருத்துவது அவர்கள் கடமை என்றால், திருந்துவது பிறர் கடமை. குருபாததாசர் எழுதிய 'குமரேச சதகம்'நூலில், உயர்ந்தவர்களுடைய இயல்புகள் விவரிக்கப்பட்டுள்ளன:

'அன்னதானம் செய்தல், பெரியோர்சொல்வழி நிற்றல்,
ஆபத்தில்வந்தபேர்க்கு
அபயம் கொடுத்திடுதல், நல்இனம் சேர்ந்திடுதல்,

ஆசிரியர்வழி நின்றுஅவன்
சொன்னமொழி தவறாது செய்திடுதல், தாய்,தந்தை
துணைஅடி அருச்சனைசெயல்,
சோம்பல்இல்லாமல் உயிர்போகினும் வாய்மைமொழி
தொல்புவியில் நாட்டிஇடுதல்,
மன்னரைச் சேர்ந்துஒழுகல், கற்புஉடைய மனைவியொடு
வைகினும் தாமரைஇலை
மருவுநீர் எனஉறுதல் இவைஎலாம் மேலவர்தம்
மாண்புஎன்று உரைப்பர்அன்றோ!'

மேலவர்களுடைய பண்புகள் எவை என்று கேட்டால், அன்னதானம், பெரியவர்களின் சொல்லைக்கேட்டு அதன்படி நடத்தல், ஆபத்தில் வந்தவர்களைக் காப்பாற்றுதல், நல்லவர்களோடு சேர்தல், ஆசிரியர் சொன்ன வழியின்படி நடத்தல், அவர் சொன்னதை மறுக்காமல் செய்தல், தாய், தந்தையரை வணங்கிப் போற்றுதல், சோம்பல் இல்லாமல், உயிரேபோகிற ஆபத்து வந்தாலும், உண்மையைமட்டுமே பேசுதல், அரசரைச் சார்ந்து வாழுதல், கற்புள்ள மனைவியோடு மகிழ்ச்சியாக இல்லறம் நடத்தினாலும், தாமரைஇலையில் நீர் ஒட்டாமலிருப்பதுபோலிருத்தல்.

பெரியோர் சொல், ஆசிரியர் சொல் இரண்டையும் போற்றவேண்டும் என்பதைப் பெரும்பாலான அறநூல்கள் வலியுறுத்துகின்றன. காரணம், இந்த இருவரும் பிறருக்காகச் சிந்திக்கிறவர்கள், சமூகத்தின் நன்மைக்குப் பேசுவதைத் தங்கள் கடமையாகக் கருதுகிறவர்கள்.

நல்லவர்களின் வழியில் நடந்தால் எந்தத் துன்பமும் வராது என்கிறார் பாரதிதாசன்:

'நல்லார்
ஓதும் வழிநடந்தால் யாதும் துயரமில்லை!'

அதனால், எப்போதும் நல்லவர்களின் சொற்களைக் கேட்டுக்கொண்டிருக்கவேண்டும், அவையே எந்தக் குழப்பத்திலும் நமக்கு வழிகாட்டும்:

'சாதிச்சமயக் கடைவீதியின் அப்பால், ஒரு
சோதி அறிவில் சரிநீதி விளங்கும், அதைக்
காதினில் தினம்கேட்பாய், நெஞ்சே, இந்த
மேதினிதனை மீட்பாய்!
வாழும் முறைமைசொல்வார், நெஞ்சே, நல்லார்
பாழும் இருளைக் கொல்வார்!'

ஆனால், நல்லார் யார்? ஒருவருடைய சொற்களை மதிக்க வேண்டுமா, பின்பற்றவேண்டுமா என்று நாம் எப்படித் தீர்மானிப்பது?

நல்லார்மீது பிறருக்கு உண்மையான மரியாதை வரவேண்டுமென்றால், அவர்கள் சொன்னால்மட்டும் போதாது, அதன்படி நடக்கவேண்டும். பெரியோரின் உண்மையான இலக்கணம் அதுதான்.

நாமக்கல்கவிஞர் பாடுவார்:

'சொல்லுவது எல்லார்க்கும் சுலபம்ஆகும்,
சொன்னபடி நடப்பவர்கள் மிகவும் சொற்பம்,
எல்லையின்றி நீதிகள் எழுதுவார்கள்,
எழுதியது பிறருக்கே, தமக்குஎன்று எண்ணார்.'

இந்த இரட்டைநியாயம் ஆகாது. பிறருக்கு அறிவுரைசொல்லும் பெரியோர், முதலில் அதன்படி தாங்கள் நடக்கவேண்டும், அதுதான் அவர்களுக்குச் சொல்லும் தகுதியையே வழங்குகிறது.

இதற்கு உதாரணமாக, முடியரசனின் பாடலொன்று நேரடியாக இப்படித் தொடங்குகிறது:

'சாதியைத் தொலைத்திடச் சொலும்தோழா,
வீதியில் எங்கணும் பேசிமுழக்கினை,
வீட்டினுள் வந்ததும் பூசிவளர்த்தனை.'

தெருவிலே சாதிவேண்டாம் என்றோ, மதுப்பழக்கம் வேண்டாம் என்றோ, குப்பைகளைக் கண்டபடி வீசி எறியக்கூடாது என்றோ

சொல்லும் ஒருவர், வீட்டுக்குள் சாதியை ஆதரித்தால், மது அருந்தினால், குப்பைக்கூளமாக வீட்டை வைத்திருந்தால், அவரை எப்படிப் பெரியவராக ஏற்க இயலும்? அவரது அறிவுரையைப் பிறர் எப்படி மதிப்பார்கள்?

ஆக, இவர்களுடைய பேச்சு, புகழைச் சேர்க்கதான். தாங்களே அதை நம்புவதில்லை, பின்பற்றுவதில்லை:

'பேருக்கும் புகழுக்கும் பேசத்துடித்தாய்,
பேதங்கள் கண்டுஉள்ளம் கூசிநடித்தாய்,
ஊருக்குமாத்திரம் கூறிமுடித்தாய்,
உள்ளத்தில், இல்லத்தில் எங்கேவிடுத்தாய்?'

இங்கே உள்ளத்தில், இல்லத்தில் என்ற சொற்கள்தான் முக்கியமானவை. இல்லத்தில் பின்பற்றினால்மட்டும்போதாது, உள்ளத்திலும் பின்பற்றவேண்டும், அப்போதுதான் அது உண்மையாகும்.

அதனால்தான் வள்ளுவர் சொல்கிறார்:

'மனத்துக்கண் மாசுஇலன் ஆதல், அனைத்துஅறன்.'

இருக்கிற அறங்களிலேயே மிக உயர்ந்தது, மனத்தில் குற்றமில்லாமல் இருப்பதுதான். அதைச் சாதிப்பதுதான் மிகப்பெரிய சவால்.

ஒருவன் மனத்தில் மாசை அகற்றிவிட்டால், அதன்பிறகு அவனது செயலும் ஒழுங்காகும், பிறருக்கு அறிவுரைசொல்கிற தகுதி தானே வந்துவிடும்.

திரிகடுகத்தில் நல்லாதனார் சொல்கிறார்:

'தூய்மைஉடைமை, துணிவாம் தொழில்அகற்றும்
வாய்மைஉடைமை வனப்பாகும், தீமை
மனத்தினும் வாயினும் சொல்லாமை மூன்றும்
தவத்தில் தருக்கினார் கோள்.'

தவத்திலே சிறந்தவர்கள் மூன்று விஷயங்களை உறுதியாகச் செய்வார்கள்: முதலில், தூயவர்களாக இருப்பார்கள், மனத்தில், செயலில், உடலில்.

அடுத்து, நூல்களில் கற்றறிந்த நல்ல செயல்களை உண்மையுடன் செய்வார்கள், தீமையை மனத்தாலும் வாயாலும்கூடச் சொல்லமாட்டார்கள்.

தீமை என்பது பிறருக்குத் தீங்கு நினைப்பது. ஒரு விஷயத்தைத் தான் செய்தால் நல்லதல்ல என்று நினைப்பதை, பிறர் செய்யும்படி சொல்வது அவர்களுக்குச் செய்கிற தீமைதானே.

ஆகவே, தனக்கு எது ஏற்றது என்று நினைக்கிறோமோ அதைதான் பிறருக்குச் சொல்லவேண்டும், புகழுக்கு மயங்கித் தான் நம்பாத ஒன்றை அறிவுரையாகச் சொல்லக்கூடாது.

இதைக் கண்ணதாசன் ஒரு பாடலில் மிகச் சுருக்கமாகச் சொன்னார்:

‘உள்ளதைச்சொல்வேன், சொன்னதைச்செய்வேன்,
வேறொன்றும் தெரியாது!
உள்ளத்தில் இருப்பதை
வார்த்தையில் மறைக்கும் கபடம் தெரியாது!’
இதுவல்லவோ மிக உயர்ந்த பண்பு!

தெளிவான எழுத்தும் ஆழமான ஆய்வும் நிறைந்த நூல்களுக்காகத் தமிழ் வாசகர்களிடையில் நன்கு அறியப்பட்டுள்ள என். சொக்கன் புனைவு, வாழ்க்கை வரலாறு, நிறுவன வரலாறு, தன்னம்பிக்கை, சிறுவர் இலக்கியம் உள்ளிட்ட துறைகளில் இதுவரை எழுபதுக்கும் மேற்பட்ட நூல்கள், நூற்றுக்கணக்கான கதைகள், கட்டுரைகளை எழுதியுள்ளார். விரிவான ஆய்வுகள், சான்றுகளின் அடிப்படையிலான ஆழமான வரலாற்று நூல்களைத் தமிழில் எழுத இயலும், அவற்றைப் பெரும்பான்மை வாசகர்களுக்குக் கொண்டுசேர்க்கவும் இயலும் என்பதைப் பலமுறை நிரூபித்த எழுத்து வகை இவருடையது.

தமிழ், ஆங்கிலம் ஆகிய இரு மொழிகளிலும் எழுதும் சொக்கனுடைய நூல்கள் ஹிந்தி, கன்னடம், மலையாளம் உள்ளிட்ட பல மொழிகளில் மொழிபெயர்ப்பாகியுள்ளன.

www.ingramcontent.com/pod-product-compliance
Ingram Content Group UK Ltd.
Pitfield, Milton Keynes, MK11 3LW, UK
UKHW041630190726
13854UKWH00006B/2398